அங்காடித் தெரு

திரைக்கதை

G.வசந்தபாலன்

டிஸ்கவரி புக் பேலஸ்

கே.கே.நகர் மேற்கு, சென்னை - 600 078.
(பாண்டிச்சேரி கெஸ்ட் ஹவுஸ் அருகில்)
Ph: 044-4855 7525 Mobile: +91 87545 07070

அங்காடித் தெரு (திரைக்கதை)
ஆசிரியர்: G.வசந்தபாலன்©

Angaadi theru (Screen play)
Author: G.Vasanthabalan©

1st Edition: May - 2016
2nd Edition: Dec - 2018
Pages: 296
ISBN: 978-93-84301-52-1
Cover Design: Manikandan
Book Design: Discovery Team

Discovery Book Palace (P) Ltd,
6, Mahaveer Complex, Munusamy Salai,
K.K.Nagar West, Chennai-600 078.
Ph: +91 - 44-4855 7525
Mobile: +91 87545 07070

E-mail: discoverybookpalace@gmail.com,
Website: www.discoverybookpalace.com

Rs. 250

பதிப்புரை

அங்காடித்தெரு திரைப்படத்தைப் பார்த்துவிட்டு அரங்கைவிட்டு வெளிவந்தபோது, நாம் அடைந்த உணர்வுகள் வெளிப்படையானவை. ஒரு திரைப்படம் வெறும் பொழுதுப்போக்கு மட்டுமல்ல, அது மக்களுக்கானது. மக்களின் பிரச்சினைகளை பேசக்கூடியது. எளியவர்களின் நீதிக்காக பாடுபடும் கலைகளில் ஒன்றே திரைக்கலையும் என்ற உண்மையை வெளிச்சமாக்கிக் காட்டியது. அதேபோல் உண்மையைப் பேசுகிறேன் என்று ஆவணப் படங்களாக்கி முடக்கிவிட்டு, அங்கீகாரம் கிடைக்கவில்லை என்று புலம்பும் அறிவுஜீவிகளுக்கிடையில், இயக்குநர் வசந்தபாலன் வியாபார உத்தியையும் வெகு அழகாக உள்ளே வைத்து, அனைத்துத் தரப்பு பார்வையாளர்களுக்கும் சென்று சேர்த்துவிடுகிறார்.

ஒரு திரைப்படம் வெளிவந்து இத்தனை ஆண்டுகளுக்குப் பின் இப்போது அதன் திரைக்கதை புத்தகமாக வெளிவரும் காரணம் அது மக்களுக்கான படைப்பு என்ற அளவிலேதான். இன்னும் வெளிப்படையாகச் சொன்னால் தமிழ் சினிமாவில் சாதாரன மக்களின் பிரச்சினையை பொத்தாம் பொதுவாக பேசிக்கொண்டிருக்காமல், வெளிப்படையாகப் பேசிய திரைப்படங்களில் முதன்மையானது அங்காடித் தெருமட்டுமே. இத்திரைப்படத்தின் திரைக்கதை புத்தகமாக வருவதன்மூலம் இதுபோன்ற இன்னும் பல படைப்புகள் வெளிவருவதற்கு உதவியாக இருக்கும். திரைப்படத் துறையை நோக்கிவரும் ஒவ்வொருவரின் கைகளிலும் முதன்முதலில் கொடுக்க வேண்டிய புத்தகமாகவும் இருக்கவேண்டும் என்று நம்புகிறோம். ஏனென்றால் இது வெறும் திரைக்கதையாக மட்டுமல்லாமல், ஒரு திரைக்கதையின் மிகச் சுருங்கிய வடிவமான, இயக்குநர்களும், உதவி இயக்குநர்கள்ம் தங்கள் சட்டைப்பையிலேயே வைத்துக் கொள்ளும் One Line Order என்ற மிக முக்கியமானப் பகுதியை இதில் இணைத்துள்ளோம். இது இதுவரைக்குமான திரைக்கதைப் புத்தகங்களில் வந்திராத ஒன்று என்பதில் கூடுதல் மகிழ்ச்சி. இத்திரைப்படத்தை திரைக்கதை வடிவமாக கொண்டுவர சம்மதித்த இயக்குனர் G.வசந்தபாலன் அவர்களுக்கு நன்றிகள்.

மு.வேடியப்பன்
08.04.2016

காட்சி: 1

தி.நகர் போத்தீஸ் பஸ் ஸ்டாப்: NIGHT / EXT

முழு பௌர்ணமி. இரவு 10 மணி 11 நிமிடம். போத்தீஸ் ஜவுளிக்கடையின் எதிரே உள்ள துரைசாமி சாலை போக்குவரத்து நெரிசலில் உறைந்து கிடக்கிறது. விஜய் டிவியின் கார்னியர் புருட்ஸின் ஜோடி நம்பர் 1 சீசன் 2 போஸ்டர் வரிசையாக ஒட்டப்பட்டிருக்கிறது. வாகனங்களில் உள்ள Tap recorder–ல் இருந்து ரேடியோ மிர்ச்சியன் நேர அறிவிப்புகளும், திரை கானங்களும் வருகின்றன. புதிதாய் போடப்பட்ட சாலையின் பள்ளத்தில் மழை நீர் நிறைந்திருக்கிறது. அதில் நிலா காட்சி பிம்பமாய் ஊர்ந்து செல்கிறது. பேருந்து நிலையத்தில் மனிதர்கள் இளைப்பாறிக்கொண்டிருக்கின்றனர். சாலைகளில் வாகனங்கள் கடந்துபோக, சரவணா ஸ்டோர்ஸ் விளம்பரப் பலகை பொருத்தப்பட்ட சிதிலமடைந்த பேருந்து நிறுத்தத்தின் கீழே மேற்கு மாம்பலம், அசோக் நகர், எம்.ஜி.ஆர். நகர், கே.கே.நகர், வளசரவாக்கம், உதயம் தியேட்டர் எனக் கூவி பயணிகளை அழைக்கிறார்கள் ஆட்டோ டிரைவர்கள்.

அவர்களில் தெக்கத்தி முகம், மெலிந்த தேகம், தேரிக்காட்டு கரிய நிறமுடைய இலட்சணமான பதினெட்டு வயதுடைய, இளமை துளிர்விடும் முகமுடைய கதைநாயகன் ஜோதிலிங்கம் என்கிற லிங்கு. நைந்து போன சட்டை, பேண்ட், சட்டையின் ஒரு பட்டன் உடைந்திருக்கும். ஒரு பட்டன் இல்லாதிருக்கும். அரைஞாண் கயிறு வெளியே தெரியும் பேண்ட். திருச்செந்தூர் முருகன் டாலர் தொங்கும் கருப்புக் கயிறு கழுத்திலும், வெறும் கருப்புக் கயிறு கைகளிலும் நாளெல்லாம் உழைத்துச் சோர்ந்து போன முகம். இரண்டு நாட்களாய் தூங்காத கண்கள். ஆனாலும் ஆசை பூத்திருக்கும் முகம்.

அவனுக்கு இரண்டடி இடைவெளியில், கனி என்கிற சேர்மக்கனி. கதை நாயகி. 17 வயதுள்ள அழகுப் பெண். எண்ணெய் வழியும் முகமுடைய தெக்கத்திப் பெண். மாநிறம். களையான கறுப்பு நிறம். கலர் கலைந்துபோன சுடிதார், கவரிங் கம்மல், செயின் இப்போதுதான் மலர்ந்த மல்லிகையை சூடியிருக்கிறாள். நாளெல்லாம்

வேலையிலும் கவலையிலும் கரைந்து நின்ற முகம். அதில் ஓரமாய் ஆசையும் ஒட்டியிருக்கிறது. இருவரும் பேருந்தை எதிர்நோக்கியபடி இருக்கின்றனர். பல்வேறு வகையான மனிதர்கள்

Phone Ring tone நம்பியார்:

போன எடு! போன எடு! ஏய் போன எடு!

என நம்பியர் ஆணையிட

Phone Ring tone M.G.R:

போன எடுக்கமாட்டேன், உன் போன எடுக்க மாட்டேன்...
நீ எத்தனை தடவை சொன்னாலும்
எடுக்க மாட்டேன்... இது என் தாய்மேல் சத்தியம்...
வாழ்க அண்ணா நாமம்...

என்று எம்.ஜி.ஆர். கொக்கரிக்க, இப்படியாக போன் ரிங்டோன் ஒலிக்க, பேருந்து நிறுத்தத்தில் பலரும் திரும்பிப் பார்க்கின்றனர். நடுத்தர வயது நாறவாயன் ஒருவன் displayயைப் பார்த்து போனை ஆன் செய்கிறான்.

செல்போன்காரர்:

சனியனே ! வீட்டுக்குத்தாண்டி வர்றேன், அதுக்குள்ள ஒரு போனா?
உங்கப்பனா பஸ்ஸு வுடறான்... ராத்திரிக்கு என்னா வெச்சிக்கிறே?
கருவாடை பொரிச்சு வெக்கச் சொன்னேன்ல வெச்சிருக்கேல்ல...
பெத்தியே அது இடியூசன் போயிட்டு வந்துருச்சா?

எனச் சத்தமாக வீட்டு நிலவரங்களை குண்டியை குடைந்தபடி, ஜட்டியை சரிசெய்தபடி லஜ்ஜையின்றி பேசியபடியிருக்கிறான். சரவணா ஸ்டோர்ஸ் பிரமாண்டத்தின் வரவேற்பில் நிற்கும் பெண் காதுக்குள் செல்போனை பொருத்தியபடி எதிர்முனை ஆணிடம் காதல்மொழியை சத்தமின்றி பகிர்ந்துகொண்டிருக்கிறாள். நடுத்தர வயது அரசாங்க ஊழியை கைபேக்குடன் வீட்டுக்குப் போகும் அவசரம் தொனிக்க, சூழலின் அசூயைக்கு முகம் கோணியபடி நின்றிருக்கிறாள். தி.நகர் பள்ளிக்கூட யூனிபார்முடன், டியூசன்களை முடித்துவிட்டு நிற்கும் 10ம் வகுப்பு பள்ளி மாணவன், நரைத்த தலையுடைய கிழவன் எனப் பலரும் நிற்கின்றனர்.

லிங்கு, கனி இருவரும் அவர்களின் வலதுபுறம் திரும்பி பேருந்தை எதிர்நோக்கி இருக்க camera மேலிருந்து கீழாக வருகிறது. கனியின் அழகான பாதங்கள் படபடக்கின்றன. அருகே லிங்குவின் பாதங்கள், ஓர் அடி இடைவெளியில். கனி, லிங்கு ஒருவருக்கொருவர் எந்தப் பார்வை பரிமாற்றமின்றி வெற்றுப் பார்வை சிந்தியபடி நிற்கின்றனர். கனியின் பாதங்கள் படபடக்கின்றன. மெதுவாக கனியின் இடதுகால்

பூனை போல் நகர்ந்து லிங்குவின் பாதத்தின்மீது, ஒரு மிதி மிதித்துவிட்டு மீண்டும் பழைய இடத்திற்கு திரும்புகிறது. ஒருவிதமான மயக்கும் BGM துவங்குகிறது. லிங்கு அதிர்ந்து கால்களைப் பார்த்துவிட்டு கனியைத் திரும்பிப் பார்க்கிறான். எவ்விதத் தடயமின்றி கனி பஸ்ஸை எதிர்நோக்கியிருக்கிறாள். லிங்குவின் பாதங்களில் பதட்டம் தொற்றிக்கொள்கிறது. லிங்குவின் வலதுகால் நகர்ந்து, கனியின் கால்களில் நறுக்கென்று மிதித்துவிட்டுத் திரும்புகிறது. கனி அதிர்ந்து திரும்பிப் பார்க்கிறாள். லிங்கு தடயமின்றி நிற்கிறான். கனி மிதிக்க, லிங்கு கால்களை எடுக்கிறான். மீண்டும் மிதிக்க, கனி லிங்கு கால்களில் மிதித்துவிட்டாள். இருவரின் முகங்களும் பதற்றமின்றி இருப்பது. கனி ஒரு அடி நகர்ந்து நிற்கிறாள். லிங்கும் நகர்கிறான். BGM வேகம் கொள்கிறது. இருவரும் ஒருவர்மீது ஒருவர் மிதித்தபடியிருக்க, அவர்கள் இருவரின் முன்னால் நிற்கும் ஒருவன் திரும்பி, இருவரின் கால்களையும் பார்த்து விடுவது. மற்றவர்களும் பார்க்க, கனியும் லிங்குவும் வெட்கி, சிரித்து நாசூக்காக விலகி நிற்கின்றனர். மறுநொடி கனியும் லிங்குவும் ஒருவரையொருவர் திரும்பிப் பார்த்து சிரித்துக்கொண்டு ஆள்காட்டி விரலால் ஒருவருக்கொருவர் தொட்டுக்கொண்டு,

கனி, லிங்கு:

(கோரஸாக) சியர்ஸ்...

என்று சப்தமின்றி உணர்ச்சிகளின் வழியே உணர்த்துகின்றனர். திரும்பிக்கொள்கின்றனர். இதையும் பார்த்துவிட்டு பள்ளி மாணவன் வெட்கத்தால் சிரிக்கிறான். கனியும், லிங்குவும் பஸ்ஸை எதிர்நோக்கல். Platform ஓரத்திலுள்ள DANGER *10000* Volts Trans-form பெட்டியிலிருந்து (துருப்பிடித்த நிறமாறிய எழுத்துகள் ஆழ்ந்த நிலையிலிருக்கும் DANGER அபாயப்பெட்டி) Pan செய்தால் பவுன்ராஜ் (கருங்காலி) ஒரு ஓட்டை bajaj scooter–ல் வருகிறான். பவுன்ராஜ் பஸ் ஸ்டாண்டைக் கடக்கும்முன் லிங்குவையும், கனியையும் ஜோடியாகப் பார்த்துவிடுகிறான். லிங்கு முதலில் பதறி மீண்டும் கோபமாய்ப் பார்க்கிறான். பவுன்ராஜ் முறைத்தபடி பயணித்து வருகிறான். கனி பதறி, லிங்குவின் முதுகுக்குப் பின்னால் மறைகிறாள். லிங்கு, கனியை திரும்பிப் பார்த்து அவளை இழுத்து தன்னை ஒட்டி நிறுத்தி அவள் தோள்களில் கை போடுகிறான். பவுன்ராஜ் முறைக்கிறான். லிங்கு திமிராய்க் கை போடுகிறான். கனி முதலில் பதறி, பின் சுதாரித்து லிங்குவின் உள் மன நடவடிக்கையை அனுமானித்து தைரியமாய் நிற்கிறாள். கருங்காலியைப் பார்த்து

லிங்கு:

(சத்தமாக) அண்ணாச்சி, சொகமாயிருக்கியளா?

லிங்கு கேட்டவுடன் கருங்காலி வெறுப்படைகிறான். மீண்டும்,

லிங்கு:

அண்ணாச்சி! எங்க ஜோடிப் பொருத்தம் எப்படியிருக்கு அண்ணாச்சி?

கருங்காலி வெறுப்பின் உச்சத்தோடு கடக்கிறான். கருங்காலியைப் பார்த்து சத்தமாக,

கனி:

அண்ணாச்சி, பதில் சொல்லிட்டு போங்கண்ணாச்சி...

கருங்காலி வண்டியின் வேகத்தைக் கூட்டுகிறான். முகத்தைத் திருப்பி சாலையைப் பார்த்து பயணிக்கிறான். அவனைப் பார்த்து,

கனி:

அண்ணாச்சி... யோவ் அண்ணாச்சி...

கருங்காலி கொஞ்சதூரம் போனவுடன் அவனுக்குக் கேட்காது என்ற தைரியத்தில்,

கனி:

யோவ் கருங்காலி, கருங்காலி...

என்று கத்த, லிங்குவும் சேர்ந்து கத்துகிறான். இருவரும் கத்தியபடியே பஸ் ஸ்டாப்பின் இடது முனைக்கு நகர்கிறார்கள். கருங்காலி துரைசாமி சப்வே பாலத்திற்குள் இறங்கி மறைகிறான். இருவரும் விழுந்து விழுந்து சிரிக்கின்றனர். கனி லிங்குவின் கைகளிலிருந்த பையைப் பிடுங்கி அவனை அடித்தபடி விழுந்து விழுந்து பஸ் ஸ்டாப்பிற்குள் முன்னும் பின்னும் ஓடியபடிச் சிரிக்கின்றனர்.

கனி:

கருங்காலி வயிறெரிஞ்சே சாவான்ல்ல,

என லிங்குவை கனி அடிக்க,

லிங்கு:

ஆமா... ஆமா...

சுற்றியிருந்தவர்கள் இவர்களை வேடிக்கை பார்க்க, இவர்கள் எவ்வித பார்வை பயமின்றி சிரித்தபடியிருக்கினறனர். இருவரும் குழந்தைகளாய் மாறியிருக்கின்றனர். பஸ் ஸ்டாப்பிற்கு காலில்லாத கணவனை சிறிய மரத்தள்ளுவண்டியில் உட்காரவைத்து மனைவி வண்டியைத் தள்ளியபடி, பிச்சையெடுத்தபடி வருகின்றனர். இசைக்கருவியான கப்பாஸை வைத்து ஒலியெழுப்பியபடி,

பிச்சைக்காரன்:

அம்மா தாயே... அய்யா... அம்மா...

என்று கையேந்துகிறான். அந்த சப்தம் கேட்டு இருவரும் சிரிப்பை நிறுத்திவிட்டு அவர்களைப் பார்க்கின்றனர். பிச்சைக்காரன் அவர்களிடம் கையேந்தி,

பிச்சைக்காரன்:

பாப்பா... தம்பி...

கனி குறுகுறுவென லிங்குவைப் பார்க்கும் கண்களுடன், அவன் தோள்மீது கையைப் போட்டு இழுத்து அணைத்து பிச்சைக்காரனிடம்,

கனி:

எங்க ஜோடிப்பொருத்தம் எப்படியிருக்குன்னு சொல்லுங்க...
காசு போடுறேன்...

இருவரையும் ஏற இறங்கப் பார்த்துவிட்டு,

பிச்சைக்காரன்:

சூப்பரா இருக்கு பாப்பா... சூப்பரா இருக்கு...

கனி லிங்குவின் சட்டையில் கைவிட்டு காசை எடுத்துப் போட்டுவிட்டு பிச்சைக்காரனிடம்,

கனி:

பொண்ணுக்கு பையன் எப்படி... ஓகேவா?

என்று இழுவையாக லிங்குவை கேவலமாகப் பார்த்துவிட்டுக் கேட்கிறாள். பிச்சைக்காரன் இருவரையும் ஒருமுறை மீண்டும் பார்த்துவிட்டு,

பிச்சைக்காரன்:

பையனுக்கு பொண்ணு பத்தாது பாப்பா...

கனி கையிலிருந்து இன்னொரு ஒரு ரூபாயைப் போடுகிறாள். லிங்கு கனியைப் பார்த்து நக்கலாகச் சிரித்துக்கொண்டே,

லிங்கு:

கேட்டியா... கேட்டியா... கேட்டியா...
பையனுக்கு பொண்ணு பத்தாதாம்...

கனி லிங்குவின் காலை மிதிக்கிறாள். அவன் திரும்பி மிதிக்கிறான். பிச்சைக்காரனைப் பார்த்து,

கனி:

என்னங்கண்ணாச்சி இப்படி சொல்லிட்டீக...

பிச்சைக்காரன்:

நெஜத்தைதான் சொன்னேன் பாப்பா...

லிங்கு:

சூப்பரா சொன்னீங்கண்ணே... இப்பயாவது தெரிஞ்சுக்கோ எம்பவர...

கனி:

பெரிய பவரு... சூப்பர்மேன் பவரு...

கனி மீண்டும் லிங்குவின் காலை மிதிக்க, லிங்கு அவளைத் துரத்தி மிதிக்கிறான். இருவரும் பஸ் ஸ்டாப்பைச் சுத்தி சுத்தி துரத்தி மிதித்துக்கொள்கிறார்கள்.

லிங்கு:

மிதிக்காதல்ல... வலிக்குதுல்ல... மிதிக்காதே மூதி...

எரும மாடு...

கனி:

அப்படி தாண்டா மிதிப்பேண்டா தேரிக்காட்டு பிசாசு...

லிங்கு:

தேரிக்காட்டு நரி...

கனி:

தேரிக்காட்டு பன்னி...

இவ்வாறு துரத்தித் துரத்தி மிதித்துக் கொண்டு திட்டிக்கொண்டு பஸ் ஸ்டாப்பில் நிற்கும் இருவரின்மீது மோதிவிட,

அவர்கள்:

ச்சூ... **non sense...**

லிங்கு:

சாரிண்ணே... தெரியாமண்ணே... கனி... *(அதட்டி)* ச்சு...

எல்லாரும் பாக்குறாங்க...

இருவரும் சிரித்தபடி நிற்கின்றனர். கனி அடக்கமாட்டாமல் வாய்பொத்திச் சிரிக்கிறாள். லிங்கு கைகாட்டி மிரட்டியபடி வாய்பொத்தி சிரிக்கிறான். ஸ்கூல் பையன் இருவரையும் திரும்பிப் பார்த்து சிரிக்கிறான். கனி அவனைப் பார்த்து,

கனி:

ஸ்ஸ்ச்சு... எங்க ஜோடிப்பொருத்தம் எப்டி?

என்று கேட்க, 32 பல்லும் தெரிய எச்சில் ஒழுக வெட்கத்துடன்

பள்ளி மாணவன்:

சூப்பராயிருக்குக்கா...

என்று சொல்லி இருவரையும் பார்க்க, அதைப்பார்த்த லிங்கு அவனைப் பார்த்து,

லிங்கு:

பொத்து (கைகளால் வாயைப் பொத்திக்காட்டி) திரும்பு...

என்று கூற, மாணவன் அதிர்ந்து போய் உடனே திரும்பிக்கொள்கிறான். கனி லிங்குவைப் பார்க்க, இருவரும் சிரித்துக்கொள்கின்றனர். பேருந்து, நிறுத்தத்தைத் தாண்டி நிற்க, கூட்டம் பேருந்தை நோக்கி ஓடுகிறது. லிங்கு கனி இருவரும் பஸ் ஏற ஓடுகின்றனர். கனி லிங்குவின் சட்டையப் பிடித்து இழுத்துப் பின்னுக்குத் தள்ளிவிட்டு ஓடிப்போய் பஸ்ஸின் படிக்கட்டுகளில் தொற்றுகிறாள். லிங்கு முன்னுக்குவந்து பஸ் படிக்கட்டின் கைப்பிடியில் கை வைக்க, கனி தட்டி விடுகிறாள். லிங்கு தடுமாறுகிறான், பஸ் புறப்படுகிறது. லிங்கு ஓடி வந்து தொற்றும்போது லிங்குவின் உதடு கனியின் முகத்தில் முத்தமிடுகிறது. மீண்டும் இறுக்கமாய் அணைத்துக் கொள்கிறான்.

BGM துவங்குகிறது

காதலின் அமுதம் வழிந்தோடுகிறது

காதலர்களின் இறுக்கத்தில்

காதல் செடி வளர்கிறது

பஸ் துரைசாமி சப்வேக்குள் நுழைகிறது. பாடல் துவங்குகிறது.

பாடல் காட்சி...

பாடல் காட்சி இடையே -

பஸ் ஒரு நிறுத்தத்தில் நிற்கிறது. பஸ்ஸில் நின்று கொண்டு வந்த கனி ஏதோ ஞாபகம் வந்தவள்போல் நாக்கில் விரல்வைத்து உஸ் என இழுத்து லிங்குவிடம்,

கனி:

ஏய்... வீடு வாங்க மறந்துட்டோம்...

லிங்கு:

(புரியாமல்) என்னது...

கனி:

கொசுவல...

இருவரும் இறங்கி கொசுவலை வாங்குவது.

பாடல் காட்சி தொடர்கின்றது...

- cut to -

காட்சி: 2

பிளாட்பாரம்: NIGHT / EXT

பாடலின் இறுதியில்

கனியும் லிங்குவும் உதயம் தியேட்டரின் அருகே வந்து சேர்கிறார்கள். உதயம் தியேட்டருக்கு இடதுபுறம் உள்ள தார்ச்சாலை சோடியம் வேப்பர் விளக்குகளாலும், கிறீச்சிட்டுச் செல்லும் வாகனங்களின் முகப்பு விளக்குகளின் ஒளி வெள்ளத்தாலும், தார்ச்சாலை தங்கச்சாலையாய் ஜொலிக்கிறது. பளிச்சிடும் விளம்பரப் பலகைகளில் மாடல்களும், சினிமா கதாநாயகிகளும் சிரிக்கின்றனர். சாக்குகளை, ப்ளாஸ்டிக் பேப்பர்களை, ஓலைப்பாய்களை, தட்டிகளை விரித்துப் படுத்திருக்கின்றனர். ஒன்றிரண்டு பேர் கிழிந்த ப்ளாஸ்டிக் கட்டில்களில் படுத்திருந்தனர்.

சிலர் கொசுவலை கட்டி அதற்குள் படுத்திருக்கின்றனர். சில நாய்கள் கொசுவலைக்குள் தூங்குகின்றன. இரவு சமையல் செய்த அடுப்பிலிருந்து புகை வந்தவண்ணம் இருக்கிறது. கட்டட வேலை செய்பவர்களின் பொருட்கள் ஆங்காங்கே கிடக்கின்றன. தலைமாட்டில் உள்ள F.M. ரேடியோவில் உங்கள் சூரியன் F.Mன் பண்பலைகளில் தவழ்ந்துவரும் ராககீதங்கள் யாழ் சுதாகரின் அறிவிப்பைத் தொடர்ந்து “இரவுக்கு ஆயிரம் கண்கள் பகலுக்கு ஒன்றேயொன்று” என்ற பாடல் ஒலிக்கிறது. ப்ளாட்ஃபார்மில் படுத்திருப்பவர்களின் C.S லிருந்து கிளம்பிய கேமரா topக்குச் சென்று கீழிறங்குகிறது. கனியும் லிங்குவும் back shot–ல் entry ஆகின்றனர். கனி லிங்குவின் கைகளைக் கோர்த்தவண்ணம் வருகிறாள். டயர் கீறிச்சிட்டுக்கொண்டு பிரம்மாண்டமாய்ச் செல்லும் வாகன ஒளியில், ஹாரன் சத்தத்தில் வாகனங்களின் வேகங்களைக் கண்டு பதறி லிங்குவை இன்னும் இறுகப் பற்றிக்கொள்கிறாள். சப்தமின்றி நகருகின்றனர். பாவாடை விலகிக் கிடக்கும் பெண்ணின் பாவாடையை, தாவணியை லிங்கு சரிசெய்கிறான். பெண் குழந்தையொன்று அம்மாவிடமிருந்து தவழ்ந்து ரோட்டோரம் வருகிறது. கனி அதைத் தூக்குகிறாள். குழந்தை சிணுங்குகிறது.

கனி:

சுச்சூ, சுச்சூ ஒண்ணுமில்லைம்மா ஒண்ணுமில்லைம்மா என் ராசாத்தி,
தூங்கும்மா தூங்கு தூங்கு தூங்கு... என் செல்லம்ல...

என்று சின்னதாய் தாலாட்டிவிட்டு அதன் அம்மாவின் அருகே போட்டுவிட்டு, குழந்தைமீது, விலகிக் கிடந்த போர்வையை எடுத்து போர்த்திவிடுகிறாள். மெதுவாய் நகர்கின்றனர். பையிலிருந்து

போர்வையை எடுத்துக் கீழே விரிக்கிறான். கனி உதவுகிறாள். கீழே கிடந்த கல்லை எடுத்து கையோடு கொண்டுவந்த கம்புகளை ஊன்றுகிறான். புதியவர்கள் வருகையை மோப்பம் கண்ட நாய்கள் குரைக்கின்றன. இவர்கள் அருகே வந்து குரைக்கின்றன. நாயை விரட்டுவதுபோல்,

கனி:

ச்சு... ச்சு...

என்று கனி துரத்துகிறாள். அதிகமாய்க் குரைக்கின்றன. லிங்கு பார்க்கிறான். லிங்கு குனிந்து கல்லை எடுத்து கனியின் கையில் ஒன்றைக் கொடுத்து இருவரும்,

கனி லிங்கு:

(கோரஸாக) ஒன்... டூ... த்ரி...

என்றபடி நாயைப் பார்த்து எறிகின்றனர். நாய்கள் பின் வாங்கி பயத்துடனும் வெறியுடனும் குரைக்கின்றன. கனியும் லிங்குவும் கொசுவலையை மாட்டும் வேலையில் ஈடுபட்டபடியிருக்கின்றனர். நாய் குரைக்கிற சப்தம்.

பெரியவர்:

ஏய் யாருப்பா அது?

லிங்குவும் கனியும் ஒருவரையொருவர் திரும்பிப் பார்த்துவிட்டு பதிலின்றி நிற்பது.

பெரியவர்:

கேக்கிறேன்ல்ல... யார் நீங்க?

என்று பெரியவர் எழுந்து நின்று கேட்டுவிட்டு ஒரு இருமல் இருமுவது.

லிங்கு:

தி.நகர்ல யாவாரம் பாக்குறோம்ண்ணாச்சி...

அங்கன படுத்தா பாதுகாப்பா இல்ல,

அதான் இங்கன வந்தோம்ண்ணாச்சி...

என்று லிங்கு பாவமாகச் சொல்ல, பெரியவர் லிங்குவை ஒரு பார்வை பார்த்துவிட்டு கனியைப் பார்க்க, இருவரும் பாவமாக நிற்பது.

பெரியவர்:

அந்தக் குட்டி யாரு? இட்டாண்ட்டியா ?

கனி:

இல்லண்ணாச்சி நாங்க கட்டிக்கப்போறோம்...

என்று முந்திக்கொண்டு கனி சொல்ல, லிங்கு சிரிக்கிறான்.

பெரியவர்:

இன்னும் கட்டிக்கல... சரி சரி படுங்க...
இங்க படுத்துகினுகிறவங்க எல்லாம் கொளுத்து வேலைக்கு
போறவங்க, கால்ல கொஞ்சம் சிமிண்டையோ மண்ணையோ
பூசிகினு படு... இல்லாட்டி ராவுல போலிஸ்" எழுப்பி,
படு பேஜார் பண்ணுவான்...

எனச் சொல்லிவிட்டு, இருமியபடி பெரியவர் தூங்கப்போகிறார். குடிசையின் ஓரத்தில் கட்டட வேலைக்கான மண்வெட்டி, கடப்பாரை, சித்தாள் சட்டி, சரமட்டம், அளவு பார்க்கிற கட்டை அனைத்தும் குவிக்கப்பட்டிருக்கின்றன. ஒரு இரும்புச்சட்டியின்மீது கால்வாசி சிமெண்ட் மூட்டை இருக்கிறது. லிங்கு குனிந்து கை வைத்து சிமிண்டை எடுத்து தன் கால்களில் பூசிக்கொண்டு

லிங்கு:

ஏய் கனி கால நீட்டு...

கனி நின்றபடியே சுடிதாரை உயர்த்தி காலை அவன் முகத்தருகே நீட்டுகிறாள். லிங்கு நிமிர்ந்து அவளைப் பார்த்துவிட்டு அவள் பாதத்தை இரு கைகளால் பற்றுகிறான். சிமெண்ட் பூசுகிறான். அவளும் பார்க்கிறாள். காதல் மின்சாரம் இருவருக்குள் பாய்கிறது. அடுத்த காலை நீட்டுகிறாள். லிங்கு சிமெண்ட் தடவுகிறான். காலைக் கீழே வைக்கும்முன் அவன் முகத்தில் மிதிக்கிறாள். அவன், அவள் முகத்தில் தடவ அவளைத் துரத்துகிறான். அவள் ஓடுகிறாள். சிமிண்டால் அழுக்கான கால்களின்வழியே Trally. இருவரும் கொசுவலைக்குள் படுத்திருக்கின்றனர். அவர்களின்மீது வாகனங்களின் ஒளி பட்டவண்ணமிருக்கிறது. கொசு வலைக்குள் வானம் அழகிய நிலா ஊர்வலம். இருவரும் கொசுவலைக்குள் படுத்து ரசித்தபடியிருக்கின்றனர். மறுபடியும் BGM ஒலிக்கிறது. ஒருவரையொருவர் பார்த்துக்கொள்கின்றனர்.

கனி:

ஏன்லே அப்படி பாக்குற?

லிங்கு:

ம்ம்... (கண்களின் இமைகளை மூடி) திரும்பி படுல...

கனி:

எதுக்குலா?

லிங்கு:

படுக்குறீயா... இல்ல எழுந்து நான் போவட்டுமா ?

கனி:

சரி சரி, போவாத நான் திரும்பிப் படுத்துக்கறேன்...

இருவரும் திரும்பிப் படுத்துக்கொள்வது. கனி சிரித்தபடி படுத்திருப்பது. கனியின் கைகளில் லிங்கு ஒரு அடி அடிப்பது.

கனி:

என்னல?

லிங்கு:

கொசு...

குறுகுறுவெனப் பார்த்த கனி திரும்பிக்கொண்டு சொத்தென்று லிங்குவை அடிப்பது. லிங்கு திரும்பிப் பார்க்க,

கனி:

கொசு...

என்று பதில் சொல்வது. இருவரும் மாறி மாறி அடித்துக் கொள்வது. இருவரும் பார்த்தபடி படுத்துக் கொள்வது. லிங்கு தொட, கனி அடிக்க லிங்கு அவள் கையோடு அணைத்துக் கட்டிப்பிடிப்பது. அவள் திணற இவன் இறுக்கி அணைப்பது. அவள் இளகி இணங்கிப்போவது. இருவரின் முகங்களும் உரசுகின்றன. இரு உதடுகளும் அருகருகே வர, வாயும் வாய்ப்பும் அருகருகே நெருங்கி வருகின்றன. நிலா மேகத்திற்குள் மறைந்து கொள்கிறது.

அதே ரோட்டில் ஒரு லாரி வந்துகொண்டிருக்க, அதன் பக்கவாட்டில் வந்த சுமோ கட்டுப்பாட்டை இழந்து அதன் பக்கவாட்டில் மோதுவது. சுமோ தலைகீழாகக் கவிழ, லாரி ஒரு ஆட்டோவில் மோத, ஆட்டோ இரண்டுமுறை உருண்டுபோய் நடு ரோட்டில் சாய்ந்து கிடப்பது. கட்டுப்பாட்டை இழந்த லாரி, படுத்திருப்பவர்கள்மேல் ஏறுகிறது. ஒரே ஓலச்சத்தம்... frame சுழன்று ரத்தக்களறியாக மாறுகிறது.

- dissolve to -

லாரி ஒரு மின் கம்பத்தில் மோதி கண்ணாடி இரண்டும் உடைந்த நிலையில் நிற்பது.

- dissolve to -

லாரியின் முன் டயரில் ரத்தத்துடன் சதைகள் ஒட்டிக்கொண்டிருப்பது. முன் டயருக்கும், பின் டயருக்கும் நடுவில் டயரில் மாட்டி சிதைந்தவர்களின் சடலங்கள் கிடப்பது.

- dissolve to -

அருகிலிருந்த கூட்டம் அலறிக்கொண்டே அடிபட்டவர்களைப் பார்க்க ஓடியபடியே,

கூட்டம்:
அய்யய்யோ...

- dissolve to -

கூட்டம் அலைமோதிக்கொண்டு ஓட, அதைப்பார்த்த ஒரு வயதான பெண்மணி வயிற்றில் அடித்துக்கொண்டு,
வயதான பெண்மணி:
அய்யய்யோ! என் கொலயே அந்துடிச்சே...

- dissolve to -

ஆம்புலன்ஸ் சைரன் விளக்குச் சத்தத்துடன் சுற்ற, அதன்மீது டி.வி. நியூஸ் விபத்துபற்றி செய்தி சொல்ல,
பெண் நியூஸ் வாசிப்பவர் voice over:
சென்னை அசோக் நகரில் நேற்று இரவு நடந்த, பயங்கர விபத்தில் சுமார் இருபத்து இரண்டுக்கும் மேற்பட்டோர் சம்பவ இடத்திலேயே பலியானார்கள்...

- dissolve to -

காட்சி: 3

அரசு பொது மருத்துவமனை: NIGHT / INT

இரத்தத்துடன் லிங்குவை ஒரு ஸ்டெச்சரில் வைத்து அரசு மருத்துவமனையின் உள்ளே வார்டுபாய்கள் தள்ளிக்கொண்டு செல்கின்றனர். ஒருவர் சலேன் பாட்டிலை உயர்த்திப் பிடித்திருக்க, போலீஸ்காரர் ஒருவர் லிங்குவைக் கூப்பிட்டபடியே போவது. டி.வி. நியூஸ் தொடர்வது.

பெண் நியூஸ் வாசிப்பவர் voice over:
முப்பதுக்கும் மேற்பட்டோர், உயிருக்கு ஆபத்தான நிலையில் தீவிர சிகிச்சைக்காக அரசு பொது மருத்துவமனையில் அனுமதிக்கப்பட்டுள்ளனர்...

சுயநினைவில்லாமல் ஸ்டெச்சரில் படுத்திருக்கும் லிங்குவின் காதருகே,

போலீஸ்காரர்:
தம்பி... தம்பி... உன் பேரு என்ன?

சற்று நினைவு வந்தவனாக

லிங்கு:

கனி...

போலீஸ்காரர்:

ஆங்... கனியா?

லிங்குவிற்கு லேசாக கனியுடன் செந்தில்முருகன் ஸ்டோரில் வேலை பார்த்தது (fast frameல்) நினைவுக்கு வந்துபோவது. ஸ்டெச்சரைத் தட்டியபடியே,

போலீஸ்காரர்:

டேய்... டேய்... டேய்... எந்த ஊரு?

வலியில் லிங்கு கனி பேரைச் சொல்லி முனகுகிறான்.

லிங்கு:

கனி... கனி...

லிங்குவிற்கு மீண்டும் கனியுடன் வேலை பார்த்த நாட்கள் (fast frame-ல்) வந்துபோவது. ஸ்டெச்சரை தட்டிவிட்டு வார்டுபாயிடம்

போலீஸ்காரர்:

யோவ்! இவனுக்கு என்னாச்சுன்னு பாருய்யா...

(மீண்டும் ஸ்டெச்சரை தட்டி) டேய் நீ எந்த ஊர்றா?

- dissolve to -

காட்சி: 4

இட்டமொழி கிராமம் பொட்டல் வெளி: DAY / EXT

ஒரு வயதான பாட்டி ஆடுகளை இழுத்துக்கொண்டு வர, உடன் ஒரு வயதானவர் வருவது. "இட்டமொழி கிராமம், திருநெல்வேலி மாவட்டம்" ஸ்கிரீனில் வருவது. ஆட்டுக்குட்டி ஒன்று புதரில் மேய்வது. இரண்டு மூதாட்டிகள் தலையில் விறகு சுமந்து வருகிறார்கள். ஊரே பொட்டல் காடுபோல் காட்சியளிப்பது. ஒரு 12 வயது சிறுமி ஒருத்தி இடுப்பில் அன்னக்கூடையை வைத்துக்கொண்டு போகிறாள். 5 வயது பெண் குழந்தை கையில் சாம்பலை வைத்துக்கொண்டு திண்ணையில் அமர்ந்து பல் துலக்குகிறாள். பசு மாடு ஒன்று அசை போடுகிறது. வயதுக்கு வந்த மூன்று பெண்கள் பீடி சுருட்டிக்கொண்டிருக்கின்றனர். அதை ஒரு சின்னப் பெண் பார்த்துக்கொண்டிருக்கிறாள். அவர்களின் கைகள் வேகமாக பீடி சுற்றுவது.

- cut to -

G.வசந்தபாலன்

காட்சி: 5

லிங்கு வீடு: DAY / EXT & INT

லிங்குவின் அப்பா மாகாளி குளித்துவிட்டு கைலி கட்டி தோளில் துண்டு போட்டுக்கொண்டு வீட்டுக்கு வருகிறார். லிங்குவின் பெரிய தங்கை கொடக்கல்லில் மாவாட்டிக்கொண்டிருக்கிறாள். சிறிய தங்கை பேன் சீப்பால் தலை சீவிக்கொண்டிருக்க, லிங்குவின் அம்மா முறத்தில் அரிசிக்கு கல் பொறுக்கிக்கொண்டு இருக்கிறாள். ஒரு பாட்டி லிங்கு வீட்டு வாசல் வழியாக வருகிறாள். அவளைப் பார்த்து,

மாகாளி:

வாங்க பாட்டி... நல்லாருக்கீயளா?

பாட்டி:

நல்லாருக்கேன்...

தலை சீவிக்கொண்டிருந்த லிங்குவின் சின்னத் தங்கை அப்பாவைப் பார்க்கிறாள். கையில் எண்ணெய் பாட்டிலுடன் வந்து அமர்ந்த மாகாளி எண்ணையைக் கையில் ஊற்றித் தேய்த்தபடியே லிங்குவின் பெரிய தங்கையிடம்,

மாகாளி:

ஏலா...

லிங்கு பெரிய தங்கை:

என்னப்பா...

மாகாளி:

அண்ணன் பெரிய பரிட்ச ரிசல்ட் எப்பலா வருதுன்னான்?

லிங்கு பெரிய தங்கை:

நாளைக்கு வருதுன்னாம்ப்பா...

மாகாளி வேட்டியை உதறி கட்டிக்கொள்கிறார். சாமி போட்டோ முன் நின்று சாமி கும்பிட்டு திருநீறு பூசிக்கொள்கிறார். பின்னால் tata ace வந்து நிற்கிறது.

டிரைவர்:

ஏ... மாகாளி... (ஹார்ன் அடிக்க)

வெளியே வந்த மாகாளி லிங்குவின் அம்மாவிடம்

மாகாளி:

எங்கலா போயிருக்கான் பெரியவன்?

லிங்கு அம்மா:

காலைலயே எங்கயோ கௌம்பி பரதேசம் போனவந்தான்...
லீவு விட்டாலும் விட்டானுங்க, வீட்லயே தங்குறது இல்ல...

உள்ளிருந்து ஒரு ஒயர் கூடையில் கேரியரில் சாப்பாடு எடுத்துவந்து மாகாளியிடம் கொடுக்கும்

பெரிய தங்கை:

இந்தாங்கப்பா...

மாகாளி:

(சாப்பாட்டை வாங்கிக்கொண்டு) வரட்டாளா...

சிறிய தங்கையிடம்

மாகாளி:

வரட்டுமாம்மா...

சின்ன தங்கை:

(தலைசீவிக்கொண்டே) ஆங்... சரிப்பா...

Tata ace–ல் மூன்று பெண்கள் நின்று கொண்டிருக்க, இரண்டு ஆண்கள் பின் டோரில் சாய்ந்து உட்கார்ந்திருக்க tata ace புறப்படுகிறது. அவர்களைப் பார்த்து டாடா காட்டியபடியே

சின்ன தங்கை:

டாடாப்பா, பொய்ட்டு வாங்கப்பா...

Tata ace புறப்பட்டுப் போகிறது.

- cut to -

காட்சி: 6

தேரிக்காடு: DAY / EXT

வெயில் ஏறத் துவங்கிவிட்டது. லிங்குவின் நண்பர்கள் அனைவரும் லுங்கியிலும் டவுசரிலும் பரட்டைத் தலையுடன் மைதானத்தின் நடுவில் சிறு வட்டமாய் நிற்கின்றனர். கூட்டத்தின் மையத்தில் மாரி குனிந்தபடியே நிற்க, லிங்கு அவன் முதுகின்மேல் நான்கு விரலை நீட்டியபடி,

லிங்கு:

இது யாருக்குலே?

மாரி:

மண்டையனுக்கு...

லிங்கு:

இது யாருக்குலே?

என்று மூன்று விரல்களை நீட்டுகிறான்.

மாரி:

ஓட்டைக்குல...

லிங்கு தனது காலால் புழுதி பறக்க தரையில் கோடு போடுகிறான்.

லிங்கு:

ம்ம்...இது?

மாரி:

சச்சினுக்கு...

நண்பர்கள்:

யாருலே அது...

மாரி:

அஆங், இட்டமொழி கிங்கு மாரிமுத்துதான்...

நண்பர்கள்:

ஒழுங்கா பேட்கூட பிடிக்கத் தெரியாத நாய்க்குப் பேரு சச்சினா... அடிங்கலே...

மாரியின் முதுகில் சில மொத்துகள் இறங்குகின்றது. ஆல் ஸ்டெம்ப்பை நட முயல பேட்டால் தட்டுகின்றனர். ஸ்டெம்ப் இறங்க மறுக்கிறது. பையன்கள் கூட்டமாக நின்று சிறுநீர் கழிப்பதால் ஈரமாகிறது. ஸ்டெம்ப் இறங்குகிறது. ஓட்டையன் கையில் பந்தை பெளலரைப் போல வீசிப் பார்த்துவிட்டு லிங்குவிடம்,

ஓட்டையன்:

லிங்கு, பந்து லூசா இருக்குலே...

என்று பந்தின் மேல்பகுதியில் கழன்று கொண்டிருக்கும் ரப்பர் பேண்டினை மாட்டிவிட்டு,

ஓட்டையன்:

போதுமாலே...

என்று லிங்குவிடம் போட, லிங்கு அதை சரிசெய்தபடியே அனைவரையும் ஃபீல்டிங் செட் பண்ணுவது. பெட்டிக்கடையில் பெப்சி விளம்பர போர்டில் சச்சின் கிரிக்கெட் பேட்டுடன் நிற்பது. மாரியைப் பார்த்து

லிங்கு:

ஏலே ஊத்தை, எல்லாவனும் வேண்டாம் வேண்டாம்னு
சொல்ல சொல்ல உன்னை சேத்திருக்கு...
கேட்ச்ச மட்டும் விட்ட செத்தலே...

மாரி:

மாப்ளே... உம்பேரை நா காப்பாத்துதேன்ல... எப்படி பிடிக்கிறேன்னு
மட்டும் பாரு...

என்றவாறே மாரிமுத்து தனக்குள்

மாரி:

மாரியாத்தா... எப்படியாட்டு கேட்ச் பிடிக்க வைச்சிறாத்தா...
நா மட்டும் கேட்ச் பிடிச்சிட்டா... கிடா வெட்டுதேன்...
கிடாக்கு நா எங்க போக ஆங்... பொங்க வைக்கிறேன்...
எங்கப்பன் பைசா கொடுத்தாத்தானே...
சூடம் கொளுத்துறேன் மாரியாத்தா...

லிங்கு பந்து வீச, தட்டான் பந்தையடிச்சு, பந்து மாரிமுத்துவை நோக்கிச் செல்கிறது. மாரிமுத்துவின் கைக்கருகே பந்து செல்வதை அனைவரும் உன்னிப்பாய்ப் பார்க்கின்றனர்.

அனைவரும்:

(கோரஸாக) ஏலே... கேட்ச் பிடில... பந்த விட்டுறாதே...

லிங்கு:

பந்த விட்ட.... மவனே கொன்னே புடுவேன்ல...

அனைவரும் மாரிமுத்து பிடிக்கும் கேட்சுக்காக கத்துகின்றனர்.

மாரி:

மாரியாத்தா... மாரியாத்தா...

பந்து சரியாக மாரியின் தலையின்மீது விழுகிறது. ஸ்லோ மோஷனில் மாரி சரியத்துவங்க, அவனது பார்வையில் அனைவரும் மங்கலாக திட்டியபடியே வருகின்றனர் . மாரி சரிந்து கீழே விழுகிறான்.

லிங்கு:

கேட்ச விட்டத மறைக்க, மயங்கி விழுந்த மாதரி நடிக்கிறதப் பாரு...

அனைவரும் மாரியை அடிப்பது. அவனோ அடித்த சுவடே இல்லாமல் மயங்கியதுபோலக் கிடக்கிறான். எல்லோரும் அவன் கால் கைகளைப் பிடித்துத் தூக்கி,

அனைவரும்:

1... 2... 3...

என்று சொல்லி அவனைத் தூக்கி கருவேல முட்புதருக்கு அருகே வீசி எறிகின்றனர். பந்தைப்போல சுருண்டு விழும் மாரி விழுந்ததும் படக்கென எழுந்து, தலைக்கு கை கொடுத்தபடியே தப்புத் தப்பான ஆங்கிலத்தில் கமென்ட்ரி கொடுக்கிறான்.

லிங்கு:

கிரவுண்டுக்குள்ள கால வச்ச, நாயி, வெட்டிப்புடுவேன்ல...
போஸப் பாரு...!?

பெரிய கிரிக்கெட் பிளேயரைப் போல பாவனை செய்து கொண்டு பேட் பிடிக்கும்

லிங்கு:

ஏய் பெப்ஸி இருக்கா, இல்லியா... பரவால்ல...

முதல் பந்தையே லிங்கு படு வேகமாக அடிக்க, பந்து உயரப் பறக்கிறது. பையன்கள் அனைவரும் அண்ணாந்து பார்த்துக்கொண்டே ஓடுகின்றனர்.

கோரஸ்:

எவன் வீட்ல இழவு விழப்போகுதோ...
ஏய் மச்சு வீட்டு தாத்தா... மூணு வீட்டு ஆச்சி... யாரு தலை
போகப்போகுதோ... எவன் செவலோகம் போகப் போறானோ?

பந்து மிக உயரத்தில் பறந்து கொண்டிருக்கிறது. வீட்டுத் திண்ணையில் அமர்ந்திருக்கும் ஒரு கிழவியும் பெண்மணியும் பேசிக்கொண்டிருக்கின்றனர். அருகில் சில கோழிகள் மேய்ந்து கொண்டிருக்கின்றன.

கிழவி:

இவளுக்காச்சும் அறிவு வேணாம், இந்த மூதி ஏன் பல்லக் காட்டுனா?

பந்து பறந்து வந்து கோழிமீது பட, கோழி பொத்தென்று கீழே விழுகிறது.

கிழவி:

பேதியிலே போறவனே... நாசமாப் போற நாயி...
கொள்ளையில போக... சுடல மாடனுக்கு நேந்துவிட்ட கோழிய
கொன்னுபுட்டாங்களே... படுகாலிப் பயக...
கொன்ன கைய கரையான் பிடிக்க...

கிழவி பெரும் குரலோடு திட்டிக் கொண்டிருக்கிறாள். லிங்கு அங்கே ஓடிவந்து கோழியைத் தூக்கி தன் நெஞ்சில் வைத்துக்கொண்டு

லிங்கு:

ஸ்ஸ்... ஏய் ஆச்சி... கத்தாதே... உயிர் இருக்கு... துடிக்குது... மாட்டாஸ்பித்திரிக்கு போனா காப்பாத்திருவோம்...

மாரி:

பட்ட அடிக்கு மாடே செத்திருக்கும்... கோழி துடிக்குதுங்கே?

லிங்கு:

வாய பொத்துலே...

கிழவி:

எப்படியாச்சும் பொழைக்க வச்சிடுங்க தம்பிகளா...

(பக்கத்திலிருந்த) பெண்மணி:

எங்க தூக்கிட்டுப் போறானுவளாம்?

கிழவி:

மாட்டாஸ்பத்திரிக்கு போறாய்ங்க... நல்ல புள்ளைய்ங்க... காப்பாத்திடுவாங்க...

லிங்கு கோழியைத் தூக்கிக்கொண்டு ஆம்புலன்ஸ் சைரன்போல ஒலியெழுப்பியவாறே ஓட, மாரிமுத்து பின்தெடர்கிறான்.

மாரி:

மாப்ள... மாட்டாஸ்பத்திரி அந்த பக்கம்ல... இந்தப் பக்கம் சுடுகாடு...

லிங்கு:

வாயை மூடிட்டு வா...

சுடுகாடு என்று சொன்னவுடன் சைரன் ஒலி சங்கு ஒலியாக மாறுகிறது. மாரியை வாயைப் பொத்துமாறு சைகை செய்தபடி அனைவரும் லிங்குவின் பின் ஓடுகின்றனர்.

- cut to -

காட்சி: 6A

தேரிக்காடு: DAY / EXT

பனைகள் ஓங்கி அடர்ந்து வளர்ந்த கம்மாக்கரை. இரண்டு பனைகளுக்கு நடுவில் கோழியைத் தொங்கவிட்டு வாட்டிய கனல் சுவடு தெரிகிறது. இருவர் பனை மரத்திலிருந்து கள் இறக்குகிறார்கள்

பையன்கள் அனைவரும் அமர்ந்து சுட்ட கோழியைப் பிய்த்துத் தின்று கொண்டிருக்கிறார்கள். தூரத்தில் silout–ல் நடந்துசெல்லும் நபரின் குரல்

குரல்:
யேய்... கோழியைக் காணம்னு இருளம்மா கிழவி தேடுதல்லே...
கோழி இப்ப எப்படி இருக்கு?
லிங்கு:
ரொம்ப நல்லா இருக்கு...
குரல்:
கோழி எப்பல வரும்?
லிங்கு:
அது நாளைக்கு காலம்பற ஆறு மணிக்குத்தான் டிஸ்சார்ஜ்...
மாரி:
மாப்ள, நான் வெஜ் சாப்ட்டா கொஞ்சம் லேட்டாதாலே வரும்...
அனைவரும் சிரிக்கின்றனர்.

- cut to -

காட்சி: 7

புதுக்கட்டடம்: Day / Ext

நகரத்தில் புதிதாக கட்டப்படும் பெரிய கட்டடமொன்றில் மாகாளி தன் சகாக்களுடன் கொத்தனார் வேலை பார்க்கிறார். கட்டட வேலை மும்முரமாக நடந்துகொண்டிருக்கும் பல்வேறு காட்சிகள். மாகாளி கடுமையாக உழைத்துக்கொண்டிருக்கிறார்.

- dissolve to -

காட்சி: 7A

ரெயில்வே க்ராஸிங்: Day / Ext

மினிடோர் வண்டியின் பின்பக்கம் கட்டடத் தொழிலாளிகள் களைத்த முகத்துடன் அமர்ந்திருக்கின்றனர். பெண்கள் அனைவரும் குத்துக்காலிட்டு அமர்ந்திருக்கின்றனர். சின்னப்புள்ள சுருக்கு பையிலிருந்து வெத்தலை எடுத்துப் போடுகிறார். கதவருகே அமர்ந்திருக்கும் ஆண்களில் சிலர் பீடி புகைப்பது. சாந்து சட்டி வண்டியின் அசைவிற்குத் தக்கவாறு குதித்துச் சப்தம் எழுப்புகிறது. வண்டி மேடு பள்ளங்களில் ஏறி இறங்க, கூட்டமும் குலுங்கியவாறே நகர்கிறது. அனைவரின் கையிலுள்ள தூக்குச்சட்டிகளும் அசைந்து கொண்டிருக்கின்றன.

மாகாளி நண்பர்:

என்னல... பய படிக்கிறதுக்கு மேனேஜர்கிட்ட காசு கேட்டுட்டிருந்த மாதிரி இருந்துச்சு... என்ன சொன்னான்?

மாகாளி:

பாப்பம்னு இழுக்கான்...

மாகாளி நண்பர்:

படிப்பெல்லாம் பணக்காரன் சொத்தால்ல இருக்கு... மேக்கொண்டு படிக்க வச்சிடுவியா எப்படி?

மாகாளி:

எப்படியாவது படிக்க வைக்கனும்லே... எங்கய்யா ஆடு மேய்ச்சாரு... நான் கரண்டிய புடிச்சிட்டேன்... எங்க கடன உடன வாங்கி, எவன் கால புடிச்சாவது... அவன மேல கொண்டுவந்துறணும்... அவனாலதான் என் குடும்பத்துக்கே விடிவு காலம்... ரெண்டு பொட்ட புள்ளைகள், அவன் கையில புடுச்சி குடுத்துட்டா, நிம்மதியா போய்ச் சேந்திருவோம்லே...

மாகாளி நண்பர்:

ஏ மாகாளி சும்மா மருகாதவே...
நீ கும்புடற அய்யனாரு கைவிட மாட்டார்ல...

வண்டி கூட்டத்துடன் குலுங்கிக் குலுங்கி நகர்ந்துகொண்டிருக்க தண்டவாளத்தின் நடுவே திடீரென நிற்கிறது. சடாரென பெரும் சப்தத்துடன் மின்னலைப் போல கடந்த ரயில் அந்த வண்டியைத் தூக்கி வீசிவிட்டுப் போகிறது. ரயில்வே தண்டவாளத்தருகே ஆடு மேய்க்கும்

பெண்:

அய்யய்யோ...

என்று அலறியபடி ஓடிவருகிறாள்.

- cut to -

காட்சி: 7B

இட்டமொழி கிராமம்: DAY / EXT

புழுதியும் வெம்மையும் படர்ந்த இட்டமொழி கிராமத்தின் தெருக்கள். தாடிவைத்த கிழவர் ஒருவர் பீடி புகைத்துக்கொண்டிருக்கிறார். ஆள் அரவமற்ற தெருவில் முக்காடிட்ட கிழவி ஒருத்தி கம்பை ஊன்றியபடி மெதுவாக நகர்ந்து செல்கிறாள். ஒரு சிறுவன் லேசான

பூவை ஊத இதழ்கள் காற்றில் மெல்லப் பறக்கிறது. சாய்வாக தரையில் அடுக்கி வைக்கப்பட்ட இசக்கி அம்மன் சிலைகள்மீது அரணை அல்லது ஓணான் ஒன்று தொண்டையை ஆட்டியபடி இரைக்காக காத்துக்கொண்டிருக்கிறது. பஸ் ஸ்டாப் அருகே கட்டடத் தொழிலாளிகளின் சங்கக் கொடி காற்றில் படபடக்கிறது. எங்கோ கொளுத்திய ஊதுபத்தியின் சாம்பல் தரையில் புழுவினைப்போல கிடக்கிறது. கோர்ட் அல்லது போலீஸ் ஸ்டேஷன் அருகே சிதைந்து உருக்குலைந்து போன மினிடோர் வண்டியின் மீதி பாகங்கள் அரூப வடிவமாய் நிற்கிறது.

- cut to -

காட்சி: 8

தெரு: DAY / EXT

லிங்கு மொட்டையடிக்கப்பட்டு உடல் முழுவதும் திருநீறு பூசப்பட்டு சோகமாக நடந்து வருகிறான். அவனுடன் உறவினர்கள் சிலர் வருகின்றனர். பின்னால் அதுபோல் இறந்தவரின் பையன் ஒருவன் அதேபோல் மொட்டையடிக்கப்பட்டு வருகிறான். வேகமாக சைக்கிளில் வரும் மாரி லிங்குவிடம் நிறுத்தி,

மாரி:

மாப்ள

லிங்கு நின்று அமைதியாகப் பார்க்கிறான். மாரி பாக்கெட்டிலிருந்து பரிட்சை ரிசல்ட் print out பேப்பரை எடுத்து லிங்குவிடம் கொடுத்து,

மாரி:

ரிசல்ட் வந்துடுச்சு, நீதான்லே ஸ்கூல்லயே first...

நடந்தபடியே அந்தப் பேப்பரை வாங்கிப் பிரிக்கும் லிங்கு பேப்பரைப் பார்க்கிறான். அதில் 1108 என total mark போட்டிருக்கிறது.

- cut to -

காட்சி: 9

லிங்கு வீடு: DAY / INT

லிங்கு கையில் ரிசல்ட் பேப்பருடன் வீட்டினுள் வருகிறான். ஒரு மூலையில் அவனின் அம்மா, இரு தங்கைகள் அழுதுகொண்டிருக்க, இன்னொரு மூலையில் வயதான இரண்டு பாட்டிகள் சோகமாக தலையில் முக்காடிட்டு அமர்ந்து இருக்கிறார்கள். வாழை இலைகளில் பழங்கள், சாப்பாடு, துணிமணிகள் என படையல் போடப்பட்டிருக்கும்

தனது அப்பாவின் போட்டோ முன்பு லிங்கு சோகமாக வந்து மண்டியிட்டு அமர்ந்து, ரிசல்ட் பேப்பரை அவர் போட்டோவுக்கு முன் வைக்கிறான்.

லிங்கு:

அப்பா நான் பாஸாயிட்டேன்ப்பா, ஸ்கூல்லயே நான்தான்ப்பா first மார்க்... அப்பா நான் பாஸாயிட்டேன்ப்பா...

அப்பாவின் போட்டோ கண்ணாடியில் லிங்கு தெரிய அழுதபடி,

லிங்கு *voice over*:

ஸ்கூல்லயே நான்தான்ப்பா *first* மார்க்...

லிங்கு தேம்பித்தேம்பி தலைகுனிந்து அழுகிறான்.

- cut to -

காட்சி: 10

தெரு: DAY / EXT

தெருவில் விளையாடிக்கொண்டிருந்த மாரி அவன் அப்பா வருவதை பார்த்துவிட்டு, அவரைப் பார்த்ததும் பார்க்காததுபோல் மெதுவாக நகரத் தொடங்குகிறான். அப்பாவும் அவன் ஓடி விடக்கூடாது என்பதற்காக அவன் வேகத்திலேயே நடக்கிறார் (தேவர்மகன் ஸ்டைலில் நடப்பது). மாரிமுத்து, அப்பா பின் தொடர்ந்து வருவதை பார்த்துவிட்டு ஓட்டமும் நடையுமாக தன் வேகத்தை அதிகரிப்பது. மாரியைப் பார்த்து

மாரி அப்பா:

ஏலே... நில்லு... ஏலே நில்லு... மாரிமுத்து நில்லுலே...

மாரி வேகமாக நடந்துகொண்டே

மாரி:

நிக்கமாட்டேன் போ...

மாரி அப்பா:

அட சிறுக்கிவுள்ள... நில்லுலே...

மாரி:

போவே... நின்னா அடிப்பே...

மாரி அப்பா:

யேய்... அடிக்க மாட்டேன் நில்லுலே...

மாரி:

உம்மைப்பத்தி தெரியாது? டென்த்துல பெயிலானதுக்கு,
திருநெல்வேலி வரைக்கும்
ஆள் வைச்சு வெரட்டுனவன் தானய்யா நீ?

மாரி குறுக்குத் தெருவுக்குள் ஓட, மாரியின் அப்பாவும் துரத்தி ஓடுகிறார்.

மாரி அப்பா:

ஏலே, செத்த மூதி... பெரிய மனுஷன ஓட வைக்காதே...

மாரி:

அப்புறம் எதுக்கு விரட்டுதீரு? பெரிய மனுஷனா ஒழுங்கா வீட்டுல போய் முடங்குவே...

மாரி அப்பா:

எனக்குன்னு வந்து ராவுகாலத்துல பொறந்த பயலே...

மாரி:

நீருல்ல நல்ல நேரம் பாத்திருக்கணும்...

அப்பா:

அடி செருப்பால நாயே...

தெருவில் உள்ள பெண்கள், குழந்தைகள், பெருசுகள் வேடிக்கை பார்க்கிறார்கள்.

மாரி:

இந்தாபாரு... கூட படிச்ச புள்ளைங்க வீடு இருக்க தெரு...
எதுனாலும் வீட்டுக்குப் போய் பேசிக்கலாம்... போருவே...

மாரி அப்பா:

அந்த மான மசுரு பாக்கிறவன், பாஸாயிருக்கணும்லே...

மாரி சந்து பொந்தெல்லாம் ஓடுகிறான். அப்பாவும் பின் துரத்துகிறார்.

மாரி:

போவே, நீயே மூணாம் கிளாஸ் பெயிலு... உடமுள்ள போட்டா கரும்பா முளைக்கும்?

மாரி அப்பா:

அட அறுதலிநாயே...

என்று கடுங்கோபத்துடன் மாரிமுத்துவைத் துரத்த, மாரிமுத்து எதிரே வரும் ஆட்களைத் தள்ளிவிட்டு ஓடுகிறான். மாரிமுத்துவுடன் படித்த

செந்தில் எதிரே வருகிறான். மாரி தலைதெறிக்க ஓடி வருவதைப் பார்க்கிறான். ஒரு கட்டத்தில் கீழே விழும் மாரியின் தலைமுடியைப் பிடித்துத் தூக்கி நிறுத்தி,

மாரி அப்பா:

பேப்பயலே... ஓட்டமா காமிக்கிற மூதேவி...

என்று மொத்து மொத்துவென்று அடிக்கிறார். நண்பன் செந்தில், மாரி அடிவாங்குவதைப் பார்த்து வரும் சிரிப்பை அடக்க முடியாமல் வாய்பொத்தி தொடர்ந்து சிரித்துக் கொண்டிருக்கிறான்.

மாரி:

அய்யோ, அம்மா... விடுய்யா...

என்று அலறுகிறான். மாரி அப்பா விடாமல் அடிக்கிறார். வலி தாங்காமல்

மாரி:

அடிக்காதய்யா... அடிக்காதய்யா... எப்பப்பாரு பக்கத்து வீட்டுப் பிள்ளை மாதிரி வருமா... வருமான்னு கேட்டியில்ல...

இப்ப அந்த பொண்ண விட ஜாஸ்தி நான்... அவ 420... நான் 430...

மாரி அப்பா தலையில் அடித்துக்கொண்டு, மாரியைக் காலால் இரண்டு உதைவிட்டு,

மாரி அப்பா:

அட ஆக்கங்கெட்ட கூவை... அவ டென்த்து... நீ டுவல்த்துலே...

மாரி:

என்ன கிளாஸா இருந்தான்னவே? கூட வாங்கியிருக்கானே நினைச்சு சந்தோஷப்படுவியா... *(சலிப்புடன்)* திருப்தியே படுத்த முடியாதய்யா உன்னை...

சிரித்துக்கொண்டிருக்கும் செந்திலைப் பார்த்தபடி கடுங்கோபத்தோடு எழுந்து நகர்கிறான் மாரி. எதிரே இருக்கும் அப்பாவைக் கடந்து அவருக்குப் பின்னால் போகிறான். அப்பா ஒன்றும் புரியாமல் திருதிருவென முழிக்கிறார். மாரி வேகமாய் சென்று செந்திலின் சட்டையைப் பிடித்து,

மாரி:

ஒழுங்காப் படிலே... ஒழுங்காப் படிலேன்னா... படிக்காம இருந்துட்டு இப்பப் பல்லவா காமிக்கிறே...

அடிக்கிறான். அவன் செயலை கொஞ்சமும் எதிர்பாராத அப்பா, அவனை விலக்கியபடியே,

மாரி அப்பா:

யேய், உன்கிட்ட கேட்டா அவன ஏன்லே அடிக்கிற?

மாரி:

சும்மா இருய்யா உனக்கு ஒண்ணும் தெரியாது...

என்று செந்திலின் கன்னத்தில் ஒருமுறை அறைந்துவிட்டு,

மாரி:

இந்த நாய் ஒழுங்காப் படிச்சிருந்தா... (தன் அப்பாவை சாடையாக கண்காட்டி)

இந்த நாய் என்னை அடிக்குமா?

மாரி அப்பா:

ஏலே என்னலே சொல்லுதே?

மாரி:

ஆமாப்பா, இவன பாத்து எழுதிதான்ப்பா நான் பெயிலாப்போனேன்...

பரிதாபமாக முகத்தை வைத்துக்கொண்டு சொல்கிறான். மாரியை ஒரு அறைவிட்டு,

மாரி அப்பா:

இதுக்குத்தான்... படிச்சு படிச்சு சொன்னே... கண்ட நாய்ட்ட சேராதே... நல்லா படிக்கிற பயலவோகிட்ட சேருன்னு சொன்னா... கேட்டியாலே... எக்கேடும் கெட்டுப் போலே...

திட்டிவிட்டு நடக்க ஆரம்பிக்கிறார். மாரி தன் கன்னத்தைத் தடவிக்கொண்டு எதிர்த் திசையில் நடக்கிறான். செந்தில் நடுவில் நின்று ஒன்றும் புரியாமல் குழம்பிப்போய் மாறி மாறிப் பார்க்கிறான்.

- cut to -

காட்சி: 11

லிங்கு வீடு: DAY / EXT

எதிர் வீட்டுத் திண்ணையில் ஒரு பெரியவர் அமர்ந்து பரிதாபமாக லிங்குவின் வீட்டில் நடக்கும் சம்பவத்தைப் பார்க்கிறார். லிங்குவின் அம்மா அமைதியாக நிற்க, பைனான்ஸ்காரர் சற்று கோபமாக,

பைனான்ஸ்காரர்:

என்ன உங்க வீட்ல மட்டுந்தான் எழவா... நீங்க என்ன பண்ணுவீங்களோ தெரியாதுக்கா... அடுத்த மாசம் துட்டு குடுக்குற வழியப்பாருங்க...

என்று சொல்லிவிட்டு தெருவில்நின்ற ஸ்கூட்டரை நோக்கிப் போக, லிங்கு அம்மா அமைதியாக யோசித்தபடி நிற்கிறாள்.

- cut to -

காட்சி: 12

மலை உச்சி: DAY / EXT

லிங்கு மொட்டையுடன் சோகமாக எங்கோ வெறித்துப் பார்த்தபடி அமர்ந்திருக்கிறான். அவனுக்குச் சற்றுத் தள்ளி மாரியும் சோகமாக உட்கார்ந்திருக்கிறான்.

- cut to -

காட்சி: 13

தெரு: DAY / EXT

"மூன்று மாதங்களுக்கு பிறகு..." என டைட்டில் போடப்படுகிறது.

ஆட்டோவில் ஸ்பீக்கர் கட்டிக்கொண்டு announce பண்ணிக்கொண்டு வருகிறார்கள்.

மைக் *voice:*
ஆட்கள் தேவை, ஆட்கள் தேவை...
சேல்ஸ்மேன் வேலைக்கு ஆட்கள் தேவை...

ஆட்டோ தெருவினுள் வர, ஆட்டோவுடன் ஒருவன் பிட் நோட்டீஸ் எடுத்துக்கொண்டு ஓடிவருகிறான். பிட் நோட்டீஸை வீடு வீடாக கொடுத்துக்கொண்டு வருகிறான். ஆட்டோ announcement தொடர்கிறது. ஆட்டோவின் பின்னால் "செந்தில்முருகன் ஸ்டோர்ஸ்" என தட்டியில் அடித்துக் கட்டியிருக்கிறது.

மைக் *voice:*
சென்னை ரெங்கநாதன் தெருவில் உள்ள,
மிக பிரம்மாண்டமான பல்பொருள் அங்காடி, செந்தில்முருகன் ஸ்டோருக்கு ஆட்கள் தேவை...

லிங்குவும், மாரியும் ஒரு பெட்டிக்கடையில் நின்று கொண்டிருக்கிறார்கள். அவர்களிடம் பிட் நோட்டீஸைக் கொடுக்கிறான். லிங்கு வாங்கிப் பார்க்க, மிட்டாய் தின்றபடி மாரியும் பார்க்கிறான். அவர்கள்மீது,

மைக் voice over:

தேர்வு நடைபெறும் இடம், சென்ட்ரல் கபே மாடியில், நெல்லை ஜங்ஷன் அருகில்...

லிங்கு ஆட்டோ போன திசையைப் பார்க்கிறான்.

- cut to -

காட்சி: 14

திருமண மண்டபம்: DAY / EXT

நகரின் மையத்திலிருந்த திருமண மண்டபத்தில் ஆட்கள் வந்து போய்க்கொண்டு இருக்கின்றனர். பின்னணியில் தாமிரபரணி ஆறு ஓடிக்கொண்டிருக்கிறது. வேலைக்கான ஆட்கள் தேவை பேனர் வாசலிலும், மண்டபத்தின் ஓரத்திலும் தொங்கவிடப்பட்டுள்ளது. மண்டபத்தின் வாசலில் முண்டி ஆட்டோவில் கேட்ட குரலில் அதே வாசகம் ஸ்பீக்கரில் அலறிக்கொண்டிருக்கிறது. மண்டப வாசலில், RMKV, Pothys என்ற கவர்களில் சர்ட்டிபிகேட் வைத்திருக்கிறார்கள். மஞ்சள் பையைத் தூக்கியவாறு, எண்ணெய் வழிந்த தலையுடனும், சிலர் கூட்டம் கூட்டமாய் நின்று பேசியபடி இருக்கிறார்கள். அந்த வழியாக சைக்கிளில் சென்ற இளவட்டங்கள் சிலர் நின்று இதை வேடிக்கை பார்த்துக் கொண்டிருக்கிறார்கள். சைக்கிள்களும், வண்டிகளும் வேகமாக கடந்து கொண்டிக்கின்றன. மண்டபத்தில் உள்ள மணமேடையில் டேபிள்கள் இருபுறமும் போடப்பட்டு நடுத்தர வயதுள்ள சிலர் விண்ணப்பப் படிவங்கள் அள்ளிக் கொண்டிருக்கின்றனர். பையன்கள் டேபிளைச் சுற்றி கூட்டமாய் நிற்கிறார்கள். அவர்களை ஒருவர் வரிசைப்படுத்த கஷ்டப்பட்டுக் கொண்டிருக்கிறார். பையன்கள் கண்களில் ஆர்வத்துடனும், வேகத்துடனும் விண்ணப்பம் வாங்க போட்டி போட்டுக் கொண்டிருக்கின்றனர். சிலர் ஸ்கூல் யூனிபார்மில் நிற்கிறார்கள். மைக்கில் சிறிது மிரட்டலுடன் தகரக் குரலில்

ஒருவர்:

முதல்ல... விண்ணப்ப படிவம் வாங்கிக்கங்க...
அதை Fill பண்ணிக் கொண்டாங்க... வரிசையில வாங்க...
வரிசையில வாங்க... அப்பத்தான் பார்ம் கிடைக்கும்... யேய்... முருகன்,
அப்ளிகேசன் வாங்குற இடத்துல நிக்கச் சொல்லு...
டேபிளூ உள்ளவேற கெடக்கா?

கூட்டத்தின் சத்தம் விடாமல் ஒலித்துக்கொண்டே இருக்கிறது. கீழே மாரியும் லிங்குவும் வரிசையாக ஒன்றின்கீழ் ஒன்றாக அடுக்கப்பட்ட

சேர்கள்மீது வைத்து விண்ணப்ப படிவம் பூர்த்தி செய்கின்றனர். லிங்கு சீரியஸாக படிவத்தை வாசித்து வாய்க்குள் முணுமுணுத்தபடி நிரப்பிக் கொண்டு இருக்கிறான். படிவத்தில் லிங்குவின் அப்பாவி முகத்தோற்றமுடைய புகைப்படம் ஒட்டப்பட்டிருக்கிறது. மாரியோ கூட்டத்தை வாய்பிளந்து சுற்றிப் பார்த்துவிட்டு. விண்ணப்பப் படிவத்தையும் மாறி மாறிப் பார்த்தபடியே இருக்கிறான்.

மாரி:

மாப்ளே... எவ்வளவு சம்பளம் எதிர்பார்க்கிறீர்கள்...என்ற இடத்துல ஒரு பத்தாயிரம் போடுவோமா?

லிங்கு மாரியை முறைக்க

மாரி:

கொறச்சு சொல்லிட்டேனா? ஒரு முப்பதாயிரம்...!

லிங்கு தூவென துப்புகிறான். மாரி முகத்தைத் துடைத்துவிட்டு

மாரி:

Ok... understand...

மீசை கூட வளராமல் மிக சின்னப் பையனாய் தோற்றமளித்த ஒருவன் இருவரையும் நெருங்கி

சிறுவன்:

யண்ணே... அப்பா இல்லாத பசங்களத்தான் முதல்ல வேலைக்கு எடுத்துக்குவாங்களாமே... அப்படியாண்ணே?

லிங்கு:

யாரு சொன்னா?

சிறுவன்:

எங்க மச்சானோட பிரெண்டு ஒருத்தர் செந்தில்முருகன் ஸ்டோர்ஸ்ல வேலை பாக்காரு... அவருதான் சொன்னாராம்...

லிங்கு:

தெரியலையே... அங்க கேளுப்பா...

அப்பா இல்லாத பசங்க என்று சொல்லும்போதே மாரி முகம் மாறி முழிக்கிறான். லிங்கு மாரியைப் பார்த்தபடி நிற்கிறான். மாரி குழப்பமான குரலில்,

மாரி:

யேய்... என்னடா மாப்ள பண்றது?

லிங்கு:

ம்ம்... நீ வேணா கிளம்பிருடா...

G.வசந்தபாலன்

மாரி சிறிது யோசித்தவனாய் பின் முகம் மலர்ந்து, கட்டை விரலைத் தூக்கியபடியே

மாரி:

கேன்... கேன்...

என்கிறான் பில்லா ஸ்டைலில். விண்ணப்பப் படிவங்களை பூர்த்தி செய்து பையன்கள் முண்டியடித்துக் கொண்டு கொடுக்க, மீண்டும் அதே ஆள் ஒழுங்குபடுத்தத் திணறுகிறார். டேபிளில் அமர்ந்திருந்த கண்ணாடிக்காரரின் கண்ணாடியை தட்டிவிடும் அளவு நெரித்துக்கொண்டு வருகின்றனர் பையன்கள். பின்னணியில் அதே தகரக் குரல்

பின்னணிக் குரல்:

அப்ளிகேசனோட, ஸ்கூல் டிசி, ரேசன் கார்டு, சாதிச்சான்றிதழ் எல்லாத்தோட,செராக்ஸையும் வைச்சு பின் பண்ணிக்கொடுங்க... எல்லோரும் போட்டா ஒட்டிருக்கான்னு பாத்துட்டு கொடுங்கலே...

லிங்கு கூட்டத்தில் கொடுக்கத் திணறிக்கொண்டிருக்கிறான். மாரியோ தனது உடம்பால் இரண்டு பேரை நகட்டிவிட்டு முன் நுழைந்து, இருவரின் பார்மையும் கொடுக்கிறான். ஒருவர் மேடையில், இவர்கள் கொடுத்த பார்ம்களை வரிசையாக அடுக்கி டேபிளை தட்ட, மற்றொருவர் பார்மை வாசித்துக் கொண்டிருக்கிறார். நடுநாயக தோரணையாக நின்ற

ஆத்திப்பழம்:

நம்மாட்க பயல்கள மொதல்ல எடுத்திருங்கல... அப்பன் இல்லாதவன், அக்கா தங்கச்சி இருக்கிறவனாப் பாத்து எடுங்க... அப்பதான் பொச்ச மூடிட்டு வேலை ஒழுங்கா பாப்பானோள்...

வெளியே வயதான மற்றும் நடுத்தரமான வயதினர் சிலர் விண்ணப்ப படிவத்துடன் கண்களில் ஆர்வமும் பரிதாபமுமாக நின்று கொண்டிருக்க, அவர்களைப் பார்த்து

ஒருவர்:

யோவ், எத்தன தடவ சொன்னாலும் கேட்கமாட்டீங்களா?

வாலிப பயல்களாதான்யா எடுக்கறோம்...

மத்தவங்கல்லாம் போங்கய்யா... போங்கய்யா...

கல்யாண மண்டபத்தின் அறையில் சாப்பாட்டு டேபிள்கள் சில ஒழுங்கற்ற நிலையில் இருக்கின்றன. ஒரு டேபிளின் முன்னால் பிளாஸ்டிக் சேரில் அமர்ந்தபடி ஆத்திப்பழம் தேர்வு செய்து கொண்டிருப்பது. அறைக்குள் வெளிச்சம் குறைவாக உள்ளது. தேர்வுக் குழுவிலிருந்த அதிகாரி (ஆத்திப்பழம்) கண்ணடியைத் துடைத்தபடி

ஆத்திப்பழம்:
வீட்ல அப்பா என்னடே பண்ணுதாரு?

ஆள் 1:
எங்க அப்பாவை வெட்டிட்டாங்க...

ஆள் 2:
எங்க அய்யா பக்கத்து வீட்டுக்காரியோடு ஓடிப்போயிட்டாரு...

ஆள் 3:
கடன் தொல்லையில மருந்தடிச்சிட்டாரு...

ஆள் 4:
எங்கப்பா வேலை ஒண்ணும் பண்ணல சார்... எங்கப்பா சொகமில்லாம இருக்காரு...

ஆள் 5:
விவசாயம் பண்ணுனாரு, இப்ப ஒண்ணுமில்லை சார்...

லிங்கு:
அப்பா ஆக்ஸிடெண்டுல இறந்துட்டாரு...

ஆள் 6:
இதுக்கு மேல படிக்க வசதியில்ல...

மாரி:
எங்கப்பா எங்கம்மா தொல்ல தாங்காம, காசிக்கு சந்நியாசம் போயிட்டாரு... குடும்பத்தையே நான்தான் *(கேவி அழுவதைப் போல நடிக்கிறான்)*

ஆத்திப்பழம்:
சரிடே, கூடப்பொறந்தவங்க?

மாரி:
ரெண்டு மூத்த அக்கா... ரெண்டு இளைய அக்கா... ஒரு தங்கச்சி மாரி...
(முகத்தை மூடியபடியே) நம்பிட்டாரு... நம்பிட்டாரு...

ஆத்திபழம்:
உன் பேரு என்ன?

மாரி:
மாரிமுத்து சார்...

அவனுடைய பெயருக்கு எதிரே டிக் செய்யப்படுகிறது.

- cut to -

காட்சி: 15

மாரிமுத்து வீடு, தெரு: DAY / EXT

மாரிமுத்து பையைத் தூக்கிக் கொண்டு வீட்டிலிருந்து கிளம்புகிறான். அவனது அப்பா வெளியில் நின்று கொண்டிருக்கிறார். வீட்டிற்குள் இருந்து புலம்பியபடி,

மாரி அம்மா:

ஏலே, போகாதே ராசா... அம்மா சொல்றேன்ல...

ஆனால் மாரி யாரையும் சட்டை செய்யாமல் பேக்கை பின்பக்கமாக போட்டுக்கொண்டு ஸ்டைலாக வீட்டிலிருந்து வெளியே வருகிறான். தெருவில் நிற்கும் பெண்கள் சிலர் அங்கொன்றும் இங்கொன்றுமாக வேடிக்கை பார்க்கின்றனர்.

மாரி:

பை... பை... பை...

என்று அலட்டலாகச் சொல்கிறான்.

மாரி அப்பா:

மெட்ராஸ்லாம் போய் நீ ஒண்ணும் கிழிக்க வேண்டாம்... மொதல்ல செப்டம்பர் எழுது...

மாரி:

யோவ் சும்மா செப்டம்பர் எழுது... மார்ச் எழுதுன்னு...
ஏன்யா என் உசுர வாங்குறே... ஏற்கனவே இரண்டு செப்டம்பர்...
இரண்டு மார்ச் எழுதித்தான்யா... டென்த்தே பாஸானேன்...
ப்ளஸ்டூவுக்கும் செப்டம்பர் மார்ச்சுன்னு எழுத ஆரம்பிச்சா,
உன் வயசுலதான்யா எழுதி முடிப்பேன்... நினைச்சிப் பாருய்யா என் நிலமைய... படிப்பு வரலேன்னா விடவேண்டியதுதானய்யா...
ஏன்யா உயிர வாங்குற... படிப்பு மட்டும்தான்யா வரலே இந்த மாரிமுத்துக்கு, ஆனா மைன்டு...! பிசினஸ் மைண்ட்யா...
இந்த பிசினஸ் மைண்ட், தகுதி, திறமையெல்லாம் பார்த்துதான் மெட்ராசுல இருக்குற முன்னனி நிறுவனம், செந்தில்முருகன் ஸ்டோர்ஸ்,. எனக்கு சேல்ஸ் சூப்ரவைஸர் வேல கொடுத்திருக்காங்கய்யா...

என்று மாரி சத்தமாக கத்திக் கொண்டிருக்க, மாரி வீட்டு வாசலில் கூடிய கூட்டம் வேடிக்கை பார்க்க ஆரம்பிக்கிறது.

மாரி அப்பா:

அப்பன் சந்நியாசம் போயிட்டான்னு, பொய் சொல்லித்தான்லே இந்த வேலய வாங்கியிருக்க...

மாரி:

வியாபாரத்துக்கு மூலதனமே பொய்தானய்யா...

மாரி அப்பா கிண்டலாகச் சிரித்து,

மாரி அப்பா:

ஏலே உனக்கு உடம்பு முழுக்க பொய்தான்லே...

மாரி:

யோவ், எப்ப பாத்தாலும் எடக்கு மடக்காவே பேசுவோ...

மாரி அப்பா:

அட பேப்பயலே, படிக்கச் சொன்னா நல்லா சோவாறிட்டு, இப்ப வேல கிலன்னு நிக்க...

என்றபடியே வேகமாக மாரிமுத்துவை அடிக்கப் பாய்கிறார்.

மாரி:

யோவ்! அங்கயே நில்லு... அங்கயே நில்லு...

வீட்டுக்கு முன் கூடிய கூட்டத்தைப் பார்த்துவிட்டு

மாரி அப்பா:

இப்ப எதுக்குல ரோட்ல கெடந்து கத்திக்கிட்டுக் கெடக்க?

மாரி:

டென்த், ப்ளஸ்டுவில் பெயிலாப் போனதுக்கு தெருத்தெருவா வுட்டு அடிச்சேய்யா, எங்கூட படிக்கிற பொண்ணுங்க இருக்குற தெருவுனு சொல்லியும் கேட்காம... தொரத்தி தொரத்தி அடிச்சி அவமானப்படுத்தினேய்யா...

என்று அழுதபடியே கூறிவிட்டு பின் சொடக்கு போட்டபடியே

மாரி:

தன்மான சிங்கம்ய்யா இந்த மாரிமுத்து... இனிமே இந்த ஊருப் பக்கம் தலவச்சிப் படுத்தா, ஏண்டா நாயேன்னு கேளுய்யா...

மாரி அப்பா:

ஏண்டா நயே...

மாரி:

ஏன்யா உடனே கேக்குற? வந்தா கேளுய்யா...

என்று கூறிவிட்டு,

மாரி:

அப்படி வர்றதா இருந்தாலும், சும்மா வரமாட்டேன்யா...
கார்லதான்யா வருவேன்...!

மாரி அப்பா:

(நக்கலாக) ஏன் காலு ஒடிஞ்சிதான் வருவியா?

மாரி:

யோவ்... உன் தேரிக்காட்டு புத்திய காட்டாதே...

மாரி அப்பா மீண்டும் முன்னால் நகர்ந்து வர

மாரி:

யோவ், அங்கயே நில்லு... நான் வர மாட்டேன்னு சொல்லுதேன்லே...

மாரி அப்பா:

யேய், போனேன்னா அவ்வளவுதான்... ஏஞ்சொத்தில அஞ்சு பைசா கெடயாது உனக்கு...

மாரி:

இருக்கிறது இரண்டு பாழுங்கிணறு...
அஞ்சு தேரிப்பனைய சொத்துன்னு சொல்றீயேய்யா...
தூ... வெக்கமாயில்ல? வர்றேன்யா...

என்று அப்பாவை பார்த்துக் கூறிவிட்டு அருகேயிருந்த வீடுகளைப் பார்த்து கைகாட்டியபடியே கத்துகிறான்.

மாரி:

ஏய், பை... பை... பை... ஏய் முத்து... பை...

பேச்சி பை... லட்சுமி பை...

ஜன்னல் கதவுகள் சாத்தப்படுகிறது.

மாரி:

ஏய், ரொம்ப சாத்தாதிங்கடி, சப்ப பிகரா இருந்துட்டு அப்பப்ப ஜன்னல சாத்துறீங்கேளேடி... உங்களுக்கு அசிங்கமா இல்லையா? மாரிமுத்து மெட்ராஸ் போறாண்டி! சினேகாக்கா ஊரு... அப்படியே ஃபிகருங்க எஃப் டிவியில பாக்குற மாதிரி இருக்கும்டி...

என்று திரும்பிப் பார்த்து மறுபடியும்

மாரி:

வர்றேண்டி... பை... பை...

யாரும் பார்க்காத போதும் கை காட்டியபடியே அருகிலிருந்த பாட்டியைப் பார்த்து,

மாரி:

பாட்டி... பை... பை...

கிழவி:

மாரிமுத்து, எங்க சிங்கப்பூரா போறான்?

என்று ஆச்சர்யத்துடன் கேட்கிறாள்.

மாரி:

யேய் கிழவி, சொல்றேன் கேட்டுக்க... மெட்ராஸிலேயே பெரிய கடை... பத்து மாடிக் கட்டிடம், அந்த கட்டிடத்துல எனக்கு வேல கெடச்சிருக்கு...

கிழவி:

எது, இந்த பலசரக்கு கடையில் வேல கெடச்சதுக்கா இந்த பகுமானம் பண்ணுதான்?

மாரி:

எவனுக்கெல்லாம் சாவு வருது, உனக்கு வர மாட்டேங்கே?

(பின்னணியில்)

யேய் நாசமாப்போறவனே, கொள்ளையிலே போறவனே...

என்று கிழவி திட்டுவது overlap ஆகிறது.

- cut to -

காட்சி: 16

லிங்கு வீடு: DAY / EXT & INT

லிங்குவின் அம்மா சோகமாக வாசலில் நின்று கொண்டிருக்கிறாள். பாட்டி அமர்ந்து இருக்கிறாள். லிங்கு கையில் ஒரு பேக்குடன் சோகமாக வீட்டினுள்ளிருந்து வெளியே வருகிறான். அவன் பின்னாலயே இரண்டு தங்கைகளும் வீட்டினுள்ளிருந்து வெளியே வருகின்றனர். உட்கார்ந்திருந்த பாட்டி எழுந்து நிற்கிறாள். லிங்குவின் அம்மா சோகமாக நிற்க, அவளிடம்

லிங்கு:

சரிம்மா, *(தன் நெஞ்சில் கை வைத்து)* பொய்ட்டு வரேம்மா...

லிங்கு அம்மா:

சரிப்பா...

லிங்கு:

(பாட்டியிடம்) பொய்ட்டு வரேன் பாட்டி...

பாட்டி:

மாராசனா பொய்ட்டு வாய்யா...

லிங்கு பின்னால் திரும்பி, நின்று கொண்டிருந்த பெரிய தங்கையிடம்

லிங்கு:

வறேன்... *(சின்னத் தங்கையின் கன்னத்தைத் தொட்டு)* குட்டி பொய்ட்டு வரட்டுமா?

குட்டி:

(சோகமாக) சரிண்ணே...

பேக்கை மாட்டிக்கொண்டு லிங்கு அங்கிருந்து கிளம்புகிறான்.

- cut to -

காட்சி: 17

பஸ் ஸ்டாண்ட்: NIGHT / EXT

அரசுப் பேருந்து ஒன்று நின்றுகொண்டிருக்கிறது. அருகில் கண்டக்டர் நின்றுகொண்டிருக்கிறார். புரோக்கர் பின்னால் செந்தில்முருகன் ஸ்டோர்ஸ்க்கு வேலைக்கு செலக்ட் ஆனவர்கள் வருகின்றனர். அருகில் வந்து கண்டக்டரிடம்,

புரோக்கர்:

அண்ணே! பயலுவோள ஏத்திடலாமா?

- cut to -

காட்சி: 17A

பேருந்து: NIGHT / INT

பஸ் ஹைவேயில் ஹார்ன் அடித்தபடி சென்னை நோக்கி வந்துகொண்டிருக்கிறது. உள்ளே லிங்கு கண்கள் கலங்கி கண்ணீர் வழிய எதையோ யோசித்துக்கொண்டு வருகிறான். பக்கத்து சீட்டில் அமர்ந்திருந்த மாரி லிங்குமேல் சாய்ந்து நன்றாக தூங்கிக்கொண்டு வருகிறான். லிங்கு கண்களிலிருந்து வழியும் கண்ணீரைத் துடைத்துக்கொண்டு யோசிக்கிறான்.

- cut to -

காட்சி: 18

சென்னை மாநகரம் (பல்வேறு இடங்கள்): DAY / EXT

சென்னை கோயம்பேடு. ''புறநகர் பேருந்து நிலையம்'' "CHENNAI MOFFUSAL BUS TERMINUS'' போர்டு பதித்த கட்டடம் நிலையத்திற்கு வெளியே சைக்கிளில் கேன் வைத்து ஒருவன் டீ ஆத்திக்கொண்டிருக்கிறான். அதைச்சுற்றி பயணிகள் டீ குடிக்கக்

காத்திருக்கின்றனர். பேருந்து நிலையத்திற்குள் புரோக்கரின் பின்னால் செந்தில்முருகன் ஸ்டோர்ஸ்க்கு செலக்டான ஆட்கள் நடந்து வந்துகொண்டிருக்கின்றனர். வெளியேவந்து ரோட்டைக் கடக்க, ரோட்டின் நடுவே காத்திருக்கின்றனர். வாகனங்கள் போய் வந்த வண்ணமாக இருக்கின்றன. புரோக்கரின் பின்னால் லிங்கு, மாரி மற்றும் வேலைக்காக வந்தவர்கள் ரோட்டைக் கடக்கின்றனர். மாநகரப் பேருந்து ஒன்றில் அனைவரும் ஏறுகின்றனர். பஸ் போகிறது.

பேருந்து தி.நகர் பஸ் டெப்போ சிக்னலுக்கு வருகிறது. புரோக்கர் அவர்களை அழைத்துக்கொண்டு ரோட்டைக் கடக்கிறார். பெரியார் சிலையைப் பார்த்தபடியே லிங்கு, மாரி நடந்து போக, மற்றவர்களும் உடன் நடந்துபோகின்றனர். சிக்னலில் வைக்கப்பட்டிருக்கும் "SENTHIL MURUGAN STORES WELCOMES YOU" காட்டப்படுகிறது. சிவா விஷ்ணு ஆலயம் காட்டப்படுகிறது. கோவிலைக் கடக்கும்போது லிங்கு உதட்டில் கை வைத்து சாமி கும்பிட்டு ஒரு ஆட்டோவைப் பார்க்கிறான். அந்த ஆட்டோவின் பின்பக்கத்தை ஆட்டோ டிரைவர் துடைக்க, அதில் "சிறுவர்களை வேலைக்கு அமர்த்தாதே" என எழுதியிருக்கிறது. பல்வேறு ஆட்கள் சிறு சிறு வியாபாரம் செய்து கொண்டிருக்கும் சூழல். பின்னால் ஆட்கள் வர, புரோக்கர் ரெங்கநாதன் தெருவில் நுழைகிறார். தெருவில் அவர்கள் நடந்து வருகின்றனர். லிங்கு சோகமாக நடந்து வர, மாரி அனைத்தையும் பார்த்து ரசித்தபடி வருகிறான். அவர்களுக்குப் பின்புலத்தில் சரவணா ஸ்டோர்ஸ் அண்ணாச்சி போட்டோ உள்ள எம்ப்ளம் தெரிகிறது. ரெங்கநாதன் தெரு முழுவதும் காட்டப்படுகிறது. லிங்கு வேதனையுடன் நடந்து வருகிறான். மாரி சரவணா ஸ்டோர்ஸை அண்ணாந்து ஆச்சர்யமாகப் பார்க்கிறான். ரோட்டில் இருவர் குப்பைகளை கோணிப்பைகளில் அள்ளி வைத்துக்கொண்டிருக்கின்றனர். குல்லா அணிந்த பாய் ஒருவர் தன் தோளில் கோணிப்பையை மாட்டிக்கொண்டு, ரோட்டில் கிடக்கும் அட்டைகளைப் பொறுக்கி தனது கோணிப்பையில் வைக்கிறார். லிங்கு வேதனையுடன் மாரியைப் பார்க்க, மாரி பிரம்மாண்டமான கடைகளைப் பார்த்து சந்தோஷத்தில் வருகிறான். அனைவரும் செந்தில்முருகன் ஸ்டோர்ஸ் வாசலுக்கு வருகின்றனர்.

- cut to -

காட்சி: 19
செந்தில்முருகன் ஸ்டோர்: DAY / EXT & INT

செந்தில்முருகன் ஸ்டோர்ஸ் பிரம்மாண்டமாகக் காட்டப்படுகிறது. அதன்கீழ் வேலைக்குத் தேர்வானவர்கள், ஏற்கனவே வேலை

செய்பவர்கள் நின்றுகொண்டிருக்கின்றனர். லிங்கு வியப்பாக கட்டடத்தைப் பார்த்துக்கொண்டிருக்க, மாரி விரல்விட்டு கட்டடம் எத்தனை மாடி என எண்ணுகிறான். செந்தில்முருகன் ஸ்டோர்ஸில் வேலை செய்யும் பெண்கள் தனியாக தங்களுக்குள் பேசிக்கொண்டிருக்கின்றனர். அவர்களை மாரி ஆசையாகப் பார்க்கிறான். அவர்கள் தங்களுக்குள் பேசிக்கொண்டிருக்க, ஒரு கிராமத்துப் பெண் லிப்ஸ்டிக் அதிகமாகப் போட்டு அருகில் இருந்த பெண்ணிடம் பேசிக்கொண்டிருக்கிறாள். அதைப்பார்த்த மாரி முகம் சுளித்துத் துப்பிவிட்டு,

மாரி:

த்தூ... (லிங்குவிடம்) மாப்ள... எல்லாம் நம்ம ஊரு புள்ளயலே,

லிங்கு அந்தப் பெண்களைப் பார்க்கிறான்.

மாரி:

நாம என்னென்னமோ எதிர்பார்த்து வந்தோம்,

லிங்கு மாரியை முறைக்கிறான்.

மாரி:

ஆனா கட சூப்பரா இருக்குல்ல...

லிங்கு கடையைப் பார்க்க,

மாரி ***mind voice:***

ஒண்ணும் தேறலையே...

என்று லிங்குவைப் பார்க்கிறான். வாசலில் அனைவரும் காத்திருக்க, ஒரு கார் ஹார்ன் அடித்துக்கொண்டே ரெங்கநாதன் தெருவில் புகுந்து வருகிறது. அதைப்பார்த்த வாட்ச்மேன், அனைவரையும் ஒதுங்கச் சொல்வது. ஒருவன் பைக்கில் குறுக்கே வர, அவனைப் பிடித்து இழுத்து

வாட்ச்மேன்:

ஏலே... ஏலே... வண்டி வருது...

ஒரு கார் கடை முன் வந்து நிற்கிறது. முன்பக்க, பின்பக்கக் கண்ணாடி தானாக கீழே இறங்குகின்றன. பின் சீட்டிலிருந்து ஒரு கை சாவிக் கொத்தைத் தருகிறது. செக்யூரிட்டி மிகவும் பவ்யமாக சாவியை வாங்கிக்கொண்டு கும்பிடுபோடுகிறான். முன் சீட்டிலிருந்து ஒரு கை ஷட்டர் திறக்கும் லிவரைத் தருகிறது. அதை மற்றொரு செக்யூரிட்டி வாங்கிக்கொள்கிறார். Split screenல் இரண்டு பூட்டுகள் தனித்தனியாக திறக்கப்படுகின்றன. ஒரு கை லிவரை வைத்து சுற்றி ஷட்டரை

மேலே ஏற்றுகிறது. Split screenல் செந்தில்முருகன் ஸ்டோர்ஸ் ஷட்டர் இரண்டும் மேலே செல்கிறது. ஷட்டர் முழுவதும் திறக்க, கடையின் நடுவே ஒரு பிள்ளையார் சிலை வைக்கப்பட்டிருக்கிறது. தெருவின் நடுவே கடைக்குப் பாதைவிட்டு இருபக்கமும் வேலையாட்கள் நின்றுகொண்டிருக்க, ஒருவர் கார் கதவைத் திறந்து,

ஒருவர்:

வணக்கம் அண்ணாச்சி...

அண்ணாச்சி, செருப்பு இல்லாத வெறும் காலை கீழே வைக்கிறார். செக்யூரிட்டிகள் அவரைப் பின் தொடர, அண்ணாச்சி அங்கிருந்தவர்களைப் பார்த்து கையெடுத்துக் கும்பிடுகிறார். அங்கு நின்றுகொண்டிருந்த,

ஒருவர் *voice over:*

வணக்கம் அண்ணாச்சி...

வணக்கத்தை ஏற்றுக்கொண்டு, அண்ணாச்சி கடைக்குச் செல்கிறார். நுழைவாயிலில் இருந்த பிள்ளையார் சிலையைக் கும்பிட்டு, தோப்புக்கரணம் போட்டுவிட்டு, உள்ளே செல்கிறார். காத்திருந்த சேல்ஸ்மேன்கள் அனைவரும் உள்ளே செல்கின்றனர். உள்ளே சென்ற அண்ணாச்சி தனது ரூமில் உள்ள சாமி படங்களை ஒவ்வொன்றாக தொட்டுக் கும்பிடுகிறார். லிங்கு மற்றும் மாரி குழுவினரை அழைத்துவந்த புரோக்கர் கடைக்குள் நுழைந்தபடி பின்னால் நின்றவர்களைப் பார்த்து

புரோக்கர்:

வாங்கலே, வாங்கலே... ஓரமா வாங்கலே...

அனைவரும் உள்ளே வருகின்றனர். மாரி மட்டும் கீழே குனிந்து தரையை தொட்டுக் கும்பிட்டு உள்ளே வருகிறான். எல்லோரும் உள்ளே வருகின்றனர். உள்ளே வந்தவர்கள் அண்ணாச்சி ரூம் முன் நின்று கொண்டிருக்கின்றனர். அருகில் நின்றவனிடம்

மாரி:

கட ஃபுல்லா ஏ.சி.லே...

அண்ணாச்சி ரூம் கதவை அவரின் உதவியாளர் ஒருவர் திறக்க, அதைப்பார்த்த புரோக்கர் சேல்ஸ்மேன்களைப் பார்த்து, 'சத்தம் போடாதீங்க' என்பதுபோல் வாயைப் பொத்தி

புரோக்கர்:

சூ...சூ... ஏலே...

G.வசந்தபாலன்

செய்கைகாட்டி அமைதியாக இருக்கச் சொல்கிறான். அண்ணாச்சி ரூமிலிருந்து வெளியே வருகிறார். வேலைக்குப் புதிதாக வந்தவர்களும், புரோக்கரும் பவ்யமாக கையெடுத்துக் கும்பிட்டு

கோரஸாக:

வணக்கம் அண்ணாச்சி...

அண்ணாச்சி:

ஆங்... ஆங்...

(வணக்கத்தை ஏற்றுக்கொண்டு, புரோக்கரின் தோளில் தட்டி) வாடே, ஆத்திப்பழம்... *(பயல்களைப் பார்த்து)* பயல்கல்லாம் எந்த ஊரு?

புரோக்கர்:

(பவ்யமாக) நம்ம திருச்செந்தூரு, ஓடங்குடி, நாசரேத்து, ஓரல்...

அண்ணாச்சி:

பயலுவோல்லாம் எப்படி?

வேலைக்கு வந்தவர்கள் கையைக் கட்டிக்கொண்டு நின்று பார்த்துக்கொண்டிருக்க

புரோக்கர்:

அய்யோ, மணியான பயலுவே அண்ணாச்சி... *(வாயில் கை வைத்து)* கருத்தா வேல பாப்பானுவோ...

அண்ணாச்சி:

(கை கட்டி நின்றவர்களைப் பார்த்து) எனக்கு இங்க ஆளு கிட்டாம இல்ல, எச்சக்கைய ஆட்டுனா ஆயிரம் காக்கா... சரி, நம்ம ஊரு தேரிக்காட்டுல கெடந்து காயுறானுகளே, அவங்களுக்கு நம்மாள ஆனதச் செய்யலாம்னு கூட்டி வச்சிக்கிடுது... புரியுதாலே?

கோரஸாக:

புரியுது அண்ணாச்சி...

அண்ணாச்சி:

ஆங்...

அண்ணாச்சிக்கு போன் வர, எடுத்து ஆன் செய்து

அண்ணாச்சி:

ஹலோ,

பேசிக்கொண்டே வேலைக்கு வந்தவர்களை அழைத்துப்போகுமாறு சைகை காட்டுகிறார். அண்ணாச்சியின் ஆள் எல்லோரையும் பார்த்து,

அண்ணாச்சி ஆள்:

ஏலே வாங்கலே... வாங்கலே...

புரோக்கர்:

போங்கலே... போங்கலே...

எல்லோரும் அங்கிருந்து போனதும், போன் பேசிக்கொண்டிருந்த அண்ணாச்சியிடம் சென்று புரோக்கர் பவ்யமாக கை கட்டிக்கொண்டு,

புரோக்கர்:

அண்ணாச்சி...

அண்ணாச்சி:

(போனில்) ஒரு நிமிஷம்... (என சொல்லி புரோக்கரிடம்) என்னலே ?

புரோக்கர்:

மொத்தம் இருவத்தஞ்சு பேர் அண்ணாச்சி... இருவத்தஞ்சு பேர்...

அண்ணாச்சி பாக்கெட்டில் கைவிட்டு பணத்தை எடுத்து எண்ணிப் பார்க்க,

புரோக்கர்:

கொஞ்சம் பாத்து போட்டுக்குடுங்க அண்ணாச்சி, வெலவாசில்லாம் ஏறிப்போயிடுச்சு...

அண்ணாச்சி:

(பணத்தைக் கொடுத்து) போதும்லே... வச்சுக்க...

மீதிப்பணத்தை பாக்கெட்டில் வைத்துக்கொண்டு தன் ரூமினுள் செல்கிறார்.

- cut to -

காட்சி: 19A

பேஸ்மெண்ட்: DAY / INT

பேஸ்மென்ட்டில் நிறைய அட்டைப் பெட்டிகள் அடுக்கப்பட்டிருக்கிறது. வேலையாட்களை நிற்க வைத்து போட்டோ எடுக்கின்றனர். லிங்குவும் போட்டோ எடுத்துக்கொள்கிறான். அருகில் அண்ணாச்சியின் ஆள் நின்றுகொண்டு ஆட்களை வரிசையாக வரச்சொல்லிக்கொண்டிருக்கிறார். அடுத்து மாரியை போட்டோ எடுக்கும்போது,

மாரி:

எண்ணே, எண்ணே இருங்க...

என தலையை சரிசெய்து கொண்டு போட்டோவுக்கு போஸ் கொடுக்கிறான்.

மாரி:

மாப்ள! எதுக்குலே போட்டோ புடிக்கிறாவோ... ஃபிரேம் பண்ணி மாட்டுவாவளோ...!?

அதைக் கேட்டுக்கொண்டிருந்த அண்ணாச்சியின் ஆள் மாரியைப் பார்த்து கை காட்டி,

அண்ணாச்சியின் ஆள்:

ஆங்... நீ களவாண்ட்டு போய்ட்டா போலீஸ்ல குடுக்குறதுக்கு... போலே...

மாரி அமைதியாக லிங்குவைப் பார்க்க, இருவரும் அங்கிருந்து கிளம்புகின்றனர். லிங்கு வலது கை ஆள்காட்டி விரலை punching machince ல் வைக்கிறான். லிங்குவின், முழு முகவரியும் இருக்கும் அட்டையில் மெஷின் விரலை ஸ்கேன் பண்ணுகிறது. ஓரிடத்தில் கடையின் uniform, pant மற்றும் shirt வைக்கப்பட்டிருக்கிறது. அதை புதிதாக வேலைக்குச் சேர்ந்தவர்கள் கீழே குனிந்து எடுத்துக்கொண்டிருக்கிறார்கள். அவர்கள்மீது,

சூப்ரவைஸர் voice over:

ஏலே... இதான் நம்ம கடையோட uniform... அவன், அவன் சைஸ"க்கு தகுந்த மாதிரி வந்து எடுத்துக்கிடுங்க... வாங்கலே...

அனைவரும் எடுத்துக்கொண்டிருக்க,

சூப்ரவைஸர்:

இந்த uniform ஓட வெல எறநூத்தம்பது ரூவா... கையில காசிருக்கிறவன் இப்பக் குடுத்துடு... இல்லாதவனுகளுக்கு மொத மாச சம்பளத்துல புடிச்சிக்கிடுவோம்...

ஒருவன்:

ஏங்க, உங்க கடையில வேலபாக்கத்தானே uniform குடுக்கீங்க... அதுக்கும் காசா?

சப்பென அவன் கன்னத்தில் அறைந்து,

சூப்ரவைஸர்:

அடிங்... ஏலே ஓசில குடுக்க அரசாங்கமா? ஓசில குடுத்துக்குடுத்தே உங்களக் கெடுத்து வச்சிருக்காவோன்லே...

அடி வாங்கியவன் அவமானத்துடன் சட்டைக்காலரை சரி செய்து கொள்கிறான்.

சூப்ரவைஸர்:

பாருலே, ஒழுங்கா மூடிக்கிட்டு வேல பாக்குறதா இருந்தா பாரு... (கையைக்காட்டி) இல்லன்னா இப்பமே ஓடிப்போயிரு...

மாரி, லிங்கு அமைதியாக பார்த்துக்கொண்டிருக்கின்றனர். அவர்கள் மீது

*சூப்ரவைஸர் **voice over:***

ஏலே உங்க எல்லாருக்குந்தான் சொல்றேன்... புரியுதா...

அடி வாங்கியவன் அமைதியாகப் பார்க்கிறான்.

- cut to -

காட்சி: 19B

பேஸ்மெண்ட்: DAY / INT

புதிதாக வேலைக்குச் சேர்ந்தவர்கள் uniform மாட்டிக்கொண்டு நான்கு நான்கு பேராக வரிசையாக நிற்க, அண்ணாச்சியின் ஆள் அவர்களைப் பார்த்து கையில் ஒரு அட்டையை வைத்துக்கொண்டு அவர்களுக்கு instruction கொடுத்துக்கொண்டிருக்கிறார். முதல் வரிசையில் இருந்தவர்களைப் பார்த்து

அண்ணாச்சி ஆள்:

நீங்க எட்டு பேரும் ரெடிமேட் செக்ஷனுக்குப் போங்க, ரெண்டாவது ஃப்ளோர்...

அவர்கள் தலையாட்டிவிட்டு அங்கிருந்து போகின்றனர். அடுத்து நின்றவர்களிடம்,

அண்ணாச்சியின் ஆள்:

அடுத்த ரெண்டு ரோலு, பாத்திரக்கடை...
அஞ்சாவது ஃப்ளோர் போங்க...

அடுத்ததாக லிங்கு, மாரியுடன் இருவர் நிற்கின்றனர்.

அண்ணாச்சியின் ஆள்:

ஆங்! நீங்க நாலு பேரும் குடோனுக்குப் போங்க...

அமைதியாக நிற்க, அவர்கள்மீது,

அண்ணாச்சி ஆள் voice over:

ஏலே என்னலே முழிக்கீய... போங்கலே...

நான்கு பேரும் அங்கிருந்து போகின்றனர்.

- cut to -

காட்சி: 19C

குடோன்: Day / Int

லிங்கு, மாரி மற்றும் இருவரும் கையில் தங்கள் லக்கேஜுடன் அமைதியாக குடோனுக்குள் வருகின்றனர், அங்கே மற்ற சேல்ஸ்மேன்கள் அட்டைப் பெட்டிகளையும், துணி மூட்டைகளையும் சுமந்தபடி போகின்றனர். லிங்குவுடன் வந்த ஒருவன் தலையைச் சொரிந்துகொண்டே பார்க்கிறான். லிங்குவும், மாரியும் சோகமாக சுற்றிலும் பார்க்கின்றனர். அவர்களுக்கு Uniform கொடுத்த செக்யூரிட்டி அவர்களைப் பார்த்து கை காட்டி அரக்கன்போல முகத்தைக் கடுமையாக வைத்துக்கொண்டு (48 Frames)

சூப்ரவைஸர்:

ஏ பன்னிப்பய புள்ளயளா, இங்க வாங்கலே...

லிங்கு, மாரி பயந்தபடி அவனை நோக்கி வருகிறார்கள்.

சூப்ரவைஸர்:

ஏலே அங்க போய் வேலயப்பாருங்கலே...

அவர்கள் மற்றொரு பக்கம் பார்க்க, அங்கு பேன்ட் பனியன் போட்ட ஒருவன், அவனும் அரக்கன்போல கை காட்டி (*48* Frames)

ஒருவன்:

வாங்கலே...

அவன் முன்னால் போக லிங்கு, மாரி மற்ற இருவரும் பின்னால் வருகின்றனர். லிங்கு, மாரியிடம் கீழே ஒரு பார்ஸலைக்காட்டி,

ஒருவன்:

நீங்க ரெண்டு பேரும் பிரேஸ் டேக் போடுங்கலே...

என்று சொல்ல, இருவரும் நெஞ்சில் கை வைத்து பயந்தவர்களாக, தனித்தனியாக

மாரி:

சரிங்கண்ணே...

லிங்குவும் நெஞ்சில் கை வைத்து

லிங்கு:

சரிண்ணே...

என்று பார்ஸலை நோக்கிக் குனிகின்றனர். பின்னால் வந்தவர்களை கை காட்டி அழைத்து

ஒருவன்:

நீங்க வாங்கலே,

அவர்கள் லிங்கு , மாரியைக் கடந்து அவன் பின்னால் போகின்றனர்.

- cut to -

காட்சி: 20

ரெங்கநாதன்தெரு: DAY / EXT

மக்கள் கூட்டத்திற்கிடையில் ஒருவர் வாட்சைப் பார்த்தபடி டென்ஷனுடன் வருகிறார். குள்ளக் கணேசனின் தலையை உயரமாக இருக்கும் அவன் மனைவி தடவியபடியே நடந்து வருகின்றனர். ஒரு போலீஸ்காரர் வந்து விரைப்பாக நிற்கிறார். வயதான கண்தெரியாதவர் ஒரு இடத்தில் அமர்ந்து தனது கடையை எடுத்து வைக்க, ஒருவன் உதவி செய்கிறான். அந்தப் பெண் அவருடன் இருக்கிறாள். ஓரிடத்தில் குள்ளக் கணேசன் சாக்கிலிருந்து ஜட்டி போன்றவைகளை எடுத்துக்கொடுக்க அவன் மனைவி அதை வாங்கி அடுக்கி வைக்கிறாள். வாட்ச் விற்கும் ஒருவன் உடல்முழுவதும் வாட்ச் கட்டிக்கொண்டு வாட்ச்களை பார்த்துக்கொண்டிருக்கிறான். செந்தில்முருகன் ஸ்டோரிலிருந்து மக்கள் வெளியே வருவதும், உள்ளே போவதுமாக இருக்கிறார்கள். (12 frame) ரெங்கநாதன் தெரு நிரம்பி வழிவது காட்டப்படுகிறது.

- cut to -

காட்சி: 21

குடோன்: DAY / INT

லிங்குவும், மாரியும் துணிகளை மடித்து வைத்துக்கொண்டிருக்க, பின்புலத்தில் ஆட்கள் பார்சல்களை தூக்கிப் போய்க் கொண்டிருக்கின்றனர். அவர்கள்மீது,

கனி voice over:

அய்யோ அண்ணாச்சி, விடுங்க அண்ணாச்சி...

கருங்காலி voice over:

வா இப்படியே ஏமாத்திக்கிட்டே அல...

கனியின் தலைமுடியைக் கொத்தாகப் பிடித்து கடுங்கோபத்துடன் கருங்காலி இழுத்துக்கொண்டு லிங்கு, மாரியை நோக்கி வருகிறான். வலி தாங்கமுடியாமல்,

கனி:
அய்யோ விடுங்க அண்ணாச்சி...

கருங்காலி:
இங்கதான் சுடிதார் கேட்டன்னு சொன்ன,

கனி:
ஆமா அண்ணாச்சி... ஆ வலிக்குது...

லிங்கு அவர்கள் வருவதை அமைதியாகப் பார்க்கிறான். மாரி பயந்துபோய் பார்க்கிறான்.

கருங்காலி:
வா... பேசாம வா...

கனி:
அண்ணாச்சி... முடிய விடுங்க அண்ணாச்சி... அய்யய்யோ...

கருங்காலி:
சும்மாருளா...

அவர்கள் அருகில் வந்ததும் லிங்கு, மாரி இருவரும் எழுந்து நிற்கின்றனர். கனியின் தலைமுடியை கொத்தாகப் பிடித்துக்கொண்டிருக்க, கனி வலியால் கத்துகிறாள், கோபமாக லிங்கு, மாரியைப் பார்த்து

கருங்காலி:
ஏலே, இவ இங்க வந்து நாப்பத்தி நாலு சைஸ்ல சுடிதார் கேட்டாளாலே...

லிங்கு, மாரியும் புரியாமல் விழிக்கின்றனர். கனி அவர்களைப் பார்த்துக் கண்ணடித்து மெதுவான குரலில்,

கனி:
ஆமான்னு சொல்லு, ஆமான்னு சொல்லு... ஆமான்னு சொல்லு...

இருவரும் புரியாமல் விழிக்க,

கருங்காலி:
என்னலே முழிக்கிய... சொல்லுலே...

மாரியும், லிங்குவும் மாறி, மாறி ஒருவரை ஒருவர்பார்க்கின்றனர். தலையாட்டிக் கேட்டுக்கொண்டு, இல்லையென இருவரும் மீண்டும் தலையாட்டிக்கொண்டு கருங்காலியைப் பார்த்து கைகளை விரித்து

இருவரும்:

இல்ல அண்ணாச்சி...

கனி:

இல்லயா, நீங்க இருங்க அண்ணாச்சி...

கனி:

கேட்டேன்லளா, நாப்பத்தி நாலு சைஸ்ல காட்டன் சுடிதார் கேட்டேனா... நீங்க கூட

வாயில் இருக்கு, சிந்தெட்டிக் இருக்கு, வெல்வெட் இருக்கு, (கண்ணடித்தபடி) காட்டன்ல இல்லன்னு சொன்னீங்க இல்லளா...

லிங்கு:

இல்ல அண்ணாச்சி... நாங்கலே இன்னக்கிதான் வேலைக்கு சந்தோம்...

மாரி:

(தலையாட்டி) ஆங்...

கனி கருங்காலி பின்னால் நின்று லிங்கு, மாரிக்கு சைகை காட்ட, கருங்காலி சட்டெனத் திரும்பி பார்க்க, சட்டென சுதாரித்து,

கனி:

ஆமாலே, இன்னக்கிதான் வேலக்கி சேந்திருக்கீங்க... (விரல் விட்டு எண்ணுவதுபோல்) என் பேரு என்ன, ஊரு என்னன்னெல்லாம் கேட்டீங்கலே...

மாரி புரியாமல் யோசிக்க, லிங்குவும் யோசிக்கிறான். மாரியைப் பார்த்து,

கனி:

ஏலே ஊத்த வாயி... உங்கிட்டகூட சொன்னேன்லளா...

மாரி:

(ஷாக்காகி) ஊத்த வாயா?

கனி:

(நெற்றிப்பொட்டில் கை வைத்து காட்டி) நல்லா ஞாபகப் படுத்துங்கலே...

லிங்கு, மாரி யோசிக்கின்றனர். கருங்காலி கனியைத் திரும்பி முறைக்க, கனி திடுக்கிட்டுக் கருங்காலியைப் பார்க்கிறாள்.

கருங்காலி:

(கனியைப் பார்த்து) ஏளா, என்னலே மெரட்டுற...

(லிங்குவிடம் திரும்பி) சொல்லுங்கலே, வந்தாளா இவ?

லிங்கு:
இல்ல அண்ணாச்சி இந்தப் புள்ள வரல...
கருங்காலி:
திருட்டு மூதி, பொய்யா சொல்ற?

கருங்காலி கையை ஓங்கி அடிக்க, கனி குனிந்து கொள்ள, அடி மேல படாமலே

கனி:
அம்மா, அம்மா... ஆங்...
கருங்காலி:
அடிக்கவே இல்ல நடிக்கவா செய்யுற...

கனியின் இடது கையை கருங்காலி பிடித்துக்கொண்டு அடிக்கிறான். கனி கத்துகிறாள். லிங்குவும், மாரியும் ஒருவரை ஒருவர் பார்த்துக்கொள்கின்றனர். கனியின் கையை முறுக்கி பின்னால் கட்டி,

கருங்காலி:
சத்தம் போடுத... குடோன்ல போய் துணி எடுத்துட்டு வான்னா, படிக்கட்டுலயே உக்காந்துட்டு வந்து இல்ல, இல்லன்னா சொல்ற எப்ப பாத்தாலும்...

கனிக்கு ஓங்கி ஒரு அடி விடுகிறார். கனி வலியால் தலையைப் பிடித்தபடி லிங்கு, மாரியைப் பார்க்கிறாள்.

கருங்காலி:
ஏலே, போயி நாப்பத்து நாலு சைஸ் காட்டன் சுடிதார் எடுத்துட்டு வாலே... ரோஸ் கலர்ல...

லிங்கு:
சரிண்ணாச்சி...

மாரி பின்மண்டையைத் தடவியபடியே போக, லிங்குவும் பின்னால் செல்கிறான். கனியிடம் கோபமாக

கருங்காலி:
இரு, இரு... உன்னய அண்ணாச்சிட்ட சொல்லுதேன்... அந்தாளு வைக்கிற வைப்புலதான் நீயெல்லாம் சரியா வருவ...

என்று பலம்கொண்ட மட்டும் கனியைப் பின் மண்டையில் அடிக்கிறான். லிங்குவும், மாரியும் ரேக்கில் துணிகளை அடுக்கிக்கொண்டிருக்கும் ஒருவனிடம் செல்கின்றனர். லிங்கு அமைதியாக நிற்க, மாரி அவனிடம்

மாரி:

நாப்பத்தி நாலு சைஸ்ல ரோஸ் கலர் சுடிதார்ணே, எடுத்துத் தாங்கண்ணே...

ஒருவன்:

ரோஸ் கலர் சுடிதாரா...

மாரி:

ஆமாண்ணே... ஆமாண்ணே...

அவன் சுடிதாரைத் தேடி எடுக்கிறான். கனி அமைதியாக தலை குனிந்து நிற்கிறாள். கனியிடம் கோபமாக

கருங்காலி:

எல்லாப் பய புள்ளயலும் இப்படித்தான் இருக்காளுக...

லிங்கு சுடிதாரைக் கொண்டுவந்து கருங்காலியிடம் கொடுத்து

லிங்கு:

அண்ணாச்சி இந்தாங்க...

கருங்காலி:

கொண்டா...

கனியின் கையில் சுடிதாரை வைத்து அலட்சியமாக,

கருங்காலி:

போ... போய் கஸ்டமர்கிட்ட கொண்டு குடு...

கனி கோபமாக முறைத்தபடியே திரும்புகிறாள். லிங்கு மாரியைப்பார்க்க, மாரி பயத்தில் எச்சில் விழுங்குகிறான். இதை கவனித்த கருங்காலி கனியின் முதுகில் அடித்து,

கருங்காலி:

அங்க என்னாலே பார்வ... ஓடு... ஓடு...

கனி ஓடுகிறாள். பின்னாலயே கருங்காலியும் செல்கிறார். லிங்குவும் மாரியும் அவர்கள் போவதையே பார்த்துக்கொண்டிருக்க, 44 சைஸ் சுடிதார் எடுத்துக்கொடுத்தவன் அங்கு வருகிறான். அவன் கையைப்பிடித்து,

மாரி:

அண்ணே யாருண்ணே இது?

ஒருவன்:

மூணாப்புளோர் சூப்ரவைஸர்லே... அண்ணாச்சி சொந்தக்காரன் வேற... சேட்ட பண்ணன்னு வச்சிக்கவேன்... அடிச்சே கொன்னுடுவான்லே... ஒடங்குடி காரம்லே...

லிங்குவும் மாரியும் பயந்தபடி ஒருவரையொருவர் பார்த்துக் கொள்கின்றனர்.

- cut to -

காட்சி: 22

குடோன்: DAY / INT

கொடவுனில் பகல் நேர புழுக்கமிருக்கிறது. வழக்கமான பண்டல் குவியல்களும், ஹேங்கர் சுரிதார்களுமாய் நிறைந்திருக்கிறது. மாரியும் லிங்குவும் பண்டலிலிருந்து துணியை எடுத்துக் கொண்டே, ஹேங்கரினால் வாள்சண்டை போடுவது போல விளையாடிக் கொண்டிருந்தனர். கையில் சில அடையாள அட்டைகளைக் வைத்தபடியே,

சூப்ரவைஸர்:

ஜோதிலிங்கம், எவன்லே?

என்று கேட்கிறார். லிங்குவும் மாரியும் சூப்ரவைஸர் அருகே வருகிறார்கள். லிங்கு கையில் ID கார்டு ஒன்றைக் கொடுக்கிறார் சூப்ரவைஸர்.

சூப்ரவைஸர்:

மாரிமுத்து...

மாரிமுத்து வந்து நின்று கார்டு பெறுகிறான்.

சூப்ரவைஸர்:

சோனச்சாமி...

சோனச்சாமி கார்டைப் பெறுகிறான்.

சூப்ரவைஸர்:

ஆறுமுகம்...

ஆறுமுகத்தின் கை கார்டைப் பெறுகிறது. அனைவரும் ID card யையும் அதிலுள்ள போட்டோவையும் பார்த்துப் புன்னகைத்துக் கொண்டிருக்கும்போது,

சூப்ரவைஸர்:

இதுதான் உங்க ID card... பத்திரமா வச்சிகிடுங்க...எல்லாத்துக்கும் இங்க இதான்... சரி, போய்... சாப்பிட்டு வந்திருங்கலே...

சோனைமுத்து:

எங்கண்ணே சாப்பிடறது?

சூப்ரவைஸர்:

இங்கிருந்து மூணாவது தெரு, ராமனாதன் தெருன்னு இருக்கும்... அங்க ஆஸ்பெட்டா ஷீட் போட்டதுதான் மெஸ்ஸ"...

ஆறுமுகம்:

எப்படிண்ணே போறது?

மாரி கார்டை கழுத்தில் போட்டு அழகு பார்த்து விளையாடுகிறான். லிங்கு அவனை சும்மாயிருக்கும்படி சைகை காட்டிவிட்டு சூப்ரவைஸர் பேசுவதைக் கேட்கிறான்.

சூப்ரவைஸர்:

இங்கிருந்து நேராப் போ... *(கையைக் காட்டி)* நம்ம கடை பசங்க யூனிபார்மோட, வந்து போயிட்டு இருப்பாங்க... அவுங்கள புடிச்சி அப்படியே போயிருங்லே...

அனைவரும் இதைக் கேட்டு தலையாட்டியவாறே, திரும்பி நடக்க ஆரம்பிக்கின்றனர்.

சூப்ரவைஸர்:

ஏலேய், கார்டு போட்டு போங்கலே...

அனைவரும் சூப்பர்வைஸரை நோக்கித் திரும்புகின்றனர். சூப்ரவைஸர் அருகில் நின்றிருந்த லிங்குவை அழைத்து அவன் கையிலுள்ள கார்டைப் பிடுங்குகிறான். லிங்குவின் கை கட்டை விரலை எடுத்து அங்குள்ள timer machine – ல் வைக்கிறார். பின் அவன் கையைப் பிடித்து கார்டை அந்த மெஷினில் சொருகி தேய்க்கிறார். லிங்கு இந்தப் புதிய விஷயங்களை ஒரு குழந்தையின் ஆர்வத்தோடு, புன்னகையுடன் பார்க்கிறான். மற்ற பையன்கள் அதை உன்னிப்பாகக் கவனிக்கின்றனர்.

சூப்ரவைஸர்:

இங்க வா, ஆங்... கைய வைய்யி... கார்ட இழு, இந்தா பாரு உம்பேரு பதிவாயிருச்சி... நீ வெளியே போற நேரம் 1:30, சாப்பிட்டு 2 மணிக்குள்ள உள்ள வந்துரணும்...வரும்போது மறக்காம கார்ட போடணும்லே... இல்லேன்னா சம்பளம் கெடயாது... 2:01க்கு வந்தாக்கூட ஒரு ரூபாய் போயிரும்... ஒவ்வொரு நிமிஷம் லேட்டாறதுக்கும், ஒவ்வொரு ரூபாய் புடிச்சிக்கிடுவோம்... ம்... ஆகட்டும் போங்கலே... ஓடுங்கலே...

பையன்கள் அவர் சொல்லச் சொல்ல தங்களுக்குள் பார்த்துக் கொள்கின்றனர். சூப்பர்வைஸரையும் மாறி மாறிப் பார்க்கின்றனர். அவர் சொன்னதும் அங்கிருந்து ஓட ஆரம்பிக்கின்றனர்.

- cut to -

காட்சி: 23

ரெங்கநாதன் தெரு: DAY / EXT

ரெங்கநாதன் தெருவில் மக்கள் கூட்டம் நிரம்பி வழிகிறது. ஒரு தாடிக்காரன் ஒவ்வொரு கடையாகப் பார்த்தபடி வருகிறான். சிறிய ஜவுளிக்கடையின் முன் நின்று குல்லா அணிந்த ஒரு முஸ்லீமிடம்

தாடிக்காரன்:

வேல இருக்குமாண்ணே...

முஸ்லீம்:

(விரட்டியபடியே) அதெல்லாம் இல்லப்பா... போப்பா... போ...

லிங்குவும், மாரியும் கூட்டத்திற்கு நடுவே, வேடிக்கை பார்த்தபடி மெஸ்ஸுக்கு சாப்பிட வருகின்றனர்.

- cut to -

காட்சி எண்: 24

செந்தில்முருகன் ஸ்டோர்ஸ் மெஸ்: DAY / EXT & INT

லிங்குவும், மாரியும் மெஸ் வாசலுக்கு வருகின்றனர். மெஸ்ஸுக்குள் நிறைய சேல்ஸ்மேன்கள் போய்க்கொண்டிருக்கின்றனர். லிங்கு மெஸ் போர்டை அண்ணாந்து பார்க்கிறான். "செந்தில்முருகன் ஸ்டோர்ஸ் மெஸ்" போர்டு காட்டப்படுகிறது. உள்ளே சந்தைக்கடை போல காட்சியளிக்க, இரண்டு பெரிய அன்னக்கூடையில் சாதமும், இரண்டு அன்னக்கூடையில் சாம்பாரும் ஆண்கள், பெண்களுக்கென தனித்தனியாக வைக்கப்பட்டிருக்கிறது. சேல்ஸ் மேன்கள் முண்டியடித்து தட்டில் சாதத்தை அள்ளிப் போட்டு சாம்பார் ஊற்றிக்கொண்டு பெஞ்சில் போய் உட்காருகிறார்கள். அதேபோல் பெண்களும் சாப்பாடு போட்டு சாம்பார் ஊற்றிக்கொண்டு போய் பெஞ்சில் உட்கார்ந்து சாப்பிடுகின்றனர். ஒருவன் சாதத்துடன் சாம்பார் அண்டாவில் அப்படியே விட அவன் தலையில் ஒருவன் தட்டி

ஒருவன்:

விட்டு எடுக்காத மூதி...

எல்லோரும் முண்டியடித்துக்கொண்டு சாப்பாடு எடுத்து, சாம்பார் போட்டுக்கொண்டு சாப்பிட்டுக்கொண்டிருக்கின்றனர். அங்கு வந்து நின்று அதை லிங்குவும், மாரியும் பார்க்கின்றனர். லிங்குவிடம் அருவருப்பாக

மாரி:

லே என்னலே இது... அன்னதானத்துக்கு முண்டியடிக்க மாதிரி அடிக்கானுவோ...

ஒவ்வொருவரும் சாப்பிடுவது காட்டப்படுகிறது. சாப்பாட்டுப் பெஞ்சில் ஏற்கனவே சாப்பிட்டவர்கள், சாப்பிடுகிறவர்கள் சாப்பாட்டிலிருந்து வேண்டாமென எடுத்துப்போட்ட காய்கறிகள் பெஞ்சில் அப்படியே கிடக்கிறது. அதைக் கண்டு கொள்ளாமல் சேல்ஸ்மேன்கள் சாப்பிட்டுக் கொண்டிருக்கின்றனர். ஒரு பெண், சாப்பாட்டை தட்டோடு பெஞ்சில் கவிழ்க்கிறாள். அதைப் பார்த்துக்கொண்டிருந்த லிங்குவுக்கு குமட்டுகிறது. தரை சாக்கடைபோலக் காட்சியளிக்க, ஒரு பெண் அதன்மீது நடந்து போகிறாள். அதைப் பார்த்த லிங்குவுக்கு மீண்டும் குமட்டுகிறது. வாயில் கை வைத்து பொத்திக்கொள்கிறான். அவன் தோளில் கைவைத்து ஆறுதலாக

மாரி:

மாப்ள என்னலே?

லிங்கு வாந்தியை அடக்கிக்கொண்டு வாயிலிருந்து கையெடுக்கிறான்.

மாரி:

இதெல்லாம் பாத்தா சாப்பிட முடியாதுலே... அப்பறம் பட்டினிதாம்லே கெடக்கனும்... வாலே சோதில ஐக்கியமாவோம்... *(லிங்கு தயங்க)* வா... வா...

மாரி லிங்குவின் இடுப்பில் கைகோர்த்து உள்ளே அழைத்துக்கொண்டு போகிறான்.

மாரி:

ஏலே நவுரு... ஏலே நவுரு... வா மாப்ள...

பெண்கள் வரிசையில் தட்டை ஒரு அண்டாவில் உள்ள தண்ணியில் அலம்ப ஒரு கும்பல் அடித்துக்கொண்டிருக்கிறது. அங்கு வேட்டி, துண்டுடன் நின்றுகொண்டு இருவர் பேசிக்கொண்டிருக்க, அவர்களிடம் சென்று

மாரி:

எண்ணே... எண்ணே...

ஒருவன்:

(எரிச்சலாக) என்னலே...

மாரி:

இங்க தட்டு எங்கண்ணே இருக்கு?

ஒருவன்:

சாப்பிடுறவன் சாப்ட்டு முடிச்சாதான்லே தட்டு தருவான்...
(கையைக்காட்டி) அங்க சாப்பிடுறவனப் போய்க் கேளுலே...

மற்றொருவன்:

போங்கலே அங்க...

சாப்பிட்டுக் கொண்டிருந்தவர்களிடம் ஒரு கும்பல் தட்டு கேட்டுக் கொண்டிருக்கின்றனர். அவர்களுக்கிடையில் மாரி முண்டியடித்து உள்ளே போக முயல,

ஒருவன்:

ஏலே மூஞ்ச பேத்துருவேன்...

மாரி பயந்துபோய் பின்வாங்குகிறான். லிங்கு தட்டுக்காக அடித்துக்கொண்டிருந்த ஒரு கும்பலில் புகுந்து சாப்பிட்டுக்கொண்டிருந்த சௌந்தரபாண்டியிடம்

லிங்கு:

அண்ணே... அண்ணே... அண்ணே தட்டு தாங்கண்ணே...

சௌந்தரபாண்டி:

என்னலே ஆளு புதுசா தெரியுது...

லிங்கு:

ஆமாண்ணே இன்னக்கிதாண்ணே வேலக்கி சேந்தோம்...

சௌந்தரபாண்டி:

எந்த ஊருலே?

லிங்கு:

இட்டமொழிண்ணே...

சௌந்தரபாண்டி:

(சந்தோஷமாக) இட்டமொழியா... எசக்காளதாம்லே நானு...

லிங்கு:

அப்படியாண்ணே...

சௌந்தரபாண்டி:

நில்லு தாறேன்...

நசுங்கிப்போன தட்டை உயர்த்திப் பிடித்துக்கொண்டு லிங்குவிடம் ஓடிவந்தபடியே

மாரி:

மாப்ள தட்டு கெடச்சிட்டுலே...

தன் தட்டை உயர்த்திக்காட்டி

லிங்கு:

எனக்கும் கெடச்சிட்டே...

மாரியின் தட்டை ஒருவன் பிடித்து இழுக்கிறான். அவனை தட்டால் தலையில் அடிக்கிறான்.

அடிவாங்குபவன்:

எம்மா, எம்மா...

என கத்துகிறான். லிங்கு வந்து மாரியை இழுக்கிறான்.

மாரி:

தட்டப் புடுங்குறான் மாப்ள...

லிங்கு:

பேசாம வாலே...

அங்கிருந்து மாரியை இழுத்துக்கொண்டு வருகிறான். தட்டு அலம்பும் இடத்தில் ஒரு அண்டாவில் நிறையப் பேர் அலம்பிக்கொண்டு இருக்க, ஆவேசம் வந்தவர்களாக

லிங்கு, மாரி:

ஏ.....

என்று கத்தியபடியே தட்டை அண்டாவினுள் விட்டு அலம்புகின்றனர். சாதம் எடுக்கும் இடத்துக்கு வருகின்றனர். அங்கு அன்னக்கூடையில் கூட்டமாக சாப்பாட்டை அள்ளிக்கொண்டிருக்கின்றனர். லிங்குவிடம் கண்ணடித்து

மாரி:

மாப்ள... ம்...

இருவரும் சரி என்பதுபோல் தலையசைத்துக் கொள்கின்றனர்.

லிங்கு:

வெற்றிவேல்...

மாரி:

வீரவேல்...

இருவரும்:

மாரியாத்தா...

கும்பலில் வெறித்தனமாக உள்ளே புகுந்து சாப்பாடு எடுத்து வைக்கின்றனர். சாம்பார் ஊற்றிக்கொண்டே அருகில் சாம்பார் உள்ளவனிடம்

மாரி:

ஏண்ணே இது ரசமா...

அவன்:
(நக்கலாக மாரியைப் பார்த்து) ஆங்...
மாரி:
ஓ சாம்பாரா...
அவன்:
புளி கொழம்பலே...
மாரி:
தேங்க்ஸ்ண்ணே...

லிங்குவைப் பார்த்து
மாரி:
மாப்ள வாலே...

மாரி அங்கிருந்து சாப்பிட்டபடியே கிளம்புகிறான். லிங்குவும் பின்னால் போகிறான். இருவரும் கூட்டத்தின் நடுவே அமர்ந்து சாப்பிட்டு முடிக்கின்றனர். சாப்பிட்டு முடித்து வெளியே வரும்போது லிங்குவிடம்

மாரி:
ஒருவழியா சாப்பிட்டாச்சுலே...
என சந்தோஷமாக சொல்லிக்கொண்டே வெளியே வருகின்றனர்.
கனி voice over:
ஏலேய்...
லிங்கு:
ம்...
லிங்கு நின்று திரும்பிப் பார்க்கிறான். மாரி அவனிடம்
மாரி:
ஏலே நம்மள இல்லலே...
என்று வெளியே போகின்றனர். மீண்டும்
கனி voice over:
ஏலேய்...

இருவரும் குரல் கேட்டுத் திரும்பிப் பார்க்கின்றனர். கனி சோஃபியாவின் தோளில் கை போட்டு நிற்க, அருகில் செல்வராணி. மூவரும் அவர்களை முறைத்தவாறு நிற்கின்றனர். மாரியும் லிங்குவும் ஒருவரை ஒருவர் பார்த்துக்கொள்கின்றனர். கனி விரலைக்காட்டி கூப்பிட்டு,

கனி:

லேய்... இங்க வாங்கலே...

மாரி லிங்குவைக் குழப்பமாகப் பார்க்கிறான். கோபமாக

கனி:

வான்னு சொல்றேன்ல...

பயந்தபடி மெதுவாக இருவரும் வருகின்றனர். சோஃபியாவின் தோளில் கை போட்டபடி இருவரையும் முறைத்தவாறே

கனி:

சோஃபி இவனுங்கதான் புள்ள...

மாரி:

ம்...

மாரி பயந்து போய் திருட்டு முழியுடன் லிங்குவைப் பார்க்கிறான்.

கனி:

என்னலே ஆந்த மாதிரி முழிக்கீய...

மாரி:

ம்ஹுºம்...

பயந்தபடி தலையாட்டுகிறான். லிங்கு அமைதியாக கனியைப் பார்த்தபடி நிற்கிறான். மீண்டும் சோஃபியாவின் தோளில் கை போட்டு சோஃபியாவிடம்

கனி:

சோஃபி, ஆமா, ஆமான்னு சொல்லுங்கலேன்னு கண்ண, அடிச்சி, அடிச்சி காட்டுதேன்... *(கையை இருவரிடமும் ஓங்கியபடி)* பாக்காம அவங்களுக்குள்ள குசு, குசுன்னு பேசுறானுவோலே தவிர, என் கண்ண பாக்கவே மாட்டேங்கானுவோ... *(அலட்சியமாக)* எந்த ஊருலே...

மாரி:

(பெருமையாக) இட்டமொழி...

மாரியின் கண்களில் குத்துவதுபோல் முன்னால் வர, மாரி பயந்து பின்வாங்குகிறான்.

கனி:

(மிரட்டுவதுபோல்) மவனே நொட்டமுழி ஆயிடும் பாத்துக்க...

மாரி பயந்துபோய்ப் பார்க்க

கனி:

கோட்டிக்காரின்னு நெனச்சியாலே... மாட்டியா விடுறீயே... *(சொடக்கு போட்டு)* பாலி அறுவாள எடுத்து சீவிப்புடுவேன் சீவி...

லிங்கு கனியை பார்த்துக்கொண்டு இருக்க, மாரி முழியை பயத்தில் பிதுக்குகிறான்.

கனி:
எனக்கு எந்த ஊரு தெரியுமாலே?

மாரி:
தெரியாதுக்கா, எந்த ஊரு?

கனி:
திருச்செந்தூர்...

மாரி:
திருச்செந்தூரா... *(சிரித்துவிட்டு லிங்குவிடம் நக்கலாகக் கைகாட்டி)* மாப்ள...

மாரி சிரிப்பதைப் பார்த்த கனி சற்றுக் கோபமாக

கனி:
லேய் நக்கலா...*(விரலால் மிரட்டுவதுபோல்)* திருச்செந்தூர்க்காரிக்கிட்ட வச்சிக்கிடாதீகலே... புதுசுன்னு சொல்லிட்டுதான் விடுறேன்...

லிங்கு அமைதியாகப் பார்க்க, மாரி பயத்தில் எச்சில் விழுங்குகிறான்.

கனி:
லேய்... அப்பறம் நான் இல்ல... *(கையால் சுற்றி காட்டி)* எங்க ஃப்ளோர்ல எவ வந்து கேட்டாலும்,

மாரி:
ஆங்...

கனி:
வந்தாங்க... கேட்டாங்கன்னு சொல்லணும்... சொல்லுவீயளாலே...

மாரி:
ஆங்...

லிங்கு அமைதியாக நிற்க, லிங்குவையும் மாரி சம்மதிக்கச் சொல்கிறான். லிங்கு சம்மதித்து தலையாட்டுகிறான்.

கனி:
இது வேறமாதிரி எடம்லே, பாத்து நடந்துக்குங்க...வரட்டா...

மாரி மூஞ்சில் கனி குத்துவதுபோல் கைகாட்ட, மாரி பயந்துபோய் பார்க்கிறான். சோஃபியா, செல்வராணி தோளில் கை போட்டு

கனி:
வாங்களா போவோம்...

மூவரும் அங்கிருந்து போய்விடுகின்றனர். பயந்துபோய் லிங்குவிடம்

மாரி:
மாப்ள... தூள் சொர்ணாக்கா மாதிரில்ல இருக்கா... பயங்கரமா பயங்காட்டுறாலே...

லிங்கு:
லேய் அவளுவோ கெடக்காளுகடா... சில்லட்டைய...

மாரி:
(சந்தோஷமாக) சில்லட்டைகளா...

மாரியின் இடுப்பில் கை போட்டு

லிங்கு:
வாலே போவோம்...

மாரி:
வாலே... வாலே...

இருவரும் அங்கிருந்து கிளம்புகின்றனர்.

- cut to -

காட்சி: 25
செந்தில்முருகன் ஸ்டோர்ஸ் குடோன்: Day & Night / Ext & Int

பெல் அடிக்கப்படுகிறது. எதிரில் வருபவனை தள்ளிவிட்டபடியே வேகமாகப் படியேறும்

மாரி:
ஏலே நவுரு, நவுருலே...

ஒருவன்:
பாத்து போயேம்லே...

மாரி:
ஏ மக்கா ஓடியா...

மாரி ஓடிவந்து கழுத்தில் இருந்த கார்டை பஞ்சிங் மெஷினில் காட்ட, பின்னால் ஓடிவந்த லிங்குவும் கார்டை எடுத்துக் காட்டுகிறான். பின்னால் வந்தவர்கள் ஒவ்வொருவராக கார்டை மெஷினில் காட்டுகின்றனர். லிங்குவிடம்

G.வசந்தபாலன்

மாரி:

ச்சா... அஞ்சு நிமிஷம் லேட்டாயிட்டுலே... வேலக்கி சேந்தன்னக்கே (கார்டை எடுத்துப் பாக்கெட்டில் போட்டபடி) அஞ்சு ரூவா போச்சு...

மற்ற சேல்ஸ்மேன்களுடன் சேர்ந்து மாரியும் லிங்குவும் குடோனிலிருக்கும் பார்சல்களை எடுத்து வேறு இடத்தில் அடுக்குவதும், லாரியலிருந்து பார்சல்கள் இறக்குவதும் காட்டப்படுகிறது. கையில் ஒரு நோட்டை வைத்துக்கொண்டு

சூப்ரவைஸர்:

ஏலே, அந்த மேல இருக்க பார்சல மொத எறக்கிவிடு...

ஒருவன் ஓரமாக நின்றுகொண்டிருக்க அவன் முதுகில் நோட்டால் அடித்து

சூப்ரவைஸர்:

போலே, முன்னால போலே... சோத்து முட்டிப் பயளுவோ...

மாரியும் லிங்குவும் ஒரு கனமான பார்சலை லாரியின் உள்ளிருந்து தூக்க முடியாமல் திணறியபடி இறக்குகின்றனர். அதை கீழிருந்து ஆட்கள் வாங்கிக்கொள்கின்றனர். வெளியே லாரியிலிருந்து லோடு இறக்குகின்றனர். ஒரு செக்யூரிட்டி கணக்கெடுக்கிறார்.

- cut to -

காட்சி: 26

ரெங்கநாதன் தெரு: NIGHT / EXT

செந்தில்முருகன் ஸ்டோர்ஸ் உள்ளே எரிந்த கடைசி லைட்டும் அணைக்கப்படுகிறது. ரெங்கநாதன் தெரு இருளில் வேறுவிதமாய் தோற்றம் அளிக்கிறது. சோடியம் லைட்டின் மஞ்சள் நிறமும், நியான் போர்டுகளின் வண்ணமயமான விளக்குகளும், என தெருவே இருளும் ஒளியும் கலந்து இருக்கிறது. செந்தில்முருகன் ஸ்டோர்ஸின் முன் விளக்குகள் எரிந்து கொண்டிருந்தது. பார்சல் லாரிகள் வந்து கொண்டே இருக்கின்றன. இரவு நேர இட்லிக் கடைகளின் வியாபாரம் முடியும் தறுவாயில் இருக்கிறது. கொட்டப்படும் இலைக்காக தெருநாய்கள் குரைத்துக் கொண்டிருக்கிறது. மாம்பலம் ரயில் நிலையத்தின் கடைசி ரயிலின் என்ஜின் ஓசை செந்தில்முருகன் ஸ்டோர்ஸ் வரை கேட்கிறது. கடைப் பையன்கள் மிகத் தளர்ந்தபடி நடந்து வருகின்றனர். அவர்களில் மாரியும், லிங்குவும் தாங்கள் காலையில் கொண்டு வந்த பெட்டி, பேக்குகளையும், அன்றைய

நாளின் அயர்ச்சியையும் சுமந்தவாறே நடந்து வருகிறார்கள். அவர்கள் எதிர்திசையில் மற்ற கடைகளில் வேலைப் பார்க்கும் பையன்கள் வேறுவிதமான யூனிபார்மில் அதே களைப்போடு வந்து கொண்டிருக்கிறார்கள். கடைகள் மூடப்பட்டிருக்கிறது. மாரி களைப்பில் கால்கள் பின்ன கடைவாசலில் உட்கார்ந்துவிட, முன் நடந்த லிங்குவை நோக்கி,

மாரி:

என்னாலே முடியலேல்லே... நான் இங்கியே படுத்துகிடுதேன்...

பேக்கை தோளில் இருந்து இறக்கியவாறே,

லிங்கு:

இந்தா வந்திரிச்சு வாலே...

கடையின் வாசலில் இருந்த ஒளிப் பரவலில் இருவர் மட்டுமே நின்று பேசிக்கொண்டிருக்கிறார்கள். அந்த நேரத்தில், இவர்களருகே தாடி வைத்த, ஒல்லியான, கண்கள் இடுங்கிய நபர் ஒருவர் தள்ளடியபடியே வருகிறார். இவர்கள் கிளம்பத் தயாராக, நடுவில் வந்து வழிமறிக்கிறார். அவர் நல்ல போதையில் இருப்பது வாடையில் புரிகிறது.

போதை நபர்:

ஸ்டாப்... ஸ்டாப்பு...

இருவரும் குரலைக் கேட்டு நிற்கின்றனர். போதை நபர் இவர்கள் இருவரது முகத்தையும் மிக அருகில் சென்று பார்க்கிறார்.

போதை நபர்:

(ஏப்பம் விட்டபடி) தம்பிகளுக்கு எந்த ஊரு?

லிங்கு:

இட்டமொழி அண்ணாச்சி...

போதை நபர்:

ஊர்ல நிலம் நீச்சி ஒண்ணும் இல்லையா?

லிங்கு:

இல்லண்ணாச்சி... வானம் பாத்த பூமியில்ல?

போதை நபர்:

ம்ம்... தம்பி, இந்த காலப் பாத்தியளா?

கால்களை அந்த லைட் வெளிச்சத்திற்கு அருகில் அவர் காட்டுகிறார். கால்கள் முழுக்க நரம்புகள் புடைத்தபடி, ஒன்றோடு ஒன்று பிணைந்து, கொடூரமாய் இருந்தது.

G.வசந்தபாலன்

போதை நபர்:

ரொம்ப நேரம் நின்னுட்டே இருந்தா வர்ற நோய்னு டாக்டர் சொன்னார்... எட்டு வருசம் உங்க கடையிலதான் வேல பாத்தேன்...

காலம்பற எட்டு மணி முதல், ராத்திரி 12 மணி வரை நின்னுட்டே இருந்தேன்... ரத்தக்குழாய்ல கெட்ட ரத்தம் தேங்கி,

இந்த கதியாச்சு...

இருவரும் அந்த காலைப் பார்த்து அதிர்ந்து போகின்றனர். மாரி கண்களை மூடிக்கொள்கிறான். இருவரும் அவரிடம் என்ன பேசுவதென தெரியாமல் அவரையே பார்க்கின்றனர்.

போதை நபர்:

நல்ல எளம் பருவத்துல கூட்டிட்டு வருவானுவ தம்பி, ராப்பகலா வேல வாங்குவாங்க, உடம்பில இருக்கிற சத்திய உறிஞ்சிட்டு சக்கையா துப்பிடுவாங்க... நான் இன்னைக்கு

நடுத்தெருவுல நிக்கேன்...

லிங்கு அவர் பேசுவதைக் கேட்டுக்கொண்டே, குனிந்து அவர் காலைப் பார்க்க முயற்சிக்கிறான். ஆனால் இப்போது அது இருளில் இருப்பதால் தெரியவில்லை. இருவரும் ஒருவரையொருவர் பார்க்கின்றனர்.

போதை நபர்:

சில்லற இருக்குமா? டென் ருபீஸ்?

லிங்கு:

பைசாவே இல்ல அண்ணாச்சி...

மாரிமுத்து லிங்குவையும் அவரையும் பார்த்துவிட்டு தன் பாக்கெட்டிலிருந்து பத்து ரூபாய் எடுத்துக் கொடுக்கிறான். வாங்கிக்கொண்டு கையை உயர்த்தி,

போதை நபர்:

தேங்க்ஸ்... தேங்க்ஸ்...

இருவரும் திரும்பி அவரையே பார்த்துக் கொண்டிருக்கின்றனர். தள்ளாடித் தள்ளாடி வெளிச்சத்தின் விளிம்பைத் தொட்டபின் திரும்பி,

போதை நபர்:

தம்பியளா, பாத்து புத்தியா நடந்துக்கிடுங்க...போங்க... போங்க...

என்கிறார். இருவரும் பயத்துடன் நடக்கின்றனர். பாலிதின் பைகளும், வாட்டர் பாக்கெட்டுகளும், பாட்டில்களும், காகிதக் குப்பைகளுமாய் சேர்ந்து இரவிலும் ரெங்கநாதன் தெருவை

நிறைத்திருக்கிறது. கீழே கிடந்த கோக் பாட்டிலை காலால் தட்டியபடியே

மாரி:

மக்கா, பயமா இருக்குலே... நமக்கு இது வேண்டாம்லே...

லிங்கு நின்று

லிங்கு:

ஊருக்குப் போலாம்கிறீயா?

மாரி அமைதியாய் நிற்கிறான். லிங்கு அவன் கண்ணை உற்றுப் பார்த்துவிட்டு, பின் மனம் கலங்கியவாறே, நேரே நடக்கிறான். மாரி ஒரு நிமிடம் தயங்கி, பின் லிங்கு நடப்பதைப் பார்த்து கால்களில் கால்களை சாய்த்து நடக்க ஆரம்பிக்கிறான். அதே தெருவில் இருந்த கடையின் விளக்கு ஒன்று அணைகிறது. நாய்கள் இன்னமும் குரைத்துக்கொண்டே இருக்கின்றன.

- cut to -

காட்சி: 27

ஹாஸ்டல்: NIGHT / EXT & INT

லிங்குவும், மாரியும் ஹாஸ்டலுக்கு வர, இரண்டு சேல்ஸ்மேன்கள் ஹாஸ்டலில் இடம்பிடிக்க ஓடுகின்றனர். கையில் பெட்டி, பேக்குடன் வந்த மாரி, லிங்கு அந்த ஹாஸ்டலைப் பார்க்கின்றனர். ஹாஸ்டலின் சுவரில் நடிகைகள் போட்டோ ஒட்டப்பட்டிருக்கிறது. கேமரா பின்னோக்கி நகர, அந்த ஹாஸ்டல் குடோன் போல காட்சியளிக்கிறது. வேலைபார்க்கும் சேல்ஸ் மேன்கள் ஆட்டு மந்தைபோல் ஒருவர் மேல் ஒருவர் விழித்து இருக்கிறார். சிலர் பேன்ட்டை அவிழ்த்து லுங்கி மாற்றிக்கொள்கின்றனர். சிலர் வாளியில் துணியை எடுத்து வருகின்றனர்.

பாடல் காட்சி:

பாடல் காட்சியின் முடிவில் லிங்குவும், மாரியும் அவசரமாக ஓடிவருகின்றனர். சுற்றி நின்ற கூட்டத்தை விலக்கிவிட்டு கீழே பார்க்கின்றனர். முன்பு பேசிய போதை ஆசாமி இறந்துபோய் குப்புறக் கிடக்கிறான். அவன் முகத்தில் ஈக்கள் மொய்க்கின்றன. அதைப்பார்த்த லிங்குவும், மாரியும் தங்களுக்குள் ஏதோ பேசிக்கொள்கின்றனர்.

- cut to -

காட்சி: 28
செந்தில்முருகன் ஸ்டோர்ஸ்: Night / Ext & Int

வரிசையாய் நின்று, ஒவ்வொருவராக சம்பளம் வாங்கி, பணத்தை எண்ணிக்கொண்டே வெளியே வருகின்றனர். சம்பள ஸ்லிப் (cloce up-ல்) காட்டப்படுகிறது. மாரியும், லிங்குவும் சம்பளத்தை எண்ணிக்கொண்டு வெளியே வருகின்றனர். மாரி சம்பளத்தை சந்தோஷமாக எண்ணிக்கொண்டிருக்கிறான். சம்பளத்தை எண்ணி முடித்த லிங்கு சோகமாக யோசிக்கிறான்.

- cut to -

காட்சி: 28A
இட்டமொழி கிராமம் லிங்கு வீடு: Day / Ext

போஸ்ட்மேன் பணத்தை எண்ணி லிங்குவின் அம்மாவிடம் கொடுப்பது. லிங்குவின் அம்மா அதை வாங்கிக்கொள்வது.

- cut to -

காட்சி: 29
செந்தில்முருகன் ஸ்டோர்ஸ்: Day / Ext & Int

கடைக்கு ஆட்கள் (12 frame ல்) வேலைக்கு வருகிறார்கள். லிங்குவும், மாரியும் தங்களுக்குள் ஏதோ பேசிக்கொண்டே வருகின்றனர். போனும் கையுமாக டேபிளில் உட்கார்ந்திருக்கும் சூப்ரவைஸர் அவர்களைப் பார்த்து,

சூப்ரவைஸர்:
ஏலே... ஏலே...

மாரி:
அண்ணாச்சி...

என்று திரும்பிப் பார்க்கின்றனர்.

சூப்ரவைஸர்:
இங்க வாங்கலே...

மாரி செக்யூரிட்டியிடம் திரும்பிச் சென்று பவ்யமாகக் குனிந்து நிற்கிறான். பின்னால் லிங்கு நிற்கிறான்.

சூபரவைஸர்:
ஏலே மூனாவது மாடில ரெண்டு ஆள் கொறயுதாம்...
நீங்க ரெண்டு பேரும் அங்க போங்க...

மாரி:

அண்ணாச்சி மூணாவது ஃப்ளோர் ஏசியிலயா...!?
என்று சந்தோஷத்தில் வாயைப் பிளந்தபடி மாரி பார்க்க, லிங்குவும் ஆச்சர்யமாகப் பார்க்கிறான்.

சூப்ரவைஸர் voice over:
லே ஆமா, அதான் போங்கலே...

மாரி:
லே மாப்ள...

மாரி சந்தோஷத்தில் கை தட்டிக் குதித்து லிங்குவைப் பார்க்கிறான். லிங்கு மாரியின் தோளில் கை போட்டு சந்தோஷமாக

லிங்கு:
மாப்லே... வாலே... வாலே...

அங்கிருந்து சந்தோஷமாக கிளம்பிப் போகின்றனர்.

- cut to -

காட்சி: 30

இரண்டாவது மாடி, மாடிப்படி: DAY / INT

லிங்குவும் மாரியும் ஆர்வமுடன் படியேறி உள்ளே வருகின்றனர். ஒரு செக்ஷனைக் கை காட்டி

லிங்கு:
மாப்ள... ஜென்ஸ் செக்ஷன்லே...

உள்ளூர சந்தோஷத்துடன் சிரித்துக்கொண்டே லிங்குவின் காதில்

மாரி:
நமக்கு லேடீஸ் செக்ஷன்லே...

இருவரும் பேசிக்கொண்டே வரும்போது மாடிப்படி ஏறும் வழியில் பெரிய சைஸ் ஸ்நேகா போட்டோ ஒட்டப்பட்டிருப்பதைப் பார்த்து சந்தோஷத்துடன்

மாரி:
அய்யோ இங்க பாருலே, ஸ்நேகாக்கா...

லிங்கு சிரித்துக்கொண்டே வருகிறான். மூணாவது மாடிக்கு வருகின்றனர்.

- cut to -

காட்சி: 30A

மூன்றாவது மாடி: DAY / INT

லிங்குவும், மாரியும் மூணாவது மாடிக்கு வந்து பிரமிப்பாக பார்க்கின்றனர். சேல்ஸ்மேன்கள், பார்சலைப் பிரிப்பதும், துணிகளை எடுத்துக்கொண்டு போவதும், ரேக்குகளில் அடுக்குவதுமாக பரபரப்பாக வேலை பார்த்துக்கொண்டிருக்கின்றனர். அதன்மீது,

மாரி ***voice over:***

அய்யோ, மாரியாத்தா! நெசமாவே கண்ணத் தெறந்துட்டாலே.

சந்தோஷத்தில் லிங்குவின் தோளைப்பிடித்து அழுத்தி

மாரி:

மாப்ள சூப்பர்லே... சொர்க்கத்துக்கு வந்திருக்கோம்...

லிங்குவும் சந்தோஷப்பட்டுத் திரும்பிப் பார்க்க, அந்த ஃப்ளோரில் ஓரிடத்தில் கனி, சோஃபியா பார்சலைப் பிரித்துக்கொண்டிருக்கின்றனர். அவளைப்பார்த்த லிங்கு ஃப்ளோரைப்பார்த்து சந்தோஷப்பட்டுக் கொண்டிருக்கும் மாரியைத் தொட்டு

லிங்கு:

மக்கா, மாரியாத்தா கண்ண தெறக்கலலே... உந்தலைல மண்ணள்ளி போட்டா...

மாரி:

என்னலே சொல்லுதே?

லிங்கு:

(கனியைக் காட்டி) அங்க பாருலே...

கனி பார்சலைப் பிரித்துக்கொண்டிருக்கிறாள். அவளைப் பார்த்த மாரி பயந்து,

மாரி:

ஆஹா... தூள் சொர்ணாக்கா நிக்காலே...

கருங்காலி நோட்டில் எதையோ எழுதிக்கொண்டிக்கிறார். அவரைப்பார்த்த லிங்கு மாரியிடம் அவரைக்காட்டி

லிங்கு:

ஏலே இங்க பாருலே... கருங்காலி கண்ணாயிரம்...

மாரி:

அய்யய்யோ, வாலே ஓடிருவோம்...

இருவரும் ஃப்ளோரரை சுற்றும்முற்றும் பார்த்துவிட்டு நைஸாக அங்கிருந்து கிளம்பிப் போகின்றனர். பின்னாலிருந்து ஒருவன் அவர்களைப் பார்த்து,

பெருமாள்:

எலேய்...

குரல் கேட்டு மாரி பயந்துபோய்,

மாரி:

ம்...

மாரி சுதாரித்துக்கொண்டு லிங்குவிடம் சமாளிப்பதுபோல் இருவரும் திரும்பாமல் நிற்கின்றனர்.

மாரி:

ஸ்நேகாக்கா போட்டா சூப்பரா இருக்குல்ல,

லிங்கு:

யா... யா...

அவர்கள் பேசிக்கொண்டிப்பதைப் பார்த்து டென்ஷனான பெருமாள் பின்னாலிருந்து,

பெருமாள்:

ஏ... ஏய்...

மாரியும், லிங்குவும் திடுக்கிட்டுத் திரும்புகின்றனர்

பெருமாள்:

குடோன்லேருந்து வந்த பயலுவோதானே நீங்க...

இருவரும்:

ஆமாண்ணே...

பெருமாள்:

வாங்கலே சூப்ரவைஸர்கிட்ட போகலாம்...

பெருமாள் முன்னால் போக, மாரியும், லிங்குவும் பின்னால் போகின்றனர். மெதுவான குரலில் லிங்குவிடம்,

மாரி:

செத்தோம்லே...

மாரியும், லிங்குவும் போவதை, வேலைசெய்து கொண்டிருந்த கனி யோசனையுடன் பார்க்கிறாள். ஏதோ எழுதிக்கொண்டிருந்த கருங்காலியிடம் மாரி, லிங்குவைக் கொண்டு போய் பெருமாள்

நிறுத்துகிறான். மாரி பயந்து நெஞ்சில் கை வைத்து எச்சில் விழுங்குகிறான்.

பெருமாள்:

அண்ணாச்சி,

தான் எழுதிக்கொண்டிருந்ததை நிறுத்திவிட்டு கருங்காலி திரும்பிப் பார்க்கிறான்.

பெருமாள்:

குடோன்லேருந்து ஆள் கேட்டுருந்தோம்ல... ரெண்டு பேரு வந்திருக்கானுங்க...

கருங்காலி இருவரையும் நோட்டமிடுகிறார். இருவரும் கருங்காலிக்கு வணக்கம் சொல்கின்றனர்.

லிங்கு:

வணக்கம் அண்ணாச்சி...

மாரி:

(சிரித்துக்கொண்டே) வணக்கம் அண்ணாச்சி...

கருங்காலி:

(அவர்களை முறைத்தபடி) ஆங்...

மாரி லிங்குவைப் பார்க்கிறான். லிங்கு அமைதியாக தலைகுனிந்தபடி நிற்கிறான். மீண்டும் நன்றாகச் சிரித்து,

மாரி:

வணக்கம் அண்ணாச்சி...

லிங்கு:

(அடக்கமாக) வணக்கம் அண்ணாச்சி...

கருங்காலி:

என்னலே சிரிக்க?

சிரித்துக்கொண்டிருந்த மாரியின் முகம் சட்டென சீரியஸாக மாற, லிங்கு தலைகுனிந்து கொள்கிறான். டென்ஷனான கருங்காலி அதட்டலுடன்,

கருங்காலி:

ஏலே என்னலே சிரிக்க...

லிங்கு அமைதியாக நிற்க, மாரிக்கு தூக்கிவாரிப்போடுகிறது. பயந்துக்கொண்டே,

மாரி:
ஒன்னும் இல்ல அண்ணாச்சி... ஒன்னும் இல்ல அண்ணாச்சி...

கருங்காலி:
(எச்சரிப்பதுபோல் கை காட்டி) ஒழுங்கா வேல பாக்கல, காத்த கட்டி இருக்கிடுவேன்... போங்கலே...

இருவரும்:
சரிங்கண்ணாச்சி...

அவர்களை அழைத்து வந்தவனிடம்

கருங்காலி:
ஏலே கூட்டிபோ...

அவன் மாரியையும், லிங்குவையும் கூட்டிக்கொண்டு வந்து கனி, சோஃபியா, செல்வராணி வேலை செய்யும் இடத்தின் அருகில் நிறுத்தி, அவர்களிடம் பார்சலைக் காட்டி,

ஒருவன்:
இந்தப் பண்டலப் பிரிச்சி போடுங்கலே...

வேலை செய்துகொண்டிருந்த கனி அவர்களைப் பார்த்ததும், மெதுவான குரலில் மாரி, லிங்குவிடம்,

கனி:
லேய், என்ன இந்தப் பக்கம்?

மாரியும், லிங்குவும் ஒருவரை ஒருவர் பார்த்துக்கொள்கின்றனர்.

கனி:
(சற்று சத்தமாக) ஏலே கேக்கோம்ல... என்ன இந்தப் பக்கம்?

மாரி:
குடோன்ல வேல செஞ்சிக்கிட்டு இருந்தோம், *(பெருமையுடன்)* புரமோஷன் குடுத்து இங்க அனுப்பிட்டாவே...

கனி, சோஃபியா, செல்வராணி மூவரும் சட்டென வாயில் கை வைத்து சிரித்துவிடுகின்றனர். அதைப்பார்த்த மாரியின் முகம் சட்டென சீரியஸாக மாறி, லிங்குவைப் பார்க்கிறான். லிங்கு அவனை அடிக்கப்போவதுபோல்,

லிங்கு:
அடிங்...

கனி, சிரித்துக்கொண்டிருந்த சோஃபியாவை இடித்து,

கனி:

கேட்டியாலே... புரமோஷனாம்...

மாரி, லிங்கு அவமானத்துடன் அமைதியாகக் குனிந்தபடி வேலை பார்த்துக்கொண்டிருக்கின்றனர். கையில் ஒரு துணியுடன் அவர்களின் எதிரில் வந்து

கனி:

ஏலேய்...

குனிந்து வேலை செய்துகொண்டிருந்தவர்கள் மேலே பார்க்கின்றனர்.

கனி:

கருங்காலியப்பத்தி மொதல்லயே சொல்லிபுடுதேன் கேட்டுக்க... பெறவு உன் இஷ்டம்...

(சற்று லிங்குவின் அருகில் நெருங்கி வந்து) அண்ணாச்சி அவரு பொண்டாட்டிய நம்புறாரோ இல்லயோ... இவன அந்தளவுக்கு நம்புவாரு...

அண்ணாச்சி ஏதோ மும்முரமாக எழுதிக்கொண்டிருக்கிறார். லிங்குவும், மாரியும் ஒருவரை ஒருவர் பார்த்துக்கொண்டிருக்க, செல்வராணி சொடக்குப் போட்டு

செல்வராணி:

ஏலே, சரக்கெடுக்க சூரத் போய்ட்டு வந்தான்னு வச்சுக்கலே, பஸ்டாண்டுல ஒன்னுக்கடிச்ச ஒத்தரூவாய்க்கு கணக்கு குடுப்பாம்லே...

செல்வராணி அங்கிருந்து ஒரு துணிக் கவருடன் போய்விடுகிறாள். கருங்காலி எழுதிக்கொண்டிருக்கிறான். லிங்கு மாரியின் தோளில் கை போட்டு

ஒரு சேல்ஸ்மேன்:

எலே, எடுத்த பொருள எடுத்த எடத்துல வைப்பாம்லே...

கருங்காலி எழுதிக்கொண்டிருக்கும்போது ஒரு துண்டுப் பேப்பர் கீழே விழுந்துவிட, அதை குனிந்து கருங்காலி எடுக்கிறான். அதன்மீது

சேல்ஸ்மேன் voice over:

அங்க பாத்தியா, ஒரு துண்டுத் தாளக்கூட வேஸ்ட் பண்ணமாட்டாம்லே...

லிங்குவும், மாரியும் பயத்துடன் சேல்ஸ்மேனை பார்த்துக் கொண்டிருக்கின்றனர்.

சேல்ஸ்மேன்:

பாத்துப் புரிஞ்சு நடந்துக்கோங்க...

என்று அங்கிருந்து போய்விடுகிறான். லிங்குவும், மாரியும் சோஃபியாவைப் பார்க்க,

சோஃபியா:

வேல செய்யில... வேக்காடு வச்சுப்புடுவான்...

மாரி பயந்துபோய் லிங்குவைப் பார்க்கிறான்.

சோஃபியா:

கொட்டாவி விட்டாக்கூட கொமட்டுலயே குத்துவாம்லே...

லிங்குவும், மாரியும் பயத்துடன் கருங்காலியைப் பார்க்கின்றனர். கருங்காலி மூக்கை நோண்டி, அழுக்கை எடுத்து மோந்து பார்த்து, ஊதிவிட்டு அங்கிருந்து போகிறான். அவன் போவதைப் பார்த்த மாரி பிறகு லிங்குவைப் பார்க்கிறான். கனி இரண்டு கைகளையும் ஆட்டி பேய்போல மாரியிடம் வந்து,

கனி:

கருங்காலி ஒரு காட்டுப்புலி...

மாரிக்கும், லிங்குவுக்கும் பின்னாலிருந்து செல்வராணி எழுந்து விழியை அகல விரித்துக்கொண்டு அவர்களின் தோளைத்தொட்டுப் பயமுறுத்துவதுபோல,

செல்வராணி:

வாய் பிளந்து நிற்கும் ஓநாய்...

சோஃபியா அவர்கள் முன்னாலிருந்து எழுந்து பறப்பதுபோல் கையால் சைகை காட்டி

சோஃபியா:

வட்டமிடும் கழுகு...

அவர்கள் சொல்வதைக்கேட்ட மாரி பயந்து போய் பதற்றத்துடன் லிங்குவிடம்

மாரி:

மாப்ள வேணாம்லே, வாலே குடோனுக்கே போயிடுவோம்...

லிங்கு:

ஏலே... நீ பயப்படாதலே, சும்மா பயமுறுத்துறாளுவோ...

மாரி:

ஏ நெசமாவா?

லிங்கு:

ஆமாலே...

G.வசந்தபாலன்

மாரி:

லொலலாயா?

லிங்கு:

ஆமாலே...

இருவரும் வேலை பார்க்க ஆரம்பிக்கின்றனர்.

- cut to -

காட்சி: 31

மூன்றாவது மாடி: DAY / INT

ஒரு சேல்ஸ்மேன் சேரில் நின்றுகொண்டு ஸ்ப்ரேயால் சோப்புத் தண்ணீர் தெளித்து கண்ணாடியைத் துடைக்கிறான். ஆட்கள் அவரவர் வேலையை பார்த்துக்கொண்டிருக்க, லிங்குவும் மாரியும் அங்கு வருகின்றனர்.

மாரி:

மாப்ள, எந்த செக்ஷனுக்குலே போலாம்?

லிங்கு:

வாலே, சுடிதார் செக்ஷனுக்கு போவோம்...

மாரி:

வேணாம்லே...

லிங்கு:

அப்பறம்?

மாரி:

வாலே, நைட்டி செக்ஷனுக்கு போவோம்...

லிங்கு:

என்னது?

மாரி:

அப்ப ப்ரா செக்ஷனுக்கு போவோம்...

லிங்கு:

அடி வாங்கப்போற நீ...

மாரி:

சரி வாலே... சேரீஸ் செக்ஷனுக்கு போவோம்...

மாரி அங்கிருந்து அருகில் இருந்த சேரீஸ் செக்ஷனுக்குள் போக பெஞ்சைத் தாண்ட, அதன்மேல் ஏறி, டேபிளில் குரங்குபோல் அமர்ந்தபடியே லிங்குவிடம்

மாரி:

வாலே...

அவர்களை பார்த்துக்கொண்டிருந்த கருங்காலி கடுங்கோபத்துடன் மாரியைப் பார்த்து,

கருங்காலி:

ஏலே... ஏலே... செத்த மூதி... அங்க என்னலே டான்ஸ் ஆடிக்கிட்டு இருக்க, கொறங்கு மாதிரி...

மாரி பயந்து போய் டேபிளில் இருந்து இறங்குகிறான். இருவரும் கருங்காலியை பயத்துடன் பார்க்கின்றனர். பணிவாக கருங்காலியிடம்

லிங்கு:

இல்ல அண்ணாச்சி நாங்க எங்க நிக்க?

மாரி, ஆமாம் என்பதுபோல் தலையாட்டுகிறான்.

கருங்காலி:

மவனுங்களா...

கருங்காலி முனகிக்கொண்டே சுற்றும்முற்றும் எங்கே இடம் காலியாக இருக்கிறது எனப் பார்க்கிறான். கனி ஒரு புடவையை மடித்துக்கொண்டிருக்கிறாள். அவளைப் பார்த்துவிட்டுத் திரும்பி அவள் அருகில் ஆள் இல்லாததைப் பார்த்த கருங்காலி கனியைப் பார்த்து,

கருங்காலி:

ஏலே கனி,

கனி:

(புடவை மடித்துக்கொண்டிருந்தவள் நிமிரிந்து பார்த்து) ம்...

கருங்காலி:

அங்கதானே ரெண்டு பேரு வேலய விட்டு போனானுவ...?

கனி:

ஆமா அண்ணாச்சி...

கருங்காலி:

இந்த பயலுவோள அங்க வேலக்கி நிப்பாட்டிக்கோ...

கனி:

(லிங்கு, மாரியை பார்த்துவிட்டு) சரி...

என இருவரும் 'அவளிடமா' என்பதுபோல் ஒருவரை ஒருவர் பார்க்கின்றனர். அவர்களைப் பார்த்து எரிச்சலுடன் கை காட்டி

கருங்காலி:

ஏலே போங்கலே அங்க...

இருவரும் கனியைநோக்கி வருகின்றனர். கனி ஒரு கத்திரிக்கோலை எடுத்து வெட்டிப்புடுவேன் என்பதுபோல் வெட்டிக்காட்டி மெதுவான குரலில்

கனி:

மவனே வந்த வெட்டிப்புடுவேன்...

மாரியும், லிங்குவும் பயந்துபோய்த் திரும்பி நிற்கின்றனர். அதைப்பார்த்த

கருங்காலி:

என்னலே?

மாரி:

(அங்கிருந்து புடவையை எடுத்து சமாளித்தவாறு) இல்ல அண்ணாச்சி, இங்கயே நின்னுகிடுறோம்...

நல்லா யாவாரம் பாப்போம் அண்ணாச்சி...

கருங்காலி:

(கோவமாக) ஏலே சொன்ன எடத்துல நில்லுன்னா, என்ன ஏட்டிக்குப்போட்டி பேசிக்கிட்டுருக்க?

பயந்து போய் இருவரும் திரும்பி கனியிடம் நகருகின்றனர். கனி கத்திரிக்கோலைக் காட்டி ‘வந்தா வெட்டிப்புடுவேன்’ என்பதுபோல் மிரட்டுகிறாள். மீண்டும் திரும்பிக்கொள்கின்றனர்.

மாரி:

எம்மா...

கருங்காலி:

என்னலே திரும்புறியே...

மாரி:

இல்ல அண்ணாச்சி... இங்கயே...

கருங்காலி:

(கோபமாக அதட்டலுடன்) ஏலேய்...

இருவரும் (12 frame ல்) ஓடிவந்து பெஞ்சைத் தாவி ஏறி குதித்து, மாரி சோஃபியாவிடமும், லிங்கு கனியிடமும் நின்று கொள்கின்றனர். கனியைப் பார்த்து,

கருங்காலி:
ஏ கனி, சோஃபியா... இப்பதான் குடோன்லேருந்து வந்திருக்கானுவோ, எப்படி யாவாரம் பண்றதுன்னு சொல்லிக்குடு...

கனி:
சரிங்க அண்ணாச்சி... *(சொல்லிவிட்டு பழிப்பு காட்டுவதுபோல திரும்பி)*
சொரிங்க அண்ணாச்சி...

லிங்கு:
(கனியைப் பார்த்து) ஆங்...

கனி:
(கையைக்காட்டி) இங்க பாரு...

லிங்கு:
ஆங்...

கனி:
யாவாராம் பண்றதெல்லாம் லேசுபட்ட காரியம் இல்லலே...

லிங்கு:
ஆஹாம்...

கனி:
ஒழுங்கா மெட்டீரியல் பேரு தெரியணும்,

லிங்கு:
ம்...

கனி:
அது என்ன வெலன்னு தெரியணும்...

லிங்கு:
ம்...

கனி:
அது என்ன ரகம்னு தெரியணும்... மொதல்ல சேலய 'விரிச்சிக்காட்ட' தெரியணும்... தெரியலன்னு வச்சுக்க, பே... ன்னு போயிடுவான்...

லிங்கு:
ஏ புள்ள ஓவரா பவுசு காட்டாத... நாங்களும் கோழிக்கூடையில ஜவ் மிட்டாயி, மலையூர் மம்புட்டியான் மோரு வித்தவங்கதான்... பெருசா சொல்லித்தர வந்துட்டா... *(கனி லிங்குவை முறைத்துப் பார்க்க)* எப்புடி யாவாரம் பாக்குறேன்னு மட்டும் பாரு...

G.வசந்தபாலன் ❖ 79

கனி:

கிழிச்ச...

லிங்கு:

ஆமா நீ கிழிச்ச...

கனி:

ஆ பே...

லிங்கு:

ச்சீ பே...

லிங்கு திரும்பி ரேக்கில் உள்ள சேலையை எடுக்கிறான்.

கனி:

(தோளை வெடுக்கென ஆட்டி) பே...

சோஃபியா துணி மடித்துக்கொண்டிருக்க, மாரி குனிந்து அவளின் ID கார்டைப் பார்த்து அவளின் பேரைப் படிக்கிறான். சோஃபியா கழுத்தில் ID கார்டு தொங்குவது காட்டப்பட, அதன்மீது,

மாரி voice over:

சே... மி... யா...

எழுத்துக்கூட்டி படித்துவிட்டு நிமிர்ந்து நின்று சோஃபியாவிடம்,

மாரி:

சேமியா... சேமியான்னு ஒரு பேரா...

சோஃபியா:

த்து...

மாரி தனது ID கார்டை எடுத்து சோஃபியாவிடம் காட்டியபடி,

மாரி:

இல்ல, என் பேரு மாரிமுத்து... அதான் கேக்கேன்...

தனது ID கார்டை எடுத்து ஆட்டிக்காட்டி,

சோஃபியா:

என் பேரு சோ...ஃபியா... ம்ஹ்ம்...

மாரி:

ஓ... நைஸ் நேம்...

மாரி சோஃபியாவைப் பார்த்து இளிக்கிறான்.

- cut to -

காட்சி: 32

செந்தில்முருகன் ஸ்டோர்ஸ்: DAY / INT

காலை நேர வியாபாரத்திற்கு தயாராகும் செந்தில்முருகன் ஸ்டோர்ஸ். பில் பிரிண்டரை ஒருமுறை ஆன் செய்ய, அது சிறிய உறுமலோடு பிரிண்ட் ஆக ஆரம்பிக்கிறது. மற்றொரு பிரிண்டரில், பேப்பர் மெஷினை மாற்றுகின்றனர். அண்ணாச்சியின் ரூமில், அவர் சேலை மாடல்களைப் பார்த்து தரம் பார்க்கிறார்.

- dissolve to -

"விதவிதமா... அழகழகா புடவை" என்று சினேகா ஆடும் விளம்பரம் கடையிலுள்ள பிரம்மாண்ட TVயில் ஓடுகிறது. படிக்கட்டில் கஸ்டமர்களின் கால்கள் கடைக்குள் மெதுவாய் நுழைய ஆரம்பிக்கின்றன. பல்வேறு விதமான கால்கள், குழந்தையின் கால், பர்தா அணிந்த கால், செருப்பு அணிந்தது, ஷு அணிந்தது என வித விதமான கால்கள் ப்ளோருக்குள் நுழைகிறது. கால்கள் நடப்பதன் பின்னணியில் லிங்குவும் கனியும் நிற்கிறார்கள். (Panning shot from tv to legs). கால்களிலிருந்து முன் செல்லும்போது, லிங்கு புடவையை மிக லாவகமாக விரித்து டேபிளில் போடுவது தெரிகிறது. லிங்கு வீசிய சேலை High speed–ல் காற்றில் பறக்கிறது. அழகிய பறவையைப் போல இருக்கிறது. லிங்கு அந்தப் புடவையை மீண்டும் விரித்து வீசுகிறான். (Close up & Full of screen). புடவை காற்றில் பறக்க அதன் பின்னணியில், கனி மற்றும் சோஃபி ஆச்சர்யமாய் பார்க்கிறார்கள். புடவை இன்னமும் காற்றில் மெதுவாய் தவழ்ந்து இறங்க, படிக்கட்டில் ஏறி மக்கள் கூட்டம் Suggestion ல் அதைத் திரும்பிப் பார்க்கின்றது. லிங்குவும் சினேகா ஆடிய பாடலின் மெட்டிலே,

லிங்கு:

விதவிதமா, அழஅழகா, புடவை...

விதவிதமா, அழஅழகா, புடவை...

என்று புடவையின் எல்லா முந்திகளையும் மிக லாவகமாக எல்லோருக்கும் காட்டுகிறான். படிகளில் ஏறி வருபவர்கள் லிங்குவின் இந்தப் பாட்டைக் கேட்டும் அவன் புடவையை சுழற்றிய அழகைக் கண்டும் அவனருகே கூட ஆரம்பிக்கிறார்கள்.

லிங்கு:

அண்ணாச்சி புடவை... அண்ணாச்சி புடவை...

அக்கா இங்க வாங்கக்கா... வாங்க வாங்கக்கா...

கனி:

ஏய் கத்தாத...

லிங்கு:

சும்மாயிரு நீயு...

ஒரு குடும்பம் புடவை வாங்க வந்து நிற்கின்றனர். மாரி ஒரு புடவையை எடுத்து வீச, அது அவன் தலையிலேயே விழுகிறது. பெரியவர்கள் முதல் குழந்தைகள் வரையுள்ள ஒரு கூட்டுக் குடும்பம், கடைக்குள் நுழைந்ததும் லிங்கு பாடியதைக் கேட்டு அவனருகே வருகிறது அக்குடும்பம். அவர்களில் உள்ள ஒரு

பெரிய மனிதர்:

என்னப்பா பாடி விக்கிறே...

லிங்கு:

எல்லாம் ஒரு அட்ராக்ஷன்தான், நீங்க தலைக்கு டை அடிச்சிருக்க மாதிரி... சும்மா ஒரு விளம்பரம்தானே சார்...

தனது டை சமாச்சாரத்தை கண்டுபிடித்ததால், சிறிய வெட்கத்தோடு, உதட்டைப் பிதுக்கியபடி அவர் நெளிய, அவரது பெண்கள் அழகாகச் சிரிக்கின்றனர். புடவைகளை வரிசையாக டேபிளில் போட்டபடி மிக வேகமாக பேசத் துவங்குகிறான்.

லிங்கு:

அக்கா பாருங்க, ஷிபான் காட்டன்... பனாரஸ் காட்டன்,

சில்க் காட்டன்... பேப்பர் காட்டன், பெங்கால் காட்டன்,

சிந்தடிக் காட்டன்... வாயில்...

அங்கே நிற்கும் பெண்களின் முன் ரகரகமான புடவைகளை அள்ளி வீசுகிறான்.

லிங்கு:

அக்கா, இத பாருங்கக்கா, புதுசா வந்த மாடல்க்கா...

சிந்தடிக் புடவை அக்கா... வித், வித்தவுட்டா?

கூட்டத்தில் நின்ற பெண் இரு புடவைகளை மாற்றி மாற்றி உற்று நோக்கியும் திருப்தி இல்லாததைப் போல நிற்க, அந்த பெண்ணிடம் மற்றொரு புடவையைக் காட்டி,

லிங்கு:

அக்கா இதப் பாருங்கக்கா... நல்லா உங்களுக்கு டாப்பா இருக்கும்...

மற்றொரு சேலையைக் காட்டியபடி,

லிங்கு:

இது உங்க வட்ட முகத்துக்கு எடுப்பா இருக்கும்...

இளம் பெண்கள் மட்டும் புடவையை பார்த்துக்கொண்டிருக்க, லிங்கு ஒரு புடவையை எடுத்து அருகில் நின்ற வயதான பெண்மணியிடம் கொடுத்து,

லிங்கு:

அம்மா, இந்த மஞ்சப் புடவ கட்டுனா நீங்க மகாலட்சுமி மாதிரி இருப்பீங்க...

இரண்டாவது பெண் ஒரு மெருன் புடவையை கையில் வைத்துக்கொண்டிருக்கிறாள்.

லிங்கு:

மெரூன் உங்களுக்கு செட் ஆகாது...

மற்றொரு ஊதா நிறப் புடவையைக் கொடுத்து,

லிங்கு:

இந்த துத்தநாக கலர் பாருங்க, சூப்பராயிருக்கு...

மூத்த பெண் நிறைய புடவைகளை வைத்துக்கொண்டு குழப்பமாய் பார்க்க. லிங்கு இரு புடவைகளை தன் ஒவ்வொரு தோளில் போட்டுக்கொண்டு,

லிங்கு:

இங்க பாருங்கக்கா...

பெண்ணின் நளினத்தோடு லேசாக கையை அசைத்து காட்டுகிறான். மற்றொரு புடவையின்மீது அந்த பெண்ணின் பார்வை பட, அவற்றில் ஒன்றை எடுத்து, அருகிலிருந்த கனியை அழைத்து,

லிங்கு:

இங்க வா...

கனியின் தோளின் மேல் புடவையை குறுக்காக போட்டு அந்த பெண்ணின் முகத்தைப் பார்க்கிறான்.

லிங்கு:

இவ கலர் கம்மிக்கா, உங்களுக்கு அம்சமா பொருந்தும்க்கா...

அக்காவும் தங்கையும் ஆளுக்கொரு புடவையை கையில் வைத்திருக்கிறார்கள்.

லிங்கு:

அக்கா தங்கச்சி ஒரே கலர்ல, ஒரே டிசைன்ல எடுங்கக்கா... உங்களுக்கு அட்டகாசமா இருக்கும் அக்கா...

தங்கைக்கு புடவை பிடித்திருப்பதுபோல சிரிக்கிறாள். அக்காவும் தங்கையும் தங்களுக்குள் புன்னகைக்க, அவர்களது குடும்பமே அதை ரசிக்கிறது. ஒரே டிசைனில் இரு புடவைகள் தனியாக எடுத்து வைக்கப்படுகிறது. மூத்த பெண்ணைப் பார்த்துவிட்டு அவர்களது அம்மாவிடம், மற்றொரு புடவையைக் காட்டியபடியே,

லிங்கு:

அக்கா முகத்துல கல்யாண களை தெரியுது...

அம்மா:

ஆமாப்பா, மூத்தவளுக்கு தையில் கல்யாணம்ப்பா...

லிங்கு புன்னகையுடன், அந்த பெண்ணைப் பார்க்க, அப்பெண் வெட்கப்படுகிறாள்.

லிங்கு:

அக்கா போற குடும்பம் ரொம்ப கொடுத்து வச்சவங்க... அக்கா இந்த காட்டன் பாக்குறீங்களா?

நடுத்தர வயதுப் பெண்மணி சேலையைத் தடவியபடி நிற்க,

லிங்கு:

சோப்பே போட வேணாம்மா... சர்ப்புல முக்கிப் போட்டா போதும்...

மீண்டும் அந்தப் பெண்மணி சேலையை வாங்கும் குழப்பத்தில் நிற்க,

லிங்கு:

ஒரு நாளைக்கு 100 பீஸ் போயிட்டிருக்கு... இதான் கடைசி பீஸ்மா...

லிங்கு சொல்வதைக் கேட்டு வாய்பிளந்த,

கனி:

ஏன்லே வண்டிய விடுற? அதான் கீழே நிறைய இருக்குல்லா?

என்கிறாள். லிங்கு சட்டென அவள்பக்கம் திரும்பி, தன் கைகளால் வாயைப் பொத்தும்படி கூறுகிறான். அந்தப் புடவையும் பில்லுக்காக டேபிளில் வருகிறது

லிங்கு:

வேற, பெங்கால் காட்டன்ல பாருங்க அக்கா...

என லிங்கு மற்ற சில புடவைகளை எடுத்து டேபிளில் போட,

பெரிய மனிதர்:

போதும்ப்பா...

லிங்கு:

எல்லாமே லேட்டஸ்ட் டிசைன் ஸார்...

அம்மா:

போதும்பா, போதும்...

அந்த குடும்பமே மிக திருப்தியாக துணிகளை வாங்கிய மகிழ்ச்சியில் இருக்கின்றனர். பில் போட வந்த பையனிடம் புடவைகளை கையில் கொடுத்து அனுப்புகிறான்.

லிங்கு:

மொத்தம் பன்னிரெண்டாயிரம்...

பில்லுக்காக உடைகள் போயிருக்கும் நேரத்தில், அந்தக் குடும்பத்தினரைப் பார்த்து

லிங்கு:

சார், டீ... காப்பி... என்ன சாப்பிடுறீங்க?

பெரிய மனிதர்:

வேணாம் தம்பி... வேணாம் தம்பி...நாங்க வெளியே எதுவும் சாப்பிடறதில்லே...

அதற்குள் பில் போடப்பட்டு துணிகள் வர, அந்தக் குடும்பமே லிங்குவிடம் சொல்லிவிட்டுக் கிளம்புகிறது.

பெரிய மனிதர்:

செந்தில்முருகன் ஸ்டோர்ஸ்ல, எல்லாப் பயலும் எரிஞ்சு விழுவானுங்க... பரவாயில்லயே, சிரிச்ச முகமா வியாபாரம் பாக்குறானே...

அவர்களை அழைத்து,

லிங்கு:

சின்னக்கா கல்யாணத்துக்கும் வாங்க, இங்கதான் வருணும்மா...

அந்தக் குடும்பம் லிங்குவைப் பார்த்து சிரித்தபடியே நகர்கிறார்கள். அவர்கள் சென்றதும், கனியின் அருகில் சென்று சத்தமாக,

லிங்கு:

முத வியாபாரமே 12,000 ரூபாய் பண்ணிட்டோம்ல... கலக்கிட்டோம்ல?

கனி இவன் சொல்வதை மிக சாதாரணமாகக் கேட்டுவிட்டு

கனி:

ஆமா, 12,000 க்கு வியாபாரம் பாத்ததுக்கு, அண்ணாச்சி பனகல் பார்க்ல சிலை வைப்பாரு...

லிங்கு மாரியின் அருகில் வந்து நின்று,

லிங்கு:

பொறாம புடிச்சதுக மாரி, காதுல புகை வருது பாரு...

மாரி:

(சட்டென) வாயிலதானடா புகை வரும்...

லிங்குவின் டேபிளில் அவர்கள் கலைத்துப் போட்ட புடவை மலைபோல குவிந்து இருக்கிறது.

கனி:

அதெல்லா... சரி, இது எல்லாத்தையும் மடிச்சு வையுல...

லிங்கு:

நானா மடிச்சு வைக்கணும்?

கனி:

இல்ல, அண்ணாச்சி வந்து மடிச்சு வைப்பாரு...

- dissolve to -

கடையில் கூட்டம் அதிகரிக்கிறது. கஸ்டமர்கள் கொண்டு வந்த பொருட்களை கவரில் போட்டு டேக் அடித்து அனுப்புகின்றனர். லிங்கு புடவைகளை எடுத்து பொறுமையாக மடித்து வைக்கிறான். அப்போது அவனருகில் வந்த கருங்காலி,

கருங்காலி:

இப்படித்தான்ல, கலகலன்னு பேசி வியாபாரம் பண்ணணும்...

எவன் மூஞ்சிலயாவது அருள் இருக்கான்னு பாரு... அவ்ளோ பேரும் செத்தவன் கையில,. வெத்தல பாக்கு கொடுத்து நிக்க வெச்ச மாதிரி நிக்கானுவ...

கருங்காலியின் பாராட்டில் கூட கடுமையே இருக்கிறது.

- dissolve to -

ஜவுளிக் கடையின் பல்வேறு காட்சிகள்:

ஒரு பெண் சுரிதாரை எடுத்து தன் தோளில் வைத்து, கண்ணாடியில் அழகு பார்க்க, அவள் காதலன் பின்னால் நின்று 'சூப்பர்' என சொல்கிறான். அதைப் பார்த்து கனியும், சோஃபியும் சிரிக்கின்றனர். கஸ்டமர் தேர்வு செய்த உடை ஒன்று டேபிளில் வைத்து தள்ளப்படுகிறது. டிரேயில் உள்ள பில் மெட்டிரியல் ஒவ்வொரு கவுண்டராக நகர்த்தப்படுகிறது. கவுண்டரில் அழகான குழந்தை ஒன்று வாயில் நிப்பிளோடு அமர்ந்திருக்க,

மாரி:

'ஜ்ஜ்ஜ்ஜிஜிஜி'

என்றபடி நிப்பிளை எடுக்க,

குழந்தை:

கம்னாட்டி...

என்று கத்துகிறது. அருகிலிருந்த அனைவரும் சிரிக்கின்றனர். பில் செய்வதற்கு காத்திருக்கும் நேரத்தில் சேரிலும், தரையிலும் சில குடும்பங்கள் அமர்ந்திருக்கிறார்கள்.

- cut to -

பெண்கள் துணிகளைப் பார்த்துக் கொண்டிருக்கின்றனர். ஒரு பெண் தன்மேல் ஒரு மஞ்சள் கலர் சேலையை வைத்து எடுப்பாக இருக்கிறதா என கண்ணாடியில் பார்க்கிறாள். பர்தா போட்ட ஒரு பெண், ஒரு சிகப்பு கலர் பட்டுப்புடவையைத் தன் உடம்போடு வைத்து கண்ணாடியில் பார்க்கிறாள். அப்போது ஒரு போலீஸ்காரர் கடந்துபோகிறார். ஒரு சேல்ஸ்மேனிடம் ஒரு பெண் பொம்மையைக்காட்டி

பெண்மணி:

அந்த பொம்ம கட்டியிருக்க சேல வேணும்ப்பா...

பொம்மை கட்டியிருக்கும் சேலை கேட்ட பெண் அந்த சேலையுடன் நடந்து வருகிறாள். கருங்காலி ஒரு ஆரஞ்சுக் கலர் புடவையை கஸ்டமருக்கு விரித்துக்காட்டுவது. கம்ப்யூட்டரில் ஒரு கை கிரெடிட் கார்டு ஸ்வைப் பண்ணுவது காட்டப்படுகிறது. இரண்டு, மூன்று கிரெடிட் கார்டுகள் ஸ்வைப் பண்ணப்படுகின்றன. கேஷ் கவுன்டரில் பணம் கட்டுக்கட்டாக எண்ணுவது காட்டப்படுகிறது. ஃப்ளோரில் கூட்டம் அலைமோத, அங்கு வந்த அண்ணாச்சி கருங்காலியிடம் ஏதோ கேட்க, கருங்காலி கை கட்டிக்கொண்டு, மிகவும் பம்மிக்கொண்டு பதில் சொல்கிறான். கஸ்டமர்கள் ஃப்ளோரில் துணிகள் எடுத்தபடி இருக்கின்றனர். பாத்திரக்கடையில் பெண்கள் பாத்திரங்களைப் பார்த்துக்கொண்டிருக்கின்றனர்.

ஒரு பெண்மணி voice over:

பணியாரக்கட்ட இருக்கா?

- cut to -

ரெங்கநாதன் தெருவில் கூட்டம் அலை மோதுவது காட்டப்படுகிறது.

- cut to -

காட்சி: 32A

செந்தில்முருகன் ஸ்டோர்ஸ்: DAY / INT

அண்ணாச்சி ரூமில் ஒரு அசிஸ்டன்ட் கமிஷனர் கையில் தொப்பியுடன், சற்று சிரித்தவாறு நின்றுகொண்டிருக்கிறார். அண்ணாச்சி ஒரு கவரை எடுத்து

அண்ணாச்சி:

வாங்க முத்து வீரப்பன்...

அசிஸ்டன்ட் கமிஷ்னர்:

அண்ணாச்சி...

அண்ணாச்சி:

(கவரைக்கொடுத்து) இந்தாங்க...

அசிஸ்டன்ட் கமிஷ்னர்:

நல்லது அண்ணாச்சி...

அண்ணாச்சி:

நல்லது...

Screen split ஆக... ஒன்றில் அண்ணாச்சி கவர் கொடுப்பது. மற்றொன்றில் யார் யாருக்கு எவ்வளவு பணம் கொடுக்கப்பட வேண்டும் என எழுதியிருக்கும் பேப்பர். அந்த பேப்பரில்

தினப்படி

1.	அசிஸ்டென்ட் கமிசனர் மாம்பலம் காவல்	ரூ. 2000
2.	இன்ஸ்பெக்டர் மாம்பலம் காவல்	ரூ. 1000
3.	கான்ஸ்டபிள் மாம்பலம் காவல்	ரூ. 3000
4.	டிராபிக் மாம்பலம் காவல்	ரூ. 1000
5.	டிராபிக் கான்ஸ்டபிள் மாம்பலம் காவல்	ரூ. 2000
6.	மின்சார வாரியம்	ரூ. 1000

7. டெலிபோன்   ரூ. 1000
8. கார்ப்பரேசன்   ரூ. 1000
9. நீல் மெட்டல்   ரூ. 1000

என அந்த பேப்பரில் எழுதப்பட்டிருக்கிறது.

(12 frame ல்) இன்ஸ்பெக்டருக்கு அண்ணாச்சி பணம் கொடுக்க, இன்ஸ்பெக்டர் சிரித்துக்கொண்டே வாங்கிக்கொள்கிறார். பக்கத்தில் உள்ள பேப்பரில் அவர் பெயர் பச்சை ஸ்கெட்ச் பேனாவால் டிக் செய்யப்படுகிறது. கான்ஸ்டபிள், டிராபிக் இன்ஸ்பெக்டர் என ஒவ்வொருவராக வந்து வணக்கம் சொல்லிவிட்டு கவரைப் பெற்றுச் செல்கின்றனர். அவர்கள் பெயர் டிக் செய்யப்படுகிறது.

- cut to -

மூன்றாவது மாடியில் கூட்டம் அலைமோதிக்கொண்டிருக்கிறது. கருங்காலியைப் பார்த்து கைத்தூக்கி

சேல்ஸ் கேர்ள்:

அண்ணாச்சி...

என்று அழைக்க, போனில் பேசிக்கொண்டிருக்கும் கருங்காலி குரல் கேட்டுத் திரும்பிப் பார்க்கிறார்.

கருங்காலி:

(அலட்சியமாக) என்ன?

சேல்ஸ் கேர்ள்:

பாத்ரூம் போணும் அண்ணாச்சி...

கருங்காலி:

(டென்ஷனுடன் கைகாட்டி) மூஞ்சி, கூட்டம் இவ்ளோ இருக்கு, இப்பதான் உனக்கு மூத்திரம் வருதாக்கும்...

சேல்ஸ் கேர்ள்:

ப்ளீஸ் அண்ணாச்சி...

கருங்காலி:

(ஐந்து விரல்களைக் காட்டி) சரி அஞ்சு நிமிஷத்துல வரணும்... இல்ல நிமிசத்துக்கு ஒத்து ரூவா சம்பளத்துல பிடிப்பேன்... பே...

சேல்ஸ் கேர்ள் சரியெனத் தலையாட்டுகிறாள்.

- cut to -

காட்சி: 33

ரெங்கநாதன் தெரு: NIGHT / EXT

ரெங்கநாதன் தெருவில் மக்கள் கூட்டம் ஜே.ஜே என காட்டப்படுகிறது. மக்கள் நடைபாதை வியாபாரிகளிடம் பொருட்கள் வாங்கிக்கொண்டிருக்கின்றனர். ஒரு நடைபாதை வியாபாரியிடம் ஒரு பெண்மணி தன் பெண்ணுடன் ஏதோ வாங்கிக்கொண்டிருக்கிறாள். வியாபாரி ஒரு பொருளைக்காட்ட

பெண்:

எனக்கு இது வேண்டாம்...

என சொல்லிக்கொண்டிருக்கும்போது, அங்கு வந்த ஒரு போலீஸ் கான்ஸ்டபிள் தரையை தன் கையில் உள்ள கம்பால் தட்டி நடை பாதை வியாபாரியிடம் கை நீட்டி

போலீஸ்காரர்:

ஏய்... ம்...ம்...

வியாபாரி பணம் எடுத்துக்கொடுக்க, அதை போலீஸ்காரர் வாங்கிக்கொண்டு போகிறார். அந்த போலீஸ்காரரை பெண்மணி பார்க்கிறாள். பணம் வாங்கிக்கொண்டு போன போலீஸ்காரர் பிளாஸ்டிக் பொருள்ளை விற்கும் ஒரு வியாபாரியின் கூடையை கம்பால் தட்டுகிறார். அவன் பணம் கொடுக்க, வாங்கிக்கொள்கிறார்.

- cut to -

காட்சி: 34

செந்தில்முருகன் ஸ்டோர்ஸ்: NIGHT / EXT & INT

சேல்ஸ் கேர்ள் ஒரு பெண்ணிடம் பச்சைக்கலர் புடவையை எடுத்துக்காட்ட,

பெண்:

இந்த பச்ச கலர் வேணாம், அந்த ரோஸ் கலர் எடு...

ஒரு சேல்ஸ் கேர்ள் நிற்க முடியாமல் முழங்காலை கட்டிக்கொண்டு வலியால் கவுன்டருக்குக் கீழே அமர்ந்திருக்கிறாள். செல்வராணி மிகவும் சோர்வாகக் காணப்படுகிறாள். கஸ்டமரிடம்

செல்வராணி:

அது தொன்னூறுக்கா...

லிங்கு சோர்வாக கஸ்டமர்களுக்கு துணிகளைக் காட்டிக் கொண்டிருக்கிறான். மாரி களைப்பாக துணிகளை எடுத்துக்காட்ட அவன்மீது,

ஒரு பெண் voice over:

வேற என்னென்ன கலர் இருக்குப்பா, எல்லாத்தயும் எடுப்பா...

மாரி:

தரேம்மா...

வேலை முடிந்து சேல்ஸ்மேன்கள் தரையை துடைக்கின்றனர். லிங்குவும், மாரியும் தரையை சோப்புத் தண்ணி தெளித்து துடைக்கின்றனர். கடையின் வெளியே குப்பைகளைக் கொண்டு வந்து கொட்டுகின்றனர். வேலைமுடித்து ஆட்கள் வெளியே சோர்வாக வருகின்றனர்.

- cut to -

காட்சி: 35

ரெங்கநாதன் தெரு: DAY / EXT

மாம்பலம் ரயில் நிலையத்தில் மின்சார ரயில் போவது காட்டப்படுகிறது. வேலை தேடிக்கொண்டிருந்த தாடிக்காரன் ஆப்பிள் விற்றுக்கொண்டிருக்கும் ஒருவனிடம் வந்து கெஞ்சியபடியே

தாடிக்காரன்:

அண்ணே ஏதாவது வேல இருந்தா குடுங்கண்ணே... எந்த வேலயா இருந்தாலும் செய்யுறண்ணே...

கடைக்காரன்:

போய்யா...

தாடிக்காரனைப் பார்த்து

பெண்:

என்னாப்பா?

தாடிக்காரன்:

(கடைக்காரனிடம்) சாப்ட்டு மூனு நாளாச்சுண்ணே...

பெண்மணி:

அட இங்க வந்து வேல கேட்டுகின்னு இருக்கியே...

பின்னால் குப்பை பொறுக்கிக்கொண்டிருந்த பாய் அவனைப் பார்க்கிறார். ஒரு ஆப்பிளை எடுத்து தாடிக்காரனிடம் கொடுத்து

பெண்:

இந்தா... என்னாப்பா...

தாடிக்காரன் ஆப்பிளை வாங்காமல் அருகில் இருந்த தெருவோர கழிவறைக்குப் போகிறான். அவன் மீது,

பெண் voice over:

பசிக்கிதுங்குற, வாங்காமப்போற...திமிறப்பாத்தியா அதுக்கு...

ஒருவன் மூக்கை கர்ச்சீப்பால் பொத்தியபடியே வெளியே வருகிறான். உள்ளே மூக்கை பிடித்தபடி தாடிக்காரன் வந்து பார்க்கிறான். உள்ளே கழிவறை மிகவும் அசுத்தமாக இருப்பது காட்டப்படுகிறது. அதை மூக்கைப் பொத்திக்கொண்டே தாடிக்காரன் பார்க்கிறான். பார்த்து யோசித்தவன் முகம் பிரகாசமாக மாறுகிறது. வெளியே வந்து பூ கட்டிக்கொண்டிருந்த பெண்ணிடம்

தாடிக்காரன்:

அக்கா... ஒரு கொடம் இருந்தா குடுங்கக்கா...

பூக்காரி:

இன்னாத்துக்கு?

கழிவறையின் வெளிப்புறத்தில் ஒருவன் குழந்தைகள் போடும் தொப்பிகள் விற்றுக்கொண்டிருக்கிறான். நாலைந்து பேர் நின்று பார்த்துக்கொண்டிருக்கின்றனர். பூக்காரியிடம் ஒரு பெண் பூ வாங்கிக்கொண்டிருக்கிறாள். இரண்டு குடங்களில் தாடிக்காரன் தண்ணீர் தூக்கிக்கொண்டு கழிவறைக்குள் போகிறான். விளக்குமாறு வைத்து கழிவறையின் தரை, சுவர் அனைத்தையும் சுத்தமாகத் தேய்த்துக் கழுவுகிறான். ஒரு பக்கத்தில் ஒரு கயிறு ஒன்றைக்கட்டி அமிதாப்பச்சனின் பெரிய போட்டோ (கான் பனேகா குரோர்பதிக்கு வந்த விளம்பர போர்டு) ஒன்றை எடுத்துக்கொண்டு வந்து ஒரு புறத்தின் வழியை மறைக்கிறான். மறுபுறத்தில் தாடிக்காரன் அமைதியாக உட்கார்ந்திருக்கிறான். ஒருவன் சிறுநீர் கழிக்க உள்ளே போகிறான். அவன் கையைப்பிடித்து

தாடிக்காரன்:

ஹலோ... (அவன் நின்று திரும்பி பார்க்க...)

ஒரு ரூவா குடுத்துட்டு போங்க...

அவன் கழிவறையையும், தாடிக்காரனையும் மாறிமாறிப் பார்த்து யோசித்தவாறு காசை மேல் பாக்கெட்டிலிருந்து எடுத்துக் கொடுத்துவிட்டு கழிவறைக்குள் போகிறான். காசை கையில் வாங்கி தனக்குத்தானே சந்தோஷப்பட்டுக்கொண்டு தாடிக்காரன் வானத்தைப் பார்க்கிறான்.

- cut to -

காட்சி: 36
மெஸ்: DAY / INT

கனி ஒரு டேபிளில் அமர்ந்து தண்டோரா போடுவதுபோல்
தட்டில் கரண்டியால் சத்தமாகத் தட்டிவிட்டு,

கனி:
திருச்செந்தூர் சேர்மக்கனி ஏலச்சீட்டு கம்பெனி நடத்துற
அஞ்சாவது ஏலம்...

மீண்டும் தட்டில் கரண்டியால் தட்டுகிறாள். எதிரில் சோஃபியா
உள்பட நான்கைந்து பெண்கள் நின்றுகொண்டிருக்கின்றனர்.

கனி:
மொத்த பணம், இரண்டாயிரத்து ஐநூறு... கனி கமிஷன்
இரநூத்தம்பது... போக இரண்டாயிரத்து இரநூத்தம்பது... ஏலம்
கேக்குறவங்க ஏலம் கேக்கலாம்...

மீண்டும் தண்டோரா போடுவதுபோல் தட்டில் கரண்டியால்
தட்டுகிறாள். சோஃபியா ஏலம் கேட்கிறாள். கனி சீட்டு ஏலம்
விடுவதை சற்றுத் தள்ளி லிங்குவும், மாரியும் பார்த்துக்கொண்டே
வந்து நிற்கின்றனர். அவர்கள்மீது

சோஃபியா voice over:
இரண்டாயிரத்து நூத்தி தொன்னூத்தொம்போது...

லிங்குவிடம் எகத்தாளமாக கனியை கை காட்டி

மாரி:
மாப்ள...

லிங்கு:
ஆங்...

மாரி:
கனி ஏலச்சீட்டு கம்பெனியாம்லே...

லிங்கு:
அண்ணாச்சி கடைக்குள்ளயே கம்பெனி நடத்துறாலே...

மாரி கனியைப் பார்த்து நக்கலாக சிரித்துக்கொண்டு,

மாரி:
அங்க பாருலே, அப்படியே தூள் சொர்னாக்கா மாதிரில்ல இருக்கா...
என்று சொல்லிவிட்டு சிரித்துக்கொண்டே லிங்குவைப் பார்க்கிறான்.
லிங்கு மாரியை முறைக்கிறான். அதைப்பார்த்த மாரியின் முகம்

சீரியஸாகிறது. கனி மும்முரமாக ஏலம் விட்டுக்கொண்டிருக்கிறாள் (out of focus). லிங்கு, கனியை கை காட்டி

லிங்கு:

ஏங்க உங்கள தூள்... சொர்ணா...

சட்டென மாரி லிங்குவின் வாயைப்பொத்தி தள்ளிக்கொண்டு போனபடியே

மாரி:

அய்யோ வாய்யா...

- cut to -

காட்சி: 37

செந்தில்முருகன் ஸ்டோர்ஸ்: DAY / EXT & INT

செந்தில்முருகன் ஸ்டோர்ஸ் வெளிப்புறம் ரெங்கநாதன் தெருவில் மக்கள் கூட்டம் நிரம்பி வழிகிறது.

உள்ளே ஒரு அம்மாவும் அவளது இருபத்தைந்து வயது மதிக்கத்தக்க பெண்ணும் புடவை செக்ஷனில் ஒரு நீலக்கலர் புடவையை கையில் வைத்து பார்த்துக்கொண்டு இருக்கின்றனர். கருங்காலி அவர்களுக்கு புடவையை காட்டிக்கொண்டிருக்கிறார். அவர்களிடம்

கருங்காலி:

இதே மாதிரி சேலயே குடோன்ல இருக்கு மேடம், கொஞ்சம் இருங்க கொண்டுவரச்சொல்றேன்...

என்று லிங்குவைப் பார்க்க, லிங்கு தனது கவுன்ட்டரிலிருந்து ஓடிவந்து

லிங்கு:

அண்ணாச்சி...

கையிலிருந்த நீலக்கலர் புடவையைக் கொடுத்து

கருங்காலி:

ஏலே குடோன்ல போய் இந்த சேலய காமிச்சி, இதே டிசைன்ல வேற என்னென்ன கலர் இருக்கோ, எல்லாத்தயும் வாங்கிட்டு வாலே...

லிங்கு:

சரி அண்ணாச்சி...

என்று லிங்கு வேகமாக குடோனுக்கு ஓடுகிறான். குடோனில் ஆட்கள் லோடு இறக்கிக் கொண்டிருக்கிறார்கள்.

சூப்ரவைஸர் **voice over:**

ஏ லிஃப்ட்ல சரக்கு வந்திருக்கு, எல்லாத்தயும் எறக்கணும் வாங்கலே...

லிங்கு குடோனுக்குள் சென்று புடவைகளை வாங்கிக்கொண்டு வேகமாக மாடிப்படி ஏறி ஃப்ளோக்கு ஓடிவருகிறான். அவன் மீது,

கருங்காலி **voice over:**

இந்த மாம்பழக்கலர் சேலய பாருங்க, முந்தான வீதியா பெருசா இருக்கும்...

மாம்பழக்கலர் புடவையைப் பார்த்த பெண் அம்மாவிடம்

பெண்:

இது நல்லாருக்குல்ல...

லிங்கு இரைக்கஇரைக்க குடோனிலிருந்து சேலையை வாங்கிவந்து கருங்காலியிடம் கொடுத்து

லிங்கு:

இந்தாங்க அண்ணாச்சி...

கருங்காலி வாங்கிக்கொண்டு

கருங்காலி:

இந்த ஒன்னுதான் இருந்துச்சாலே?

லிங்கு:

ஆமா அண்ணாச்சி...

கொடுத்துவிட்டு லிங்கு அங்கிருந்து போய்விடுகிறான். புடவை வாங்கிய பெண்மணிகளிடம் தயங்கியபடியே

கருங்காலி:

மேடம் இந்த ரெண்டு கலர் தான் இருக்கு...

பெண்:

அய்யய்யோ, எங்களுக்கு அஞ்சு பொடவ வேணுமே...

கருங்காலி:

ஒரு, ஒரு வாரம் டைம் குடுங்க, சூரத்லேருந்து வர வச்சிடுறேன்...

தன் கவுன்டருக்குப் போய் நின்ற லிங்கு கனியை மேலும்கீழும் பார்க்கிறான். கனியும் லிங்குவை மேலும் கீழும் பார்க்கிறாள். அவர்கள்மீது

கருங்காலி **voice over:**

அஞ்சு வேணுமா, ஏலே லிங்கு...

லிங்கு:

அண்ணாச்சி...

கனி கருங்காலி நிற்கும் பக்கம் பார்க்கிறாள்.

கருங்காலி voice over:

ஏலே இங்க வாலே...

லிங்கு:

இதோ வறேன் அண்ணாச்சி...

லிங்கு கருங்காலியிடம் ஓடிவருகிறான். அவன் கையில் மாம்பழக்கலர் சேலையை கொடுத்து

கருங்காலி:

இதக்கொண்டு போயி, இதே டிசைன்ல அஞ்சு கலர் சேல எடுத்துட்டுவா... ம்... ஓடு...

லிங்கு:

(தலையாட்டிக்கொண்டே) சரி அண்ணாச்சி...

லிங்கு குடோனுக்கு ஓடுகிறான். சேலையை வாங்கிக்கொண்டு இரைக்க இரைக்க வருகிறான். அவன்மீது,

கருங்காலி voice over:

இதப்பாருங்க, பார்டர் நல்ல சூப்பரா இருக்கும்...

லிங்கு புடவையுடன் வந்து கருங்காலி பக்கத்தில் நிற்கிறான். கஸ்டமரிடம் புடவையை பிரித்துக்காட்டி,

கருங்காலி:

நல்ல கலர்,

பெண்:

இதவிட அந்தக் கலர் நல்லாருக்கும்...

லிங்கு:

இந்தாங்க அண்ணாச்சி...

லிங்கு மீண்டும் ஓடி ஐந்தாறு அட்டைப்பெட்டிகளை இரைக்கஇரைக்கத் தூக்கி வருகிறான்.

பெண்:

இந்த பேட்டர்ன்ல எங்கிட்ட நெறய இருக்கு...இது நல்லால்ல...

கையில் அட்டைப்பெட்டியுடன் மூச்சிரைக்க வந்து நிற்கும் லிங்குவைப் பார்த்துவிட்டு அவனிடமிருந்து கருங்காலி அட்டைப்பெட்டிகளை வாங்கிக்கொண்டு கஸ்டமரிடம்

கருங்காலி:

(சிரித்துக்கொண்டே) நீங்க கேட்ட அஞ்சு பொடவ...

லிங்கு சோர்ந்து போய் கவுன்டருக்குப் போகிறான். கனி ஒரு சேலையை கஸ்டமரிடம் விரித்துக்காட்டி , லிங்கு சோர்ந்து போய் வருவதைப் பார்த்தபடியே,

கனி:

பாருங்க, ஜிமிக்கி ஒர்க்கெல்லாம் பண்ணியிருக்கு பாருங்க...

லிங்கு சோர்வாக வந்து டேபிளில் கைவைத்து மூச்சு வாங்குகிறான். அவனை கனி ஓரக்கண்ணால் பார்த்துவிட்டு அவன் அருகில் சென்று மெதுவான குரலில் அவனிடம்

கனி:

ஏய்,

லிங்கு கனியை இரைப்பு வாங்கியபடியே திரும்பி பார்க்க

கனி:

சும்மா மாக்கான் மாதிரி ஓடிக்கிட்டு இருக்காத, *(சாதாரணமாக பேசுவது போல் குசு, குசுவென்று)* படியில கொஞ்ச நேரம் உக்காந்துட்டு வந்து இல்லன்னு சொல்லு...

என்று சொல்லிவிட்டு கஸ்டமரிடம் புடவையைக்காட்டி

கனி:

இந்த கலர் உங்களுக்கு நல்லாருக்கும் பாருங்கம்மா...

லிங்கு சோர்வாகக் குனிந்திருக்க, அவன் மீது

கருங்காலி voice over:

ஏலே லிங்கு...

லிங்கு:

அண்ணாச்சி,

கருங்காலி voice over:

இங்க வாலே...

லிங்கு:

இந்தா வறேன் அண்ணாச்சி...

கனி லிங்குவை ஓரக்கண்ணால் பார்த்துவிட்டு, கஸ்டமரிடம்

கனி:

எடுத்துப் பாருங்கம்மா...

லிங்கு சோர்வாக அங்கிருந்து போகிறான். கனி அவன் போவதைப் பார்க்கிறாள். லிங்கு கருங்காலியிடம் வந்து நிற்கிறான். கருங்காலிக்கு அருகில் ஒரு பெண்ணும் அவளது தாயும் நின்று கொண்டிருக்கின்றனர். லிங்குவிடம்

கருங்காலி:

போயி ஆலிவ் க்ரீன் சுடிதார்ல, எக்ஸ்ட்ரா லார்ஜ் நாலு எடுத்துட்டு வாலே,

லிங்கு:

இல்ல அண்ணாச்சி, இப்பதான் போய்ட்டு வந்தேன்... (நெஞ்சைப் பிடித்துக்கொண்டு) மூச்சு வாங்குது அண்ணாச்சி,

கருங்காலி கோபமாக லிங்குவின் முன் வந்து

கருங்காலி:

ஏலே எதித்தாலே பேசற, (கடுங்கோபமாக) செவுளு,கிவுளு எல்லாம் பேந்துரும்,போலே...

லிங்கு நடக்க முடியமால் தள்ளாடியபடியே வருகிறான். நடக்க முடியாமல் படியில் உட்கார்ந்து மூச்சு வாங்குகிறான். கூட்டத்தில் நின்றுகொண்டிருந்த பெருமாளிடம் லிங்கு நின்ற இடத்தைக்காட்டி,

கனி:

எங்கண்ணே? இங்கருந்த புதுப்பையன், ரொம்ப நேரமா ஆளயேக்காணும்...

லிங்கு நிற்கும் இடத்தை கூட்டத்தை தள்ளிக்கொண்டு பார்த்துவிட்டு

பெருமாள்:

ஆமா, அப்பவே அண்ணாச்சி குடோனுக்கு அனுப்புனாவலே...

கனி:

ஆங்... எங்க போயிருப்பான், அந்த படிக்கட்டுல உக்காந்து காலாட்டிக்கிட்டு இருப்பான்...

பின்னால் கனி சொல்வதைப் பார்த்துக்கொண்டு நின்ற மாரி ஷாக்காகிறான்.

பெருமாள்:

அப்படியா... இந்தா வாறேன்...

அங்கிருந்து கிளம்பி லிங்குவை பார்ப்பதற்காகப் போகிறான்.

கனி:

ம்...

லிங்குவை மாட்டிவிட்டதற்காக தனக்குள் சந்தோஷப்பட்டு சிரித்துக்கொள்கிறாள். பின்புலத்தில் நின்ற மாரி கனியை மேலும்கீழும் பார்க்கிறான். லிங்கு மாடிப்படியில் உட்கார்ந்து வாட்டர் பாட்டிலில் தண்ணீர் குடித்துக்கொண்டிருக்க பின்னால் வந்த பெருமாள் லிங்குவின் தலையில் பின்னால் அடிக்கிறான். வாட்டர் பாட்டில் கீழே விழுந்துவிடுகிறது. லிங்கு பதறிப்போய் எழுந்து நிற்கிறான்.

பெருமாள்:

இப்பதான் வேலக்கி சேந்த, அதுக்குள்ள படிக்கட்டுல உக்காந்து சொகுசு கேக்குதோ,
(ஓங்கி அறைவதுபோல கை காட்டி) சொகுசு கேக்குதா?

லிங்கு:

இல்லண்ணே தண்ணிதாண்ணே குடிச்சிக்கிட்டு இருந்தேன்...

பெருமாள் லிங்குவை அடிக்க வர, அவன் கையை லிங்கு பிடிக்கிறான். கையைப்பிடித்ததும் கோபமான

பெருமாள்:

ஏலே... கையப்புடிக்கிறியா... கைய?

லிங்கு:

அண்ணே, அண்ணே... இல்லண்ணே தண்ணிதாண்ணே குடிச்சிக்கிட்டு இருந்தேன்...

பெருமாள்:

வாடா அண்ணாச்சிக்கிட்ட...

லிங்குவின் சட்டையைப் பிடித்து இழுத்துக்கொண்டு ஃப்ளோருக்குள் வருவது.

லிங்கு:

அண்ணே, அண்ணே தெரியாம பண்ணிட்டண்ணே,

பெருமாள்:

அண்ணாச்சிக்கிட்ட வாலே... வாலே...

கருங்காலி நீலக்கலர் ஸ்க்ரீன் துணியை விலக்கியபடி உள்ளே வந்து நின்று ஸ்க்ரீன் துணியை கையைத் தூக்கி இழுத்து மூடிவிட்டு

கருங்காலி:

என்னலே?

லிங்கு அழுது கெஞ்சியபடி இருக்க, அவன் சட்டையைப் பிடித்துக்கொண்டு நின்ற பெருமாள் கருங்காலியிடம்

G.வசந்தபாலன்

பெருமாள்:

அண்ணாச்சி, குடோனுக்கு போகாம படிக்கட்டுல உக்காந்து காலாட்டிக்கிட்டு இருந்தான் அண்ணாச்சி... (கருங்காலி அவர்களை கோபத்துடன் நெருங்க) என்னான்னு கேக்குறதுக்கு என்னையே அடிக்க வந்துட்டான் அண்ணாச்சி...

லிங்கு:

(அழுதபடியே) இல்ல அண்ணாச்சி, நான் எங்கண்ணே அடிக்க வந்தேன், இல்ல அண்ணாச்சி தண்ணிதான் அண்ணாச்சி குடிச்சிக்கிட்டு இருந்தேன்...

லிங்கு அருகில் வந்த கருங்காலி, லிங்குவின் கன்னத்தில் 'பளார்' என ஒரு அறை விடுகிறார். பெருமாள் ஒதுங்கி ஓரமாக நிற்கிறான்.

லிங்கு:

எம்மா...

கன்னத்தை வலி தாங்காமல் பிடித்துக்கொள்கிறான். கருங்காலி லிங்குவை சரமாரியாக அடிக்கிறான்.

லிங்கு:

இல்ல அண்ணாச்சி...

கருங்காலி:

கையா ஓங்குற...

என்று லிங்குவின் நெஞ்சில் ஓங்கி மிதிக்க, லிங்கு கீழே விழுந்து வலியால் துடிக்கிறான். லிங்குவை சரமாரியாக கருங்காலி அடிக்கிறான்.

கருங்காலி:

ஓ.பி.யா அடிக்கிற... ஓபி அடிப்பியா...

ஒரு ப்ளாஸ்டிக் டப்பாவை எடுத்து லிங்குவின் மண்டையில் பலம் கொண்ட மட்டும் அடிக்க அந்த டப்பா உடைந்துவிடுகிறது. உடைந்த டப்பாவால் மீண்டும் அடிக்கிறான். அடித்து தள்ளிவிட ஸ்க்ரீனுக்கு வெளியே ஃப்ளோரில் போய் கத்திக்கொண்டே லிங்கு விழுகிறான். ஃப்ளோரில் கஸ்டமர்கள் நடமாடுவது தெரிகிறது. லிங்கு காலைப்பிடித்து மீண்டும் உள்ளே இழுக்க, லிங்குவை ஓரமாக நின்ற சேல்ஸ்மேனும் சேர்ந்து இழுக்கிறான். லிங்குவை உள்ளே இழுத்துப்போட்டுவிட்டு கருங்காலி பெருமாளிடம்

கருங்காலி:

ஸ்க்ரீன மூடு... ஸ்க்ரீன மூடு...

லிங்கு:

(அழுதபடி) அண்ணாச்சி... அண்ணாச்சி...

அந்த வழியாக சென்ற கஸ்டமர்கள் லிங்கு அடிவாங்குவதைப் பார்க்கின்றனர். பெருமாள் ஸ்க்ரீனை அவசரமாக மூடுகிறான். லிங்கு கழுத்தில் இருந்த கார்டைக் கழற்றுகிறான்.

கருங்காலி:
கார்ட கொண்டாடா, வேலய விட்டுப் போடா... வேலய விட்டுப் போ...

லிங்கு கையெடுத்துக் கெஞ்சியபடியே

லிங்கு:
அண்ணாச்சி இல்ல அண்ணாச்சி,
கார்ட குடுத்துடுங்க அண்ணாச்சி,
அண்ணாச்சி அண்ணாச்சி இல்ல அண்ணாச்சி,
கார்ட குடுத்துடுங்க அண்ணாச்சி,

கருங்காலி:
என்ன சொல்லி அண்ணாச்சி வேலக்கி சேத்தாரு, *(அதட்டலாக)* என்னலே சொல்லி அண்ணாச்சி வேலக்கி சேத்தாரு?

லிங்கு:
(அழுதுகொண்டே) ஒழுங்கா வேல பாக்கணும்னு சொன்னாரு அண்ணாச்சி...

கருங்காலி:
ஏசி, சாப்பாடு, தங்க எடம் குடுத்து வேல செய்யின்னா, வேல செய்ய கருவலிக்குதோ...

லிங்குவை பளார் என்று அறைந்து, ஓரமாக நின்ற சேல்ஸ் மேனிடம் கோபமாக இருப்பதுபோல்

கருங்காலி:
பெருமாளு, மேனேஜருக்கு போன்போடு... *(கண்ணடித்து)* போன் போடு...

பெருமாள்:
(புரிந்துகொண்டு) சரி அண்ணாச்சி...

கருங்காலி:
இவனையெல்லாம் வேலயவிட்டு தூக்குனாத்தான் மத்தவன் எல்லாம் பயந்து கெடப்பான்,

லிங்கு கருங்காலியின் காலில் விழுந்து அவன் காலைப் பிடித்துக்கொண்டு

லிங்கு:
அண்ணாச்சி ப்ளீஸ் அண்ணாச்சி, அண்ணாச்சி... அண்ணாச்சி...

G.வசந்தபாலன்

கருங்காலி:

(காலை உதறியபடியே) கால உடுலே... கால உடுலே... (பெருமாளைப்பார்த்து) ஏலே பெருமாளு போனப்போடுலே...(காலில் விழுந்தவனை மிரட்டுவதுபோல) இவனையெல்லாம் வேலய விட்டு தூக்கியாகணும்லே...

கருங்காலியின் காலைப் பிடித்து அழுதபடியே அவரை நிமிர்ந்து மேலே பார்த்து,

லிங்கு:

அண்ணாச்சி, அண்ணாச்சி ப்ளீஸ் அண்ணாச்சி...வீட்ல தங்கச்சில்லாம் படிச்சிக்கிட்டு இருக்கு அண்ணாச்சி... நான் ஒருத்தன்தான் அண்ணாச்சி வேல பாக்குறேன்...அப்பா இல்ல அண்ணாச்சி... ப்ளீஸ் அண்ணாச்சி... (கையெடுத்து கும்பிட்டு) அண்ணாச்சி மன்னிச்சிருங்க அண்ணாச்சி... வேலய விட்டு தூக்கிறாதீங்க அண்ணாச்சி...

கருங்காலி கழுத்து வியர்வையை துடைத்துக்கொள்கிறார். கையெடுத்துக் கும்பிட்டு அழுதபடியே

லிங்கு:

மாசாமாசம் வீட்டுக்கு பணம் அனுப்பலன்னா, வீட்ல எல்லாரும் பட்டினி கெடப்பாங்க அண்ணாச்சி... ப்ளீஸ் அண்ணாச்சி மன்னிச்சிருங்க அண்ணாச்சி... அண்ணாச்சி தெரியாம பண்ணிட்டேன் அண்ணாச்சி... ப்ளீஸ் அண்ணாச்சி மன்னிச்சிருங்க அண்ணாச்சி... (மீண்டும் கருங்காலியின் காலில் விழுந்து) அண்ணாச்சி வேலய விட்டு தூக்கிறாதீங்க அண்ணாச்சி...

கருங்காலி யோசித்து காலால் லிங்குவை எத்தி

கருங்காலி:

எந்திரிலே, (லிங்கு எழுந்து நிற்க) ஆங்... இனிமே இந்த காவாளித்தனமெல்லாம் பண்ண, செத்தலே, செறுக்கி புள்ள சாப்பாட்டுக்கு போன வெளுத்துருவேன்...

லிங்கு:

சரிங்க அண்ணாச்சி...

கருங்காலி:

இந்த ஃப்ளோர் மொத்ததுக்கும் நீ மட்டும் மாஃப் போடுற...

லிங்கு:

சரிங்க அண்ணாச்சி...

- cut to -

யாருமற்ற ஃப்ளோரை லிங்கு மட்டும் தனியாக மாஃப் போட்டு துடைத்துக்கொண்டு இருக்கும்போது, அவனுடைய ID கார்டு வந்து விழுகிறது. ID கார்டை எடுத்துக்கொண்டு அண்ணாந்து பார்க்கிறான்.

- cut to -

தெரு ஆள் அரவம் இல்லாமல் இருக்கிறது. வெளியே மழை பெய்துகொண்டிருக்க, கடையின் பாதி ஷெட்டர் திறந்து இருக்கிறது. ஒரு பக்கம் மாரியும், மறு பக்கம் வாட்ச்மேனும் நின்று கொண்டிருக்கின்றனர். லிங்கு பாதி திறந்த ஷட்டரின் வழியாகக் குனிந்து வெளியே வருகிறான். அவனுக்காகக் காத்திருந்த மாரியும் அவனுடன் சேர்ந்துகொள்ள, இருவரும் ஹோம் நோக்கி நடக்கின்றனர். வாட்ச்மேன் கடை ஷட்டரை இறக்கி லிவரைச் சுற்றுகிறான். இருவரும் மழையில் நனைந்தபடி போய்க்கொண்டிருக்கின்றனர்.

மாரி:

மாப்ள, கருங்காலி பய வெலங்கவே மாட்டாம்லே...

- cut to -

காட்சி: 38

ஹோம்: NIGHT / EXT & INT

மழை மூர்க்கமாக கொட்டிக்கொண்டிருக்கிறது. லிங்கு சோர்ந்துபோய் ஹோமின் படிக்கட்டில் நடக்க, மாரி பின்னால் தொடர்ந்து வருகிறான். நுழைவாயிலின் இடதுபுறம், குண்டு பல்ப் லைட் வெளிச்சத்தில் பெருமாள் சிகரெட் பிடித்துக்கொண்டு, பத்திரிகை படித்துக் கொண்டிருக்கிறான். கொட்டும் மழையிலும் சேல்ஸ் மேன்கள் யூனிபார்மை துவைத்து காயப்போட்டுக் கொண்டிருக்கிறார்கள். கூடாரம் முழுவதும் பையன்கள் செத்த பிணம்போல் படுத்திருக்கிறார்கள். சிலர் கிழிஞ்ச ஜட்டி தெரிய, சிலர் பனியன் அணிந்துகொண்டு, சிலர் கிழிஞ்ச பாயில், சிலர் வெறும் தரையில் என படுத்திருக்கிறார்கள். கூடாரம் முழுவதும் 2 அல்லது 3 லைட்டுகள் எரிந்து கொண்டிருக்கின்றன. ஒரு லைட்டின் வெளிச்சத்தில் சிறிய கும்பல் ஒன்று சீட்டாடிக் கொண்டிருக்கிறது. அவர்கள் இருக்கும் அருகில் ரேடியோவில் சூரியன் பண்பலையில்

“வாழ்க்கை என்றால் ஆயிரம் இருக்கும்
வாசல் தோறும் வேதனை இருக்கும்
உனக்கும் கீழே உள்ளவர் கோடி
நினைத்து பார்த்து நிம்மதி தேடு...
மயக்கமா... கலக்கமா... மனதிலே... குழப்பமா...

என்ற P.B. சீனிவாசனின் குரல் ஒலித்துக்கொண்டிருக்கிறது. படியேறி வந்த லிங்கு பெருமாளைப் பார்க்கிறான். இடி மின்னல் வெட்டின வெளிச்சம் உள்ளே விழுகிறது. பெருமாள் சிகரெட் புகையை இழுத்து ஊதி, லிங்குவை ஒரு அலட்சியப் பார்வை பார்த்துவிட்டு மீண்டும் வண்ணத்திரை நடிகைகளை பார்க்கத் தொடங்குகிறான். லிங்கு பெருங்கோபம் கொண்டவனாய் ரேக்கில் இருந்து ஒரு இரும்புப் பெட்டியைத் தூக்கி பெருமாளின் தலையில் அடிக்கிறான். குண்டு பல்ப் உடைகிறது. எதிர்பாராத தாக்குதலால் பெருமாள் சரிந்து முன்னாள் உள்ள காரிடாரில் விழுகிறான். மழை அடித்து ஊத்திக் கொண்டிருக்கிறது. அவன் சுதாரித்து எழுவதற்குள் லிங்கு சிறுத்தை போல் சீறிப் பாய்ந்து புரட்டி அவன் மேலே அமர்ந்துகொண்டு

லிங்கு:

வேசி மவனே, சிறுக்கி புள்ள... காட்டியாலே கொடுக்கிற?

என்று திட்டிக்கொண்டே 'நங்கு... நங்கு' வென்று நாலைந்து குத்து குத்துகிறான். பெருமாள் லிங்குவின் கைகளை குத்தவிடாமல் பிடித்துக்கொண்டு காலால் அவனை உதைத்துத் தள்ளிவிடுகிறான். மழை பெய்யும் சேற்றில் லிங்கு விழ,

பெருமாள்:

அப்படிதான்லே காட்டிக் கொடுப்பேன்... என்ன மயித்துக்குலே படில உட்காந்தே...நேத்து வந்த நாயி நீ...

என்று லிங்குவை காலால் உதைக்க, லிங்கு பெருமாளின் காலை பிடித்து அவனை கீழே தள்ளி விடுகிறான். மாரி லிங்குவைப் பிடித்து இழுத்து,

மாரி:

வேண்டாம் மாப்ளே...

என்கிறான். மாரியைப் பிடித்து தள்ளிவிட்டு பெருமாளை உதைக்கிறான். பெருமாளின் காலைப் பிடித்து சேற்றில் அவனை இழுக்கிறான். காலால் வயிற்றில் எற்றுகிறான். பெருமாள் வலி தாங்க முடியாமல் லிங்குவைப் பிடித்து தள்ளிவிட்டு கூடாரத்திற்குள் ஓடுகிறான். சீட்டு விளையாடிக் கொண்டிருந்த பையன்கள் ஓடி வந்து லிங்குவைப் பிடிக்கிறார்கள். லிங்கு அவர்களையும் தள்ளி விடுகிறான். லிங்கு கையில் கிடைக்கும் பக்கெட், ஹேங்கர், சூட்கேஸ் போன்ற பொருட்களை எடுத்து பெருமாளின் மேல் வீசுகிறான். படுத்திருக்கும் பையன்களைத் தாண்டியும், மிதித்தும் பெருமாள் கூடாரத்திற்குள் ஓடுகிறான். லிங்கு துரத்துகிறான். படுத்திருக்கும் பையன்களில் சிலர் சத்தம் கேட்டு எழுந்து கொள்கிறார்கள். செளந்தரபாண்டியும் எழுந்து

கொள்கிறான். கூடாரத்தில் உள்ள இரண்டு மூன்று வரிசைகளிலும் லிங்கு பெருமாளை துரத்தித் துரத்தி அடிக்கிறான். பெருமாள் அடிவாங்கிக்கொண்டே தப்பித்து ஓடுகிறான். கக்கூஸிலும் லிங்கு பெருமாளைத் துரத்தித் துரத்தி அடிக்கிறான். ஒரு பக்கெட் ஒன்று பெருமாளின் முகத்தை பதம் பார்க்க, முகம் கிழிபட்டு இரத்தம் வழிகிறது. மாரியும், சௌந்தரபாண்டியும் ஓடி வருகிறார்கள்.

ஹோமிலிருக்கும் மற்ற பையன்களும் சண்டையை விலக்க ஓடி வருகிறார்கள். இறுதியாக பெருமாள் ஹோமின் முன்னால் கிடக்கும் சேற்றில் விழ, லிங்கு அவனைப் புரட்டி துவைத்து எடுக்கிறான். மாரியும், சௌந்தரபாண்டியும் வந்து லிங்குவைப் பிரித்து இழுக்கிறார்கள். பெருமாளை இரண்டு பையன்கள் சேற்றிலிருந்து தூக்கி பிடித்துக் கொள்கிறார்கள். லிங்குவின் கைகளை ஆளுக்கு ஒன்றாக மாரிமுத்துவும், சௌந்தரபாண்டியும் பிடித்துக் கொள்கிறார்கள்.

லிங்கு:
அப்படி என்னண்ணே தப்பு பண்ணிட்டேன்? அஞ்சாறு தடவை
ப்ளோருக்கும் குடோனுக்கும்
ஓடுனதுல, நெஞ்சடச்சுதேன்னு, தண்ணி குடிச்சிட்டு ,
ஒரு அஞ்சு நிமிசம் படிலே உட்கார்ந்திருந்தேன்...
அதப்போய் காட்டிக் கொடுக்கிறாண்ணே...

என்று கையைப் பிடித்து வைத்திருப்பவர்களையும் இழுத்துக் கொண்டு பெருமாளை லிங்கு மிதிக்கப் போகிறான். மாரியும், சௌந்தரபாண்டியும் லிங்குவைப் பின்னால் இழுத்துப் பிடிக்கிறார்கள்.

சௌந்தரபாண்டி:
லே... மக்கா, லிங்கு, விடுலே...

சௌந்தரபாண்டியைப் பார்த்து அழுதுகொண்டே

லிங்கு:
நான் ப்ளஸ் டூ ல 1108 மார்க்குண்ணே, ஸ்கூல்லயே நான்தான்
பர்ஸ்ட், இந்நேரம் இன்ஜினியரிங் படிச்சிட்டு இருக்க வேண்டியவன்...
வீட்ல ஒரு சின்ன துரும்பக்கூட எங்கப்பா என்னை நகர்த்திவைக்க
விட்டதில்லண்ணே... அவர் இருந்திருந்தா இந்த கோலத்தையெல்லாம்
நான் பாத்திருப்பேனா?

என்று தன்னையே கைகாட்டி அழுகையும், கண்ணீருமாகச் சொல்கிறான்.

சௌந்தரபாண்டி:
லே மக்கா லிங்கு அழாதலே... நாலு பேர் வேல செய்யிற இடம்னா,

G.வசந்தபாலன் ❖ 105

ஒரு எட்டப்பன் இருக்கத்தாம்லே செய்வான்...

லிங்கு அழாதலே...

லிங்கு:

ஊர்ல பிச்சை எடுத்து பிழைக்கக்கூட வழியில்லைன்னுதானே, இங்கே வந்து இவனுங்ககிட்ட நம்மள எழுதிக்கொடுத்துட்டு வேலை செய்யுறோம்... நம்ம பொளப்பு நாய் பொழப்புன்னாலும்,

ஊர்ல உள்ளவங்க, கா வயிறு, அரை வயிறு நிம்மதியா சாப்டறாங்கண்ணே... அதுல போய் மண்ணள்ளிப் போடப் பார்த்தாண்ணே... வேலை போயிடுமோன்னு நினைக்கும்போதுதான், நெஞ்சு கெடந்து அடிச்சிக்குது...

எனக்கு வர்ற ஆத்திரத்துக்கு அவனை கொன்னுட்டு,

ஜெயிலுக்கு போனாலும் பரவால்லேண்ணா...

என்று திமிறிக்கொண்டு மீண்டும் பெருமாளை அடிக்கப் போக, சௌந்தரபாண்டி லிங்குவை விடாமல் பிடித்து ஹோமை விட்டு வெளியே கொண்டு வருகிறான்.

சௌந்தரபாண்டி:

ஏலே லிங்கு, அழாதலே, அண்ணாச்சிக்கு கருங்காலி அடிவருடின்னா, கருங்காலிக்கு அந்தப் பய சொம்படிக்கிறவன்...

ஒரு நாள் அந்தக் கருங்காலியே அவனுக்கு வைப்பான் பாரு ஆப்பு...

என்று சொல்லி லிங்குவை ஆறுதல்படுத்தி மாரிமுத்துவிடம் அவனை சாப்பிட அழைத்துப் போகுமாறு கூறுகிறான்.

- cut to -

காட்சி: 39

தெரு - கோவில்: DAY / EXT

கோவில் கோபுரத்திலிருந்து கேமரா tilt down ஆக, மாரியும் லிங்குவும் சாமி கும்பிடுகின்றனர். லிங்குவின் வலது கண்ணுக்குக் கீழே முதல் நாள் கருங்காலி அடித்த காயத்தழும்பு இருக்கிறது. ஒரு பெண் சாமி கும்பிட்டு தோப்புக்கரணம் போடுகிறாள். உள்ளே இரண்டு சேல்ஸ்மேன்கள் சாமி கும்பிடுகின்றனர். மாரி சாமி கும்பிட்டு கன்னத்தில் போட்டுக்கொள்கிறான். கடைக்கு வருகின்றனர். லிங்குவிடம்

மாரி:

மாப்ள நேத்தே உங்கிட்ட ஒன்னு சொல்லனும்னு நெனச்சேன்...

லிங்கு அமைதியாக வருகிறான்.

மாரி:

நீ படிக்கட்டுல உக்காந்தத பெருமாள்கிட்ட மாட்டிவிட்டது கனிதாம்லே...

லிங்கு:

(நின்று ஆச்சர்யமாக) என்னளா சொல்ற?

மாரி:

ஆமாலே...

லிங்கு கனியை நினைத்துக் கோபமாக முறைக்கிறான்.

- cut to -

காட்சி: 40

செந்தில்முருகன் ஸ்டோர்ஸ் மூன்றாவது மாடி: DAY / INT

டிவியில் முருகன் படம்தெரிய, செந்தில்முருகன் ஸ்டோர்ஸ் விளம்பரம் ஓடுகிறது.

டி.வி. voice:

செந்தில்முருகன் ஸ்டோர்ஸ், ரங்கநாதன் தெரு, டி.நகர், சென்னை 17... விளம்பரம் ஓடிக்கொண்டிருக்கிறது. சேல்ஸ்மேன்கள் மற்றும் சேல்ஸ்கேர்ள்ஸ் தங்கள் வேலைகளை செய்துகொண்டிருக்கின்றனர். கனி, சோஃபியா, செல்வராணி மூவரும் தங்கள் கவுன்ட்டரில் நின்று புடவைகளை மடித்தபடி சிரித்து பேசிக்கொண்டிருக்கின்றனர். அவர்களைப் பார்த்தபடியே லிங்குவும் மாரியும் ஃப்ளோருக்குள் வருகின்றனர். லிங்குவிடம்

மாரி:

அங்க பாருலே சிரிச்சிக்கிட்டு இருக்குறத...

லிங்கு:

(கனியை முறைத்தபடியே) இன்னக்கி வக்கிறோம்லே வேட்டு...

சோஃபியாவும், கனியும் புடவைகளை அட்டைப் பெட்டியில் வைத்துக்கொண்டிருக்கின்றனர். செல்வராணி லேடர் போட்டு ஏறி புடவைகளை மேலே வைத்துக்கொண்டிருக்கிறாள். இரண்டு சேல்ஸ் மேன்கள் பக்கவாட்டில் நின்று புடவைகளை அடுக்கிக்கொண்டிருக்கின்றனர். மாரியும், லிங்குவும் கவுன்ட்டரில் தாவி ஏறி உள்ளே செல்கின்றனர். அவர்களைப் பார்த்ததும் கனி அமைதியாகிவிடுகிறாள். லிங்கு கனியை முறைத்தபடியே கவுன்ட்டரில் இருந்த புடவைகளை செல்வராணியிடம் எடுத்துக் கொடுக்கிறான். கனியும் லிங்குவை 'என்ன முறைக்கிற' என்பதுபோல் பார்க்கிறாள்.

அப்போது அங்கு ஓடிவந்த ஒரு சேல்ஸ்கேர்ள் கனியிடம் பணம் கொடுத்து,

சேல்ஸ் கேர்ள்:

ஏலே கனி இந்தா, இந்த மாச ஏலச்சீட்டுப் பணம்...

கனி வாங்கி எண்ணிப்பார்த்துவிட்டு அவள் போன திசையைப்பார்த்து டென்ஷனுடன்

கனி:

ஏளா பத்து ரூவா கொறயுது...

சேல்ஸ் கேர்ள் voice over:

அடுத்த மாசம் சேத்துத் தாறேன்...

கனி:

போலே அண்டங்காக்கா...

லிங்கு கனியைப் பார்த்துக்கொண்டிருக்கிறான். கனி பின்னால் திரும்பி ஒரு சின்ன நோட்டை எடுத்து எழுதப்போனவள், லிங்குவை திரும்பிப்பார்த்துவிட்டு அவனுக்கு தெரியக்கூடாது என நினைத்து சற்றுத் திரும்பி நோட்டில் பண வரவை எழுதுகிறாள். லிங்கு என்ன எழுதுகிறாள் என எக்கிப் பார்க்கிறான். கர்ச்சீப்பைப் பையில் வைத்தபடியே கருங்காலி ஃப்ளோருக்குள் வருகிறான். அவனிடம் வந்த

லேடி செக்யூரிட்டி:

குட் மார்னிங் சார்...

கருங்காலி:

(அலட்சியமாக) ஆங்... குட்மார்னிங்... குட்மார்னிங்...

லேடி செக்யூரிட்டி அட்டென்டன்ஸை கருங்காலியிடம் நீட்டி

லேடி செக்யூரிட்டி:

சார் அட்டென்டன்ஸ்...

கருங்காலி:

(வாங்கியபடியே) எல்லாம் வந்தாச்சா?

லேடி செக்யூரிட்டி:

ஆங்... வந்தாச்சுங்க...

லிங்கு கருங்காலியையும், கனியையும் மாறிமாறிப் பார்க்கிறான். கனி கீழே குனிந்தபடி இருக்கிறாள். அவளிடம் வேண்டுமென்றே

லிங்கு:

கனி, என்னையும் ஏலச்சீட்டுல சேத்துக்கயேன்...

கனி:

(கையை உதறி) முடியாது, முடியாது... லேடீஸ்தான்...

கருங்காலி பேனாவைக் கையில் வைத்துக்கொண்டு, அட்டென்டன்ஸை பார்த்துக்கொண்டே

கருங்காலி:

இவனுக்கு என்ன, இவன் ஏன் வேலக்கி வரல?

கனி கீழே குனிந்தபடி நிற்க, லிங்கு அவளிடம் கெஞ்சுவதுபோல்

லிங்கு:

இல்ல கனி, அவசரமா வீட்டுக்கு மூவாயிரம் ரூவா பணம் அனுப்பணும்... அதான்...

கனி:

(கடுப்பாக) முடியாதுன்னு சொல்றேன்ல...

லிங்கு கருங்காலியை பார்க்கிறான். கருங்காலி அட்டன்டென்ஸை பார்த்து முடித்துவிட்டு கனி, லிங்கு பேசிக்கொண்டிருப்பதைப் பார்க்கிறான். அவன்மீது

லிங்கு voice over:

இல்ல கனி ரொம்ப அவசரம்... அதான் கேட்டேன்...

மாரி மும்முரமாக வேலை பார்த்துக்கொண்டிருக்க, அவன் பக்கத்தில் நின்ற சோஃபியா கருங்காலி கனியைப் பார்ப்பதை பார்க்கிறாள். லிங்கு கனியிடம் கெஞ்சிக்கொண்டு இருக்கிறான்.

லிங்கு:

கனி, கனி... ப்ளீஸ் கனி...

உடனே அவசரமாக கனியை உரசி மெதுவான குரலில்

சோஃபியா:

கனி, கனி...

கனி திரும்பி சோஃபியாவிடம்

கனி:

என்ன?

சோஃபியா:

(கீழே குனிந்தபடியே) கருங்காலி பாக்கான்...

கனி கருங்காலியைப் பார்த்துவிட்டு,

கனி:

சூ... அய்யோ...

என குனிந்து வேலையை பார்க்கிறாள். கருங்காலி கனியை முறைக்கிறான். லிங்கு கனியிடம் கெஞ்சியபடியே,

லிங்கு:
கனி கேக்கேன்ல... என்னையும் சேத்துக்கயேன்...

கனி:
(கீழே குனிந்தபடியே பல்லைக் கடித்துக்கொண்டு) பேசாம இருன்னு சொல்றேன்ல...

அதைப்பார்த்து கோபமாக வந்தபடியே

கருங்காலி:
ஏலே, என்னலே அங்க பேசிக்கிட்டு இருக்கீயே...

கனி:
இல்லங்க அண்ணாச்சி, அவன் சிஃபான் சேலயப்பத்திக் கேட்டான், அதான் சொன்னேன்...

லிங்கு:
இல்ல அண்ணாச்சி, இவ ஏலச்சீட்டு கம்பெனி நடத்துறா...

கனி லிங்குவின் கையைத் தட்டிவிட்டு,

கனி:
சும்மாரு...

லிங்கு:
கனி ஏலச்சீட்டு கம்பெனி... என்னை சேத்துக்கன்னா சேத்துக்க மாட்டேங்கா...

எதிரில் வந்து நின்ற கருங்காலியிடம்

கனி:
(பயந்தபடியே) இல்ல அண்ணாச்சி, இவன் பொய் சொல்லுதான் அண்ணாச்சி...

கருங்காலி இருவரையும் மாறிமாறிப் பார்க்கிறான். லிங்கு கனி பணவரவை குறித்த சின்ன நோட்டை எடுத்து கருங்காலியிடம் காட்டி,

லிங்கு:
இல்ல அண்ணாச்சி இங்க பாருங்க...

கனி லிங்குவின் கையில் இருக்கும் நோட்டைத் தட்டிவிட்டு அழுதபடியே பின்னால் நகர்ந்து போய் ரேக்குடன் ஒட்டிக்கொள்கிறாள்.

கனி:
(அழுதபடியே) இல்ல அண்ணாச்சி,

டென்ஷனான கருங்காலி கையைக்காட்டி கனியை வெளியே வரச்சொல்கிறான்.

கருங்காலி:
ஏலே, வாலே... வாலே வெளியே...

கனி பயந்து அழுதபடி நிற்கிறாள். பின்புலத்தில் சோஃபியாவும், மாரியும் பார்த்துக்கொண்டு நிற்கின்றனர். கவுன்ட்டரில் இருந்த ஒரு அட்டையை எடுத்து கனிமேல் கோபமாக விட்டெறிந்து,

கருங்காலி:
(பல்லைக்கடித்துக்கொண்டு) வெளிய வாங்குறேன்ல...

கனி:
(அழுதபடி) தெரியாது அண்ணாச்சி...

புடவையை எடுத்து கோபமாக கனியை அடித்து

கருங்காலி:
வா... வெளிய வா...

கனி:
அண்ணாச்சி...

அழுதபடியே கனி பயந்துகொண்டு கவுன்டரிலிருந்து லிங்கு நிற்கும் பக்கம் பார்த்துக்கொண்டே வெளியே வருகிறாள். கருங்காலி கவுன்ட்டரில் ஏறி நின்று புடவையால் கனியை கடுங்கோவமாக அடித்துக்கொண்டே

கருங்காலி:
வாங்குறேன்லடி, எத்தன, எத்தன நாளா உங்கிட்ட சொல்லிருக்கேன்... வா... வெளிய வா...

கனி:
அண்ணாச்சி... அண்ணாச்சி

எனக் கத்துகிறாள். அவள் கையைப்பிடித்து இழுத்து கருங்காலி சரமாரியாக அவள் கன்னத்தில் அடிக்கிறான்.

கருங்காலி:
ஒழுங்கா சொன்னா உனக்கு மண்டையில் ஏறாதா,

கனி:
ஆ... ஆ...

வலி தாங்கமுடியாமல் கத்துகிறாள். சௌந்தரபாண்டி சோகமாக அவள் அடிவாங்குவதைப் பார்க்கிறான். மற்ற சேல்ஸ்மேன்களும் பார்க்கின்றனர். கருங்காலி கனியை அடித்து இழுத்துக்கொண்டே

G.வசந்தபாலன்

கருங்காலி:
சீட்டு போடாத, சீட்டு போடாதன்னு எத்தன தடவ சொல்லுத உனக்கு...

கனி:
ஆ... ஆ...

வலியில் கத்துகிறாள். கனி வலி தாங்கமுடியாமல் கீழே உட்கார்ந்துவிடுகிறாள். அவளை அடித்தடிபயே

கருங்காலி:
ம்... சொல்ல, சொல்ல கேக்கமாட்ட, கேக்கமாட்ட, கேக்கமாட்ட...

கனி அடிவாங்குவதை சேல்ஸ் கேர்ள்ஸ் பரிதாபமாகப் பார்க்கின்றனர். கருங்காலி கனியின் முடியை கொத்தாகப் பிடித்து இழுத்துக்கொண்டு

கருங்காலி:
சீட்டு போடுற, சீட்டு... வாடி... செத்த மூதி...

கனியை கருங்காலி இழுத்துக்கொண்டு போவதை செல்வராணி பரிதாபமாகப் பார்க்கிறாள். ஃப்ளோரில் உள்ள அனைவரும் பார்க்கின்றனர். அவளை இழுத்துப் போய்க்கொண்டே

கருங்காலி:
இன்னக்கி உன்னை வெளுக்குற வெளுப்புல... இனி நீ ஜென்மத்துக்கும் சீட்டே போடக்கூடாதுலா...

லிங்குவை அடித்த மறைவான இடத்துக்கு இழுத்துக்கொண்டு உள்ளே போனபடியே,

கருங்காலி:
வா... வாலே உள்ள...

கனியை கருங்காலி ஸ்க்ரீன் மறைவுக்கு கொண்டு போய்விடுகிறான். உள்ளே போன கனி வலியால் கத்துகிறாள்.

கனி *voice over*:
அண்ணாச்சி, விட்ருங்க அண்ணாச்சி...

அரக்குக் கலர் புடவை கட்டிய பொம்மை ஒன்று காட்டப்படுகிறது. ஃப்ளோரில் கூட்டம் நிரம்பி வழிகிறது. மொட்டையடித்த பத்துபேர் ஃப்ளோரில் நிற்கின்றனர் (long shot)

ஒரு சேல்ஸ்மேன் *voice over*:
அந்த சந்தனம் போட்ட மொட்டக்கி முன்னூத்தி நாப்பது ரூவா பில்லே...

மற்றொரு சேல்ஸ் மேன் voice over:

பத்து மொட்ட இருக்கு எந்த மொட்டலே?

ஒரு சேல்ஸ் மேன் voice over:

லேசா சந்தனம் தடவிருக்குல்ல அதான்...

மாரியின் முன் மொட்டையடித்தவர்கள் நிற்கின்றனர். மாரியின் பக்கத்துக் கவுன்ட்டரில் கனி பக்கத்தில் அமைதியாக கஸ்டமர்களுக்கு புடவையை விரித்துக் காட்டுகிறாள். லிங்குவும் கஸ்டமர்களுக்கு புடவையை விரித்துக் காட்டியபடி இருக்கிறான்.

மாரி:

ஏழு குண்டல வாடா, வெங்கட்ரமணா கோய்ந்தா ஸ்பெஷல் ஸேரி,
இக்கட ரண்டி... ரண்டி... ரண்டி...

மாரி கூவிக்கொண்டிருக்கிறான். கனி அமைதியாக லிங்குவை முறைக்கிறாள். லிங்குவும் கனியை ஏற இறங்கப் பார்க்கிறான். கனி கோபமாக லிங்குவை முறைத்தபடி இருக்கிறாள். திரும்பிப் பார்த்து

லிங்கு:

என்ன புள்ள மொறக்க...

கனி லிங்குவை அமைதியாக மேலும்கீழும் பார்க்கிறாள். அவள் இடது கன்னத்தில் கருங்காலி அடித்த விரல்கள் பதிந்திருக்கின்றன. கனி லிங்குவை முறைத்தபடி இருக்கிறாள்.

லிங்கு:

என்னை மட்டும் படிக்கட்டுல உக்காரச் சொல்லிட்டு கருங்காலிட்ட
மாட்டிவிட்ட.... பதிலுக்கு பதில்... ம்...

கோபத்தை அடக்கிக்கொண்டு லிங்குவை பார்த்துவிட்டு, கையில் வைத்திருந்த நீலக்கலர் புடவையை விரித்து கஸ்டமரிடம் காட்டுகிறாள்.

லிங்கு:

என்ன பொட்டப்புள்ளன்னு வேலைய விட்டுத் தூக்காம விட்டானோ...
எப்படித் தப்பிச்ச?

லிங்கு கேட்பதை கண்டுகொள்ளாமல், கஸ்டமரிடம் சேலையை விரித்துக்காட்டி

கனி:

பாருங்கம்மா...

பெண்:

இது நல்லால்ல, வேற பொடவ காமிம்மா...

லிங்கு:

ஏன் புள்ள எப்படித் தப்பிச்சன்னு கேக்கேன்ல?

கனி:

(டென்ஷனாக) இப்ப அவசியம் தெரிஞ்சுக்கணுமோ...

லிங்கு:

ஆமா...

கனி:

(கண்கள் கலங்கி) மாரப்புடிச்சி கசக்குனான், பேசாம நின்னேன்... (அழுதபடி) போதுமா...

லிங்கு வருத்தத்துடன் கனியை பார்க்கிறான். ஃப்ளோரில் மக்கள் டிரஸ் பார்த்துக்கொண்டிருப்பது காட்டப்படுகிறது. கனி வாடிக்கையாளர்களுக்கு கவுன்ட்டரில் சேலையை விரித்துக் காட்டிக்கொண்டிருக்கிறாள். லிங்கு கனிமீது இரக்கப்பட்டு பரிதாபமாக பார்க்கிறான்.

லிங்கு:

ஏன் கனி?

கனி:

பெறவு, அப்படியே மண்ணெண்ண ஊத்தித் தீக்குளிக்கணுமா? (அழுதபடி) சோத்துக்கு இல்லாம எச்சிப் பொழப்புக்குன்னு வந்தாச்சு,

கனி கண்களில் வழிந்த கண்ணீரைத் துடைத்துக்கொண்டு கஸ்டமரைப் பார்த்து

கனி:

இதப்பாருங்கம்மா... இது காட்டன்... (கன்னத்தில் வழிந்த கண்ணீரை துடைத்தபடி) வேற பாக்குறீங்களா?

லிங்கு தன்னை நொந்துகொண்டு பரிதாபமாக கனியை பார்த்தபடி இருக்கிறான்.

பெண்:

இத விட கொஞ்சம் காஸ்ட்லியா காமிங்க...

கனி பின்னால் திரும்பி ஒரு சேலையை எடுத்து கஸ்டமரிடம் காட்டி,

கனி:

பாருங்கம்மா... இது சிஃபான் காட்டன்...

லிங்கு வருத்தமுடன் கனியிடம்

லிங்கு:

ஸாரி கனி, ப்ளீஸ் கனி... நான் நெனக்கில கனி...

கனி லிங்குவைத் திரும்பிப் பார்க்காமல், கஸ்டமரிடம்

கனி:

இதுல இன்னும் கலர்ஸ் இருக்கு... பார்டரும் நல்லாருக்கும்...

லிங்கு:

ஸாரி கனி, கனி ப்ளீஸ் கனி, ஸாரி கனி... தெரியாமப்பண்ணிட்டேன் கனி... நான் நெனக்கில கனி...

என்னைய வேணும்னா செருப்பாலகூட அடிச்சிக்க கனி...

கனி:

(கடுப்பாக) பேசாமப்போடா...

பெண் கஸ்டமர் voice over:

ஏம்மா, இதே டிஸைன்ல, மெரூன்ல இருக்கா...

கனி:

மெரூன்ல கூடுனதுதாம்மா இருக்கு... பாக்கியளா...

லிங்கு கண்கள் கலங்கி கனியைப் பார்க்கிறான். அவன்மீது,

பெண் கஸ்டமர் voice over:

காட்டும்மா, பாக்கலாம்...

லிங்கு கண்களிலிருந்து கண்ணீர் கன்னத்தில் வழிய யோசனையுடன் திரும்புகிறான்.

- cut to -

லிங்கு கனியை நினைத்து சோகமாக இரவு ரோட்டில் தனியாக நடந்து வருகிறான்.

- cut to -

லிங்கு கனியை நினைத்து பூட்டிக்கிடக்கும் ஒரு கடைமுன்பு கட்டியிருந்த கம்பில் சாய்ந்து நின்று சோகமாக வெறித்துப் பார்த்தபடி இருக்கிறான்.

- cut to -

காட்சி: 41

ரெங்கநாதன் தெரு: Day / Ext

ரெங்கநாதன் தெருவில் கூட்டம் அலைமோதிக்கொண்டிருக்க, கூட்டத்திற்கு நடுவே சேல்ஸ்மேன்போல் ஒருவன் அலட்சியமாக,

பெரிய சைஸ் பேக் ஒன்றைப் பின்னால் கட்டிக்கொண்டு கூட்டத்தின் நடுவே நடந்து வந்து, ஒரு சந்தில் செல்கிறான்.

- cut to -

காட்சி: 41A

மேன்சன்: DAY / EXT & INT

சேல்ஸ்மேன் மேன்சன் அறையைத் திறந்து உள்ளே வந்து, பைக்குள் இருந்த துணிகளைக் கொட்டி மலைப்பாய் பார்ப்பது.

- cut to -

காட்சி: 41B

மேன்சன் மொட்டை மாடி: DAY / EXT

துணிகளை மொட்டை மாடிக்கு எடுத்துச் சென்று துவைத்து காயப்போடுவது.

- cut to -

காட்சி: 41C

மேன்சன் ரூம்: DAY / INT

காய்ந்த துணிகளை அயன் செய்து, புதுத் துணிகளைப்போல ஒரு கவரினுள் மடித்து விற்பனைக்கு வைப்பது.

சேல்ஸ்மேன் voice over:

பத்து ரூவா, பத்து ரூவா, பத்து ரூவா, பத்து ரூவாங்க...

- cut to -

காட்சி: 41D

ரெங்கநாதன் தெரு: DAY / EXT

சேல்ஸ்மேன் புது கவரில் போட்ட துணிகளை ரெங்கநாதன் தெருவில் போட்டு விற்றுக்கொண்டிருக்கிறான். மக்கள் அதைக் கூட்டமாக சுற்றி நின்று கூடி வாங்கிக்கொண்டிருக்கின்றனர். துணிகளை மக்கள் எடுத்துப் பார்த்துக்கொண்டிருக்க, சேல்ஸ்மேன் டிரஸ்களை எடுத்துக் கொடுத்து காட்டியபடி,

சேல்ஸ்மேன்:

டீ ஷர்ட்டெல்லாம் பத்துரூவாங்க, பத்துரூவா, பத்ரூவா, பத்ரூவா சார்...

கூட்டத்தில் ஒருவன் voice over:

டி - ஷர்ட் பத்து ரூவாயா...! நீலம் போட்டுருக்கு... பிரிச்சிப் பார்க்கலாமாப்பா...

அதைக் கண்டுகொள்ளாமல்

சேல்ஸ்மேன்:

(இடைவிடாமல் கத்திக்கொண்டிருக்கிறான்) **பத்துரூவா, பத்துரூவா, பத்துரூவா சார்...**

ஒருவன் ஒரு டீஷர்ட்டை வாங்கிக்கொண்டு பத்து ரூபாய் பணம் கொடுக்க, அதை வாங்கிக்கொண்டு

சேல்ஸ்மேன்:

பத்து ரூவா, பத்து ரூவா...

கூட்டத்தில் ஒருவன் voice over:

பிரிச்சி பார்க்கலாமாப்பா...

சேல்ஸ்மேன் சற்றும் கவலைப்படாமல் கத்திக்கொண்டிருக்கிறான். ரெங்கநாதன் தெரு கூட்டம் அலைமோதுவது காட்டப்படுகிறது.

- cut to -

காட்சி: 42

செந்தில்முருகன் ஸ்டோர்ஸ்: DAY / INT

மாடிப்படியில் ஆட்களுக்கிடையில் லிங்குவும், மாரியும் பேசிக்கொண்டு வருகின்றனர்.

லிங்கு:

சரியான வெயிட்லே,

மாரி:

(தலையாட்டி) **ஆமாலே...**

கீழே இறங்கி வருகின்றனர். மூன்றாவது மாடிக் கவுன்ட்டரின் அருகே கடையின் வேலையாள் ஒருவன் கைகட்டி நிற்க, அருகில் கருங்காலி ஏதோ நோட்டைப்பார்த்து அண்ணாச்சியிடம் பேசிக்கொண்டிருக்க, அண்ணாச்சி கவுன்ட்டரில் சாய்ந்து கருங்காலி பேசுவதை கேட்டுக்கொண்டிருக்கிறார். மாடிப்படியிலிருந்து இறங்கி வந்த லிங்குவும் மாரியும் அண்ணாச்சியைப் பார்த்ததும், மாரி திடுக்கிட்டு அவரின் எதிரில் வந்து நின்று குனிந்து, கும்பிட்டபடி

மாரி:

அண்ணாச்சி, வணக்கம் அண்ணாச்சி...

லிங்கு:

(குனிந்து, கும்பிட்டபடி) அண்ணாச்சி, வணக்கம் அண்ணாச்சி...

அண்ணாச்சி:

(அலட்சியமாக) ஆங்... ஆங்...

அவர்கள் குனிந்து, கும்பிட்டு வணக்கம் போட்டதைக் கருங்காலி பார்க்கிறார். அண்ணாச்சியிடம் வணக்கம் போட்டுத் திரும்பி வந்து அங்கு மாடிப்படிக்கு நேராக கிடந்த பெரிய துணி மூட்டைகளில் ஒன்றை லிங்குவும், மாரியும் ஆளுக்கொரு பக்கமாக நின்று தூக்க முடியாமல் முக்கித் திணறி தூக்குகின்றனர்.

மாரி:

லேசா இருக்குற பண்டலா பாத்து தூக்கு...

லிங்கு:

தூக்கு...

சிரமப்பட்டுத் தூக்கித்தோளில் மாடிப்படியை நோக்கிப் போகின்றனர். லிங்குவிடம் மாரி முக்கியபடி,

மாரி:

குறுக்கெலும்பு ஒடஞ்சிரும் போல...

இருவரும் சிரமப்பட்டு மூட்டையைத் தூக்கிக்கொண்டு மாடிப்படியில் ஏறியபடியே மாரியிடம்

லிங்கு:

(திணறியபடி) அண்ணாச்சி இருக்கார்லே, சலம்பாம வாலே...

மாரி:

(திணறியபடி) தின்ன சோறு நெஞ்சுக்கு வருதுலே...

மாரியால் அதற்குமேல் ஏறமுடியாமல் திணறி நின்று சுவற்றைப் பிடித்துக்கொண்டு

மாரி:

ஏலே மாப்ள, ஏலே இருலே, இருலே...

மாரி சுவரில் ஊன்றிய கையின் அடியில் ஒரு கஸ்டமர் துணியெடுத்துக்கொண்டு பார்ஸலுடன் புகுந்து கடந்து வருகிறார். அண்ணாச்சி கிளம்பி லிஃப்ட்டை நோக்கிப் போக, கருங்காலியும், அண்ணாச்சியின் ஆளும் போகின்றனர். அண்ணாச்சி ஏதோ ஞாபகம் வந்தவராகத் திரும்பி பின்னால் கையில் ஒரு நோட்டுடன் பவ்யமாக வந்த கருங்காலியிடம்

அண்ணாச்சி:
அப்பறம்...

அண்ணாச்சியிடம் கருங்காலி பவ்யமாக பேசிக்கொண்டிருக்கிறார். அவரைப்பார்த்து லிங்கு முறைக்கிறான். சுவர் மறைவில் நிற்கும் அண்ணாச்சியிடம் தலையாட்டி,

கருங்காலி:
சரிங்க அண்ணாச்சி இன்னக்கி சாய்ங்காலமே உங்களப் பாக்குறேன் மாரி தூக்க முடியாமல் திணறியபடி,

மாரி:
மாப்ள தூக்க முடியலலே...

லிங்கு:
(திணறியபடி) அப்ப விட்ருலே...

மாரி:
விட்றா? விட்டா கீழ விழுந்துடுமே...

லிங்கு:
விழுந்தா விழட்டும்லே...

மாரி:
விழட்டுமா - ?! எதுக்குலே சொல்லுதே...

மாரி மூட்டையை சற்றுத் தூக்கித் திணறியபடி கீழே பார்க்கிறான். அண்ணாச்சியிடம்,

கருங்காலி:
அப்படியே செஞ்சிரலாம் அண்ணாச்சி, சரிங்க, சரிங்க அண்ணாச்சி...

கருங்காலி நிற்பதைக்கண்டு சந்தோஷமாகத் தனக்குள் சிரித்துக்கொண்டு மூட்டையை சற்று விலக்கி, லிங்குவைப் பார்க்கிறான். லிங்குவும் கருங்காலியைப் பார்த்து மாரியைப் பார்க்கிறான். மாரி லிங்குவிடம் இதுக்குத்தான் விழட்டும்னு சொன்னியா என்பது போல் தலையாட்டி கேட்கிறான்.

மாரி:
மாப்ள... ம்...

லிங்கு:
(ஆமாம் என்பதுபோல்) ம்...

G.வசந்தபாலன்

மாரி முகத்தைச் சுருக்கி எதுவும் ஆகாதா? என்பதுபோல் கேட்க, லிங்கு அதெல்லாம் ஒன்னும் ஆகாது என்பதுபோல் தலையாட்டுகிறான். இருவரும் கருங்காலியின் மேல் மூட்டையை போடத் தயாராகின்றனர்.

மாரி:

ரெடி ஒன்...

லிங்கு:

டூ...

மாரி:

த்ரீ...

இருவரும்:

கத்திரிக்கா...

இருவரும் மூட்டையைத் தூக்கி கருங்காலியின் மேல் போடுகின்றனர். மூட்டை கருங்காலி மண்டையில் விழ, 'ஆ' என அலறியபடி விழுந்துவிடுகிறார். அவர் மல்லாக்கப் படுத்திருக்க அவர் முகத்தின் மேல் மூட்டை இருக்கிறது. அதைப்பார்த்த லிங்குவும், மாரியும் சந்தோஷத்தில் குதித்து கைகொடுத்துக் கொள்கின்றனர். கருங்காலி தவக்களை மாதிரி கையையும், காலையும் உதறிக்கொண்டு கத்த, கஸ்டமர் கூட்டம் வந்து சுற்றி நிற்க, கவுன்ட்டரிலிருந்து ஒரு சூப்ரவைஸர் ஜம்ப் பண்ணி ஏறிக்குதித்து கருங்காலியைக் காப்பாற்ற வர, ஃப்ளோரில் அருகில் நின்ற ஒரு செக்யூரிட்டி கருங்காலியிடம் ஓடிவருகிறார். கருங்காலி தவக்களை போல் கத்திக்கொண்டிருக்க, கருங்காலியிடம் நின்று பேசிக்கொண்டிருந்த அண்ணாச்சி கருங்காலியை பார்த்துப் பதறியபடி

அண்ணாச்சி:

ஏலே, வாங்கலே... தூக்குலே...

சூப்ரவைஸரும், செக்யூரிட்டியும் மூட்டையைத் தூக்குகின்றனர். அண்ணாச்சி ஆள் அண்ணாச்சி பின்னால் நின்று அவர்களைத் தூக்குமாறு கை காட்டுகிறார்.

அண்ணாச்சி:

(பதறிப்போய்) தூக்குலே... தூக்குலே...

மூட்டை கருங்காலியின் முகத்திலிருந்து எடுக்கப்பட, கருங்காலி தலையை பக்கவாட்டில் வலியால் ஆட்டியபடி கீச்சுக்குரலில் அடிபட்ட நாய்போல் கத்துகிறார்

கருங்காலி:

ஆ... ஆ... ஆ...

அதை ஓடிவந்து சேல்ஸ்கேர்ள்ஸ் பார்த்து விழுந்துவிழுந்து சிரிக்கின்றனர். செக்யூரிட்டியும், சூப்ரவைஸரும் கருங்காலியின் இருகைகளையும் பிடித்துத் தூக்குகின்றனர்.

அண்ணாச்சி:

மெதுவா, மெதுவா...

கருங்காலி வலியால் கத்துகிறார். இருவரும் தூக்க முடியாமல் திணற, அண்ணாச்சியும் கருங்காலியின் ஒரு கையைப்பிடித்துத் தூக்கி நிறுத்துகிறார். மாடிப்படியில் ஒன்றுமே தெரியாததுபோல் லிங்குவும், மாரியும் கூட்டத்தை நோக்கிப் பயந்தபடி வருகின்றனர். மாடியிலிருந்து அவர்களுக்குப் பின்னால் சத்தம் கேட்டு ஒரு ஆண் கஸ்டமர் ஓடிவருகிறார். கனி அமைதியாகப் பார்த்துக்கொண்டு நிற்க, செல்வராணி வாய்விட்டு சந்தோஷமாக சிரித்து கனியின் தோளில் சாய, கனி முகத்தில் சற்று சந்தோஷம் வருகிறது. மாடிப்படியிலிருந்து பயந்ததுபோல் வந்த லிங்குவையும், மாரியையும் அடிபட்ட நாய்போல் கத்திக்கொண்டே ஆவேசமாக இழுத்துக் குனியவைத்து முதுகில் பலமாக அடிக்கிறார். இருவரும் வலியால் கத்துகின்றனர். கருங்காலியின் கைகளைப்பிடித்து தடுக்கும்

அண்ணாச்சி:

விடுலே, விடுலே...

கருங்காலி அண்ணாச்சி பேச்சையும் கேட்காமல் இருவரையும் பலமாக ஆத்திரத்தில் அடிக்கிறார். சுற்றி நின்ற கஸ்டமர்கள் வேடிக்கை பார்க்கின்றனர். கருங்காலியை தடுத்துச் சற்று அதட்டலாக

அண்ணாச்சி:

விடுலேன்னு சொல்லுறேன்ல... விடுலே...

கருங்காலி அடிப்பதை நிறுத்தி அடிபட்ட நாய் போல் 'ஆய் ஊய்' என ஏதோ லிங்குவையும், மாரியையும் கைகாட்டிக் கத்துகிறார். மாரி எழுந்துநின்று தனக்குள் சிரித்துக்கொள்கிறான். கருங்காலி சொல்வது புரியாமல்,

அண்ணாச்சி:

என்னலே சொல்லுறே?

கருங்காலி:

(கீச்சுக்குரலில்) அவனுங்க வேணும்னே போட்ருக்கானுங்க அண்ணாச்சி...

G.வசந்தபாலன் ❖ 121

சட்டென அண்ணாச்சியைப் பார்த்துப் பயந்து போய்

மாரி:

அய்யோ மாரியாத்தா சத்தியமா இல்ல அண்ணாச்சி,

கை வழுவி விட்ருச்சு,

அண்ணாச்சி மாரியின் தோளில் மெதுவாக தட்டி

அண்ணாச்சி:

பாத்துத் தூக்க வேண்டியதுதானேலே, சவத்து மூதியலா...

பின்னால் நின்ற சேல்ஸ்கேர்ள்ஸ் சிரித்துக்கொண்டிருக்கின்றனர். கருங்காலி கழுத்தைத் தொட்டுக்காட்டி அண்ணாச்சியிடம்

கருங்காலி:

(கீச்சுக்குரலில்) அய்யோ வலி உயிரு போவுது அண்ணாச்சி...

கருங்காலியின் கையைப்பிடித்து சமாதானப்படுத்துமாறு,

அண்ணாச்சி:

ஒன்னும் இல்ல வா...

அண்ணாச்சியிடமிருந்து கைகளை உருவிக்கொண்டு எம்பி மாரியையும், லிங்குவையும் சத்தம் போட்டுக்கொண்டே அடிக்கிறார். சுற்றி நின்றவர்கள் கருங்காலியைப் பார்த்து சிரிக்கின்றனர். கருங்காலி வலியால் துடிப்பதைப் பார்த்த

அண்ணாச்சி:

ஆஸ்பத்திரிக்கு கூட்டிட்டு போங்கப்பா...

கருங்காலியைத் தூக்கிவிட்டு பக்கத்தில் நின்ற

சூப்ரவைஸர்:

சரிங்க அண்ணாச்சி...

கருங்காலியின் ஒரு கையை சூப்ரவைஸரும் மற்றொரு கையை செக்யூரிட்டியும் பிடித்துக்கொண்டு அங்கிருந்து கிளம்புகின்றனர். வேடிக்கை பார்த்தவர்களைப் பார்த்து

அண்ணாச்சி:

ஏய் போங்கலே, போங்க, போய் சோலியப்பாருங்க...

அனைவரும் கலைந்துசெல்கின்றனர். கருங்காலி சூப்ரவைஸர் தோளில் கை போட்டுக்கொண்டு போக, கையெட்டும் தூரத்தில் நின்ற லிங்குவை எக்கி அடிக்க, லிங்கு விலகிக் கொள்கிறான். அண்ணாச்சி எல்லோரையும் போகச் சொல்லிவிட்டு லிஃப்ட்டுக்குள் போகிறார். அவரது ஆளும் லிஃப்ட்டினுள் போக, லிஃப்ட் ஆப்பரேட்டர்

தயாராகிறார். ஃப்ளோரினுள் செல்வராணி தன் தொண்டையில் கைவைத்து கருங்காலி கத்தியது போல கத்திக்காட்டுகிறாள். அதைப் பார்த்து அனைவரும் மேலும் சிரிக்கின்றனர். கனி பின்னால் வரும் லிங்குவை திரும்பிப்பார்க்கிறாள். செல்வராணி சிரித்தபடியே கவுன்ட்டருக்கு வருகிறாள். பின்னால் லிங்கு, கனி வந்து நிற்கின்றனர். லிங்கு கனியை அமைதியாகப் பார்க்கிறான். கனியும் லிங்குவைப் பார்க்கிறாள். அனைவரின் சிரிப்பொலி கேட்கிறது. கனியை அமைதியாகப் பார்த்துவிட்டு

லிங்கு:

வேணும்னேதான் மண்டையில் போட்டோம்... உனக்காகத்தான்...

கனி 'எனக்காகவா' என்பதுபோல் லிங்குவை பார்க்கிறாள். லிங்குவும் 'ஆமாம்' என்பதுபோல் கனியைப் பார்க்கிறான். கனியின் முகத்தில் மெல்லிய வெட்கப்புன்னகை. லிங்கு தனது ஆட்காட்டி விரலை கனியை நோக்கி நீட்டுகிறான். சிரித்துக்கொண்டே லிங்குவின் விரலைத் தனது ஆட்காட்டிவிரல் நுனியால் தொடுகிறாள். இருவரும் வெட்கப்பட்டுச் சிரித்துக்கொள்கின்றனர். ஒரு சேல்ஸ்கேர்ள், சோஃபியா, ஒரு சேல்ஸ்மேன், செல்வராணி என அனைவரும் சிரிக்கின்றனர்.

- cut to -

பாடல் காட்சி

- cut to -

காட்சி: 43

ரெங்கநாதன் தெரு: DAY / EXT

காலை நேரத்து ரெங்கநாதன் தெரு. மக்கள் நடமாட்டம் ஆரம்பமாகிறது. குப்பை பொறுக்கும் பாயும், வாட்ச் விற்பவரும் வருகின்றனர். எதிரே குள்ள கணேஷ், சின்னம்மா நடந்து வருகின்றனர். சின்னம்மாவைப் பார்த்து ஆர்வமுடன்

பாய்:

என்ன சின்னம்மா முகமெல்லாம் பிரகாசமா இருக்கு?

சின்னம்மா வெட்கப்படுகிறாள். வாட்ச் விற்பவர் பாயிடம் சிரித்துக்கொண்டே

வாட்ச் விற்பவர்:

சின்னம்மா மசக்கயா இருக்கு பாய்...

வாட்ச் விற்பவரிடம் ஆச்சர்யமாக

பாய்:

அப்படியா, மசக்கயா இருக்காளா...

சின்னம்மா வெட்கப்பட்டுக்கொண்டே

சின்னம்மா:

போங்க பாய் நீங்க வேற...

பாய்:

(ஆசீர்வாதம் பண்ணுவதுபோல் கை தூக்கி) நல்லாரு... நல்லாரு...

வெட்கப்பட்டுக்கொண்டு சின்னம்மா அங்கிருந்து போய்விடுகிறாள். குள்ள கணேசனின் தோளைத்தொட்டு,

பாய்:

என்ன கணேசா...

குள்ள கணேசன்:

என்ன பாய்...

குள்ள கணேசனின் தாடையைத் தொட்டு

பாய்:

மூர்த்தி சிறுசானாலும், கீர்த்தி... (கட்டை விரலை உயர்த்தி) ம்...

குள்ள கணேசன்:

(வெட்கப்பட்டு) அட போங்க பாய், உங்களுக்கு வேலை இல்லாம...

குள்ள கணேசன் அங்கிருந்து போய்விடுகிறான். போனவனின் தோளைத்தொட்டு ஆசீர்வாதம் பண்ணி சிரித்துக்கொண்டே பாயும், வாட்ச் விற்பவரும் அங்கிருந்து புறப்படுகின்றனர். ரெங்கநாதன் தெருவில் மக்கள் நடமாட்டம் அதிகமாவது காட்டப்படுகிறது.

- cut to -

காட்சி: 44

செந்தில்முருகன் ஸ்டோர்ஸ்: DAY / EXT & INT

செந்தில்முருகன் ஸ்டோர்ஸ் வாசலில் செல்வராணி கோலம் போட்டுக்கொண்டு இருக்கிறாள். உள்ளே ஒரு இடத்தில் கொலுமேடை அமைத்து அதில் கனி, மாரி, சோஃபியா மற்றும் சிலர் பொம்மைகளை அடுக்கி அலங்காரம் செய்துகொண்டிருக்கின்றனர். கேஷ் கவுன்ட்டரில் அமர்ந்திருந்த சௌந்தரபாண்டி ரப்பர் ஸ்டாம்பைப்

பார்த்துக்கொண்டிக்கிறான். செல்வராணி ஃப்ளோருக்குள் வருகிறாள். அவளைப்பார்த்ததும் சௌந்தரபாண்டி லேசாகச் சிரிக்கிறான். செல்வராணி உதட்டை அப்படியும்இப்படியும் ஆட்டி அவனை அலட்சியம் செய்கிறாள். சௌந்தரபாண்டி அவளைப் பார்த்துச் சிரித்தபடியே இருக்கிறான். ஓரிடத்தில் நின்று செல்வராணி, சௌந்தரபாண்டியை பொய்க்கோபத்துடன் முறைக்கிறாள். சௌந்தரபாண்டி ஒரு பக்கம் கையைக்காட்டி செல்வராணியைப் பார்த்துக் கண்ணடிக்கிறான். வரவேற்பு பொம்மையின் கையிடுக்கில் ஒரு கடிதம் காட்டப்படுகிறது. அதை பார்த்ததும் செல்வராணி சௌந்தரபாண்டியனிடம் என்ன என்பதுபோல் முறைக்கிறாள். சௌந்தரபாண்டி 'எடுத்துப்படி' என்று கெஞ்சுவதுபோல், கண்களை மூடிக் கெஞ்சுகிறான். செல்வராணி பொய்க்கோபத்துடன் மீண்டும் உதட்டை வெட்டி அவனை அலட்சியம் செய்துவிட்டுப் போய்விடுகிறாள். அவள் போனதும் சௌந்தரபாண்டி அந்தப் பொம்மையின் கையிடுக்கில் இருந்த கடிதத்தை வேகமாக எடுக்கிறான். செல்வராணி, கனி, லிங்கு மூவரும் ஒரு மேடையில் கொலு பொம்மைகளை வைத்து அலங்கரிக்கின்றனர். செல்வராணி பொம்மையை அடுக்கிக்கொண்டே கனியிடம்,

செல்வராணி:

ஏன் கனி, போன வருஷ பொம்மையை வச்சு ஒப்பேத்துறானுவோ...

கனி:

அதுக்காக... வருசாவருசம் வாங்கிட்டா இருப்பானுவோ...

அப்போது சௌந்தரபாண்டி அங்கு கையில் ஒரு பொம்மையுடன் வந்து மேடையில் அதை வைத்தபடியே லிங்குவிடம்

சௌந்தரபாண்டி:

என்னலே லிங்கு...

லிங்கு:

என்னண்ணே...

சௌந்தரபாண்டி:

இங்க என்ன பண்ணிக்கிட்டு இருக்க?

லிங்கு:

பாத்தா தெரிலயாக்கும்...

முன் புலத்தில் செல்வராணியும், (out of focus) கனியும் ஏதோ பேசிக்கொண்டிருக்க, சௌந்தரபாண்டி லிங்குவின் கையில் கடிதத்தைத் திணித்து மெதுவான குரலில் கெஞ்சுவதுபோல் லிங்குவிடம்,

சௌந்தரபாண்டி:
லெட்டர் குடுலே...
லிங்கு:
யாருக்கு?
சௌந்தரபாண்டி:
(செல்வராணியை கண்காட்டி) ராணிக்கு...

லிங்கு அமைதியாக சௌந்தரபாண்டியைப் பார்த்துவிட்டு, திரும்பி செல்வராணியைப் பார்க்கிறான். செல்வராணி பொம்மைகளை அடுக்குவதில் கவனமாக இருக்கிறாள். லிங்கு திரும்பி சௌந்தரபாண்டியைப் பார்த்து 'சரிதான்' என்பதுபோல் சிரிக்கிறான். சௌந்தரபாண்டி வெட்கத்துடன் சிரித்துக்கொண்டே,

சௌந்தரபாண்டி:
குடுடே...

லிங்கு திரும்பி கனியைப் பார்க்கிறான். கனி பொம்மைகளை அடுக்கிக்கொண்டிருக்கிறாள். அவளின் கையைத்தொட்டு,

லிங்கு:
ம்...ம்...ம்...
கனி:
என்ன?

லிங்கு கனியின் கையில் கடிதத்தைக் கொடுத்து

லிங்கு:
இந்தா லெட்டர்...
கனி:
(ஆச்சர்யத்துடன்) லெட்டரா...!?
லிங்கு:
ம்ஹும்... உனக்கில்ல... அங்க...

என்கிறான். லிங்குதான் செல்வராணிக்கு லெட்டர் குடுத்திருக்கிறான் எனப் புரிந்துகொண்டு ஆச்சர்யத்துடன்,

கனி:
செல்வராணிக்கா?
லிங்கு:
(தலையாட்டி) நான் இல்ல... (பின்னால் நிற்கும் சௌந்தரபாண்டியைக் காட்டி) அவரு...

கனி:

(நிம்மதி அடைந்தவளாக) ம்ம்ம்...

கனி மோகனமாக தலையாட்டி லிங்குவைக் கடைக்கண்ணால் பார்த்துவிட்டு வெட்கத்துடன் தலைகுனிகிறாள். சோஃபியா பொம்மைகளை அடுக்கிக்கொண்டிருக்க, பக்கவாட்டில் நின்ற மாரி ஒரு சிகப்புக் கலர் பொம்மையை, சோஃபியாவிடம் எடுத்துக்காட்டி

மாரி:

சோஃபி,

சோஃபியா:

ம்...

மாரி:

இந்தப் பொம்ம பாக்குறதுக்கு உன்ன மாதிரியே இல்ல...

சோஃபியா மாரியின் தலையில் தட்டி,

சோஃபியா:

ம்... வேலயப்பாரு...

மாரி 'ஏன்டா சொன்னோம்' என திரும்பிக் கொள்கிறான். கனி, கடிதத்தை செல்வராணியின் கையில் திணித்து

கனி:

ஏ புள்ள இந்தா...

செல்வராணி:

என்னலே...

கனி:

ஸ்...ஸ்...

கனி சௌந்தரபாண்டி இருக்கும் திசை பார்த்துக் கண்ணடிக்கிறாள். சௌந்தரபாண்டி இருக்கும் திசையைப் பார்த்துவிட்டு அலட்சியமான சிரிப்புடன்

செல்வராணி:

இவனா...

சௌந்தரபாண்டி செல்வராணி இருக்கும் திசையைப் பார்த்து வெட்கப்பட்டுச் சிரிக்கிறான். கனி பொம்மைகளை பார்த்துக்கொண்டிருக்கும் லிங்குவைப் பார்த்து லேசாக சிரித்துக்கொண்டே கடைக்கண்ணால் பார்த்துவிட்டு வேலையை தொடர்கிறாள். லிங்கு திரும்பி கனியைப் பார்த்து

G.வசந்தபாலன்

லிங்கு:

ஸ்ஸ்...ஸ்ஸ்...

கனி:

(தலையாட்டி) ம்?

லிங்கு ரகசியமாக தெரிந்துகொள்ளும் ஆசையில் கனியிடம்

லிங்கு:

ஏன் கனி, நீ யாரயாவது லவ் பண்ணியிருக்கியா?

கனி சற்றுக் கோபத்துடன் கண்ணால் லிங்குவை மேலும்கீழும் பார்த்துவிட்டு திரும்பிக்கொள்கிறாள். கனியிடம் கிண்டலடிக்கும் தோரணையில்

லிங்கு:

இல்ல, உன் அழகப்பார்த்து திருச்செந்தூர்ல ஏகப்பட்ட பேரு, உன் பின்னாடி சுத்தியிருப்பானுவலே... அதான் கேட்டேன்...

கனி:

ஆங், *(லிங்கு முகத்திற்கு கையைக்கொண்டு சென்று)* உன் மூஞ்ச பாத்தாதான் தெரியுதே... ஊர்ல புள்ளங்க பின்னாடி குட்டிப்போட்ட பூன மாதிரி சுத்தியிருப்ப...
(அலட்சியமாக) ஆனா உன்ன யாரு லவ் பண்ணியிருக்கப்போறா...

லிங்கு:

ஆமா, உன் பின்னாடி பத்து பேரு தாடியோட அலஞ்சிருக்க மாட்டானுவோ...

கனி கையில் ஒரு பொம்மையை எடுத்து பொய்யான கோபத்துடன் லிங்குவை அடிப்பதுபோல் அவன் முகத்தருகே கொண்டுசென்று,

கனி:

லே, ஏதாச்சும் பேசிக்கிட்டு இருந்த... *(குத்துவதுபோல்)* மூஞ்சப் பேத்துருவேன்...

லிங்கு:

ஏ, சும்மா சொல்லு புள்ள... எத்தன பேர லவ் பண்ண?

கனி பொய்க்கோவத்துடன் ஆள்காட்டி விரலைக்காட்டி

கனி:

நீ ரொம்ப ஓவரா பேசுறலே... கருங்காலிக்கிட்ட சொல்லிடுவேன்...

லிங்கு அமைதியாக கனியைப் பார்க்கிறான். கனி ஒய்யாரமாக லிங்குவிடம்

கனி:

சரி, நீ எத்தன பேர லவ் பண்ண?

லிங்கு:

நான் ஒரே ஒரு புள்ளய லவ் பண்ணம்ப்பா...

கனி, அப்படியா? என தலையை ஆட்டிவிட்டு, ஆர்வமுடன்,

கனி:

எந்தப் புள்ளய லவ் பண்ண...

லிங்கு:

எங்க ஊர்ல காரைவீட்டுப் பெரியம்மா, காரைவீட்டுப் பெரியம்மான்னு ஒரு கெழவி இருந்துச்சு...

- cut to -

இட்டமொழி கிராமத்தில் ஒரு பெரிய வீடு பின்புலத்தில் தெரிய, பக்கவாட்டில் இரண்டு வண்டி மாடுகள் வைக்கோல் தின்று கொண்டிருக்கிறது. பின்னால் ஒரு டிராக்டர் நிறுத்தி வைக்கப்பட்டிருக்கிறது. வேப்பமர மேடையில் அமர்ந்திருக்கும்

காரவீட்டுப் பெரியம்மா:

ஏ மானங்கெட்ட பயபுள்ள, எருமமாடு மாதிரி அங்கயே நிக்கியே, இங்க வராம...

அங்க எவன்?

- cut to -

கனி கேவலமாக லிங்குவை பார்த்து

கனி:

கெழவியவா லவ் பண்ண?

லிங்கு:

ச்சீ... பேத்திய... *(தலையாட்டிக்கொண்டே)* அவ லீவுக்கு மெட்ராஸ்லேருந்து இட்டமொழிக்கு வந்திருந்தா...

- cut to -

காட்சி: 45

இட்டமொழி கிராமம்: DAY / EXT

ஒரு மாட்டுவண்டி ஓட்டிக்கொண்டு வர, வண்டியில் ஒரு பேக்குடன் பின்னால் அமர்ந்து அசுவினி இட்டமொழிக்கு

வந்துகொண்டிருக்கிறாள். பின்புலத்தில் லிங்கு, மாரி மற்றும் நண்பர்கள் குட்டையில் மீன் பிடித்துக்கொண்டிருக்கின்றனர். அதன் மீது,

லிங்கு voice over:
அவ பாக்குறதுக்கு எப்படி இருப்பா தெரியுமா...!?

லிங்குவும், மாரியும் ஒரு கம்பால் குட்டையில் குத்தி மீன் பிடித்துக்கொண்டிருக்க, மற்ற மூன்று நண்பர்கள் தோளில் குடுவையை மாட்டிக்கொண்டு குட்டையில் அமர்ந்து துழாவிக்கொண்டிருந்தனர். அசுவினி மாட்டுவண்டியில் சென்றபடியே லிங்கு, மாரி மற்றும் நண்பர்களைப் பார்த்து சிரிக்கிறாள். லிங்குவும், மாரியும் அவளைப் பார்த்துவிடுகின்றனர். மாரி கையிலிருந்த கம்பைப் போட்டுவிட்டு வாயைப்பிளந்து ஆச்சர்யமாகப் பார்க்கிறான். லிங்கு அமைதியாக சிரித்த முகத்துடன் அவளைப் பார்க்கிறான். அவன்மீது ஆச்சர்யமாக

மாரி voice over:
யாருலே அது...!?

அசுவினி அவர்களைப் பார்த்து லேசாக சிரித்தபடியே செல்கிறாள்.

நண்பன் 1 voice over:
காரை வீட்டு பாட்டி இருக்காங்கல்ல அவங்க பேத்தி...!

மாரி:
ஏ...தீயா இருக்காலே...

லிங்கு அவளையே வைத்தகண் வாங்காமல் பார்த்துக் கொண்டிருக்கிறான். மாரி அசுவினியைப்பார்த்து வலது கையைக் காட்டுகிறான். லிங்கு அவன் கையைத் தட்டி கீழே இறக்குகிறான். மீண்டும் மாரி இடது கையைக்காட்டி வாயைப் பிளந்தபடியே

மாரி:
ஹாய்...

அசுவினியும் சிரித்து கைகாட்டி,

அசுவினி:
ஹாய்...

லிங்கு மாரியைக் கீழே தள்ளிவிடுகிறான். எழுந்து நின்று அசுவினியைப் பார்த்துக்கொண்டிருந்த மற்ற நண்பர்கள்மீது மாரி விழுகிறான். மூவரும் கீழே தண்ணீரில் விழுகின்றனர். அதைப்பார்த்த அசுவினி வாய்விட்டுச் சிரிக்கிறாள். லிங்கு அசுவினியைப் பார்த்தபடியே நிற்கிறான். மாரி எழுந்து நின்று வாய்பிளந்தபடியே அசுவினியைப் பார்க்கிறான்.

- cut to -

காட்சி: 46

தெரு/காரை வீடு: DAY / EXT

வீட்டின் மாடி வரண்டாவில் அசுவினி நடந்துகொண்டே ஏதோ புத்தகம் படித்துக்கொண்டிருக்கிறாள். சைக்கிள் பெல் சத்தம்கேட்டு தெருவை திரும்பிப் பார்க்கிறாள். தெருவில் லிங்கு டவுசருடன் சைக்கிள் ஓட்டிக்கொண்டு தலையைக் கோதிக்கொண்டு அசுவினியைப்பார்த்துச் சிரித்தபடியே செல்கிறான். அசுவினி மாடியிலிருந்து பார்க்கிறாள். லிங்கு வீட்டைக் கடந்து மீண்டும் திரும்பி அசுவினியை பார்த்துப் பெல்லடித்துச் சிரித்தபடி சைக்கிள் ஓட்டிக்கொண்டு செல்கிறான். பின் புலத்தில் மாடத்தில் அசுவினி அமர்ந்திருக்கிறாள். காரைவீட்டம்மா லிங்குவைப் பார்த்து ஆட்காட்டி விரலைக்காட்டி,

காரைவீட்டம்மா:

பேத்தி மெட்ராஸ்லருந்து வந்திருக்கா பாத்தியா?

தலையை சந்தோஷமா ஆட்டி

லிங்கு:

ஆங், பாத்தேன் பாட்டி... பாத்தேன் பாட்டி...

லிங்கு மாடத்தில் அமர்ந்திருக்கும் அசுவினியைப் பார்க்கிறான்.

காரைவீட்டம்மா:

(சற்று கோவமாக) ஏலே இங்கனக்குள்ள சுத்திக்கிட்டு அலையாத, புடுக்க அறுத்துப்புடுவேன், (கை தூக்கி தெருவைக்காட்டி) மரியாதயோட போயிடு ஆமாம்...

லிங்கு பயந்து போய், அசுவினியைப் பார்த்துவிட்டு திரும்பிக்கொள்கிறான்.

- cut to -

கதையைக்கேட்டுக்கொண்டிருக்கும் கனி வாயைப்பொத்தி, கண்களைச் சுருக்கிக்கொண்டு சிரிக்கிறாள்.

- cut to -

காட்சி: 46A

தெரு: DAY / EXT

வட்டத்தில் வைக்கப்பட்டிருக்கும் கோலிக்குண்டுகளை, மற்றொரு கோலிக்குண்டு அடிக்கிறது. லிங்கு, மாரி மற்றும் நண்பர்கள்

கோலிக்குண்டு விளையாடிக்கொண்டிருக்கின்றனர். காரை வீட்டில் வேலையாட்கள் வேலை செய்துகொண்டிக்க, மாடியிலிருந்து அசுவினி கண்ணாடியை வைத்துக்கொண்டு லிங்குவின் மேல் கண்ணாடி வழியாக சூரிய ஒளியை அடிக்கிறாள். சூரிய ஒளி கண்ணில்பட்டு எரிச்சலுடன் லிங்கு திரும்பிக்கொள்கிறான். விளையாடிக்கொண்டிருந்த மாரி அசுவினியைப் பார்க்கிறான். அசுவினி மாடியிலிருந்து சூரிய ஒளியை லிங்குவின் மீது அடித்துக்கொண்டிருக்கிறாள். எரிச்சலான லிங்கு கையால் முகத்தை மூடிக்கொண்டு நண்பன் மண்டையிடம்,

லிங்கு:

ஏலே மண்ட அந்த கோலிகள எடுடா...

அசுவினி லிங்குவின் மீது சூரிய ஒளி அடிக்கிறாள்.

மண்ட ***voice over:***

ஏன் நீ ஆடலயா...

லிங்கு:

அடுத்தது நீதாம்லே...

மாரி அசுவினியைப் பார்த்து கை காட்டி

மாரி:

ஹாய்.....

மாரி ஜொள்ளுவிட்டபடியே தன்மீது சூரியஒளி அடிக்கச் சொல்கிறான். மாரியைப்பார்த்து முகத்தை சுளித்துக்கொண்டு நகருமாறு கை காட்டும்

அசுவினி:

அடச்சீ போ...

என்கிறாள். கடுப்பான மாரி அவளைப்பார்த்து முறைத்தபடி

மாரி ***mind voice:***

போடி குந்தாணி...

அசுவினி ஆர்வமாக லிங்குவைப் பார்க்கிறாள். மாரி கடுப்புடன் லிங்குவிடம் வந்து,

மாரி:

ஏலே உன்னத்தானம்லே பாக்கா, (லிங்கு மாடியைத் திரும்பி பார்க்கிறான்) போய் என்னன்னு கேளு...

- cut to -

காட்சி: 46B

காரைவீடு பின்புறம்: DAY / EXT

காரை வீட்டின் அசுவினி கையில் ஒரு கண்ணாடிக் குடுவையில் ஸ்ட்ராபெர்ரி வைத்துத் தின்றுகொண்டே நடந்து வருகிறாள். லிங்குவும் தயங்கித் தயங்கி வந்து நின்கிறான்.

லிங்கு:

எதுக்குக் கூப்பிட்ட?

லிங்குவை கண்டிக்கும் தோரனையில்

அசுவினி:

எப்ப பாத்தாலும் டிரௌசர் போட்டுக்கிட்டு, (லிங்கு குனிந்து டிரவுசரைப் பார்த்துவிட்டு மேலே பார்க்கிறான்) அந்த பாய்ஸ்கூட சேந்து கோலி வெளயாடிக்கிட்டேதான் இருப்பியா... பாத்தா நல்ல பையனா தெரியுது... (லிங்கு லேசாக சிரிக்கிறான்) பேன்ட் ஷர்ட்டெல்லாம் போட மாட்டியா...

லிங்கு:

ஆங்... போடுவனே... போடுவனே... இந்தா ஒரு நிமிஷம்...

லிங்கு (12 frame ல்) ஓடிச்சென்று பேன்ட், ஷர்ட் போட்டுக்கொண்டு வந்து வெட்கப்பட்டுக்கொண்டே அசுவினி முன்னால் நிற்கிறான். அவனைப்பார்த்து கை காட்டி

அசுவினி:

உனக்கு பேன்ட் ரொம்ப நல்லாருக்கு...

- cut to -

ஸ்டோர்ஸில் விளம்பர அட்டை கட்டிக்கொண்டிருந்த கனி லிங்குவை மேலும்கீழும் நக்கலாகப் பார்த்து,

கனி:

பேன்ட் நல்லாருக்கு...

கனி தனக்குள் குலுங்கிச் சிரித்துக்கொள்கிறாள்.

- cut to -

லிங்கு கையால் அசுவினியைச் சுட்டிக்காட்டி சந்தோஷமாக

லிங்கு:

உனக்கும் இந்த டிரஸ் நல்லாருக்கு...

அசுவினி ஸ்ட்ராபெர்ரி தின்றுகொண்டே குலுங்கிச் சிரிக்கிறாள். அவளைப்பார்த்து வழிந்தபடியே

லிங்கு:

நீ அழகா இருக்க...

அசுவினி:

உன் பேரு என்ன?

லிங்கு:

என் பேரு ஜோதி லிங்கம், பயலுவோல்லாம் லிங்கு, லிங்குன்னு கூப்பிடுவானுவோ... உன் பேரு என்ன?

அசுவினி:

என் பேரு அஷ்வினி...

லிங்கு:

அஸ்வினியா... என்ன சாப்புடுற?

லிங்குவிடம் ஸ்ட்ராபெர்ரியை காட்டி

அசுவினி:

ஸ்ட்ராபெர்ரி...

லிங்கு:

(புரியாமல்) என்ன பெர்ரி...

லிங்குவிடம் ஸ்ட்ராபெர்ரியை காட்டி

அசுவினி:

ஸ்ட்ராபெர்ரி ஒரு பழம்...

லிங்கு:

பழமா...

அசுவினி கையில் இருந்த கண்ணாடிக் குடுவையிலிருந்து ஒரு ஸ்ட்ராபெர்ரியை எடுத்து லிங்குவிடம் நீட்டி,

அசுவினி:

You want ?

- cut to -

காட்சி: 46C

செம்மண் திடல்: DAY / EXT

செம்மண் திடலில் மாரி, மற்றும் நண்பர்கள் நான்கு பேர் அமர்ந்திருக்க, அவர்களிடம் லிங்கு அசுவினி கொடுத்த ஸ்ட்ராபெர்ரியைக் காட்டிக்கொண்டிருக்கிறான். மாரி நாக்கில் எச்சில் ஊறியபடியே லிங்குவைப் பார்த்து

மாரி:
> மாப்ள, அவளே, அவளேவா குடுத்தா?

லிங்கு:
> (கர்வத்துடன்) ப்ச்... ப்ச்...

கனி கையில் ஸ்ட்ராபெர்ரியுடன் தலையாட்டுகிறான். மாரி மற்றும் நண்பர்கள் முன்னால் உட்கார்ந்த வாக்கிலேயே நகர்ந்து வந்துகொண்டே

மாரி:
> பேரிக்கா கேள்விப்பட்டிருக்கேன், அது என்னளா ஸ்டாபேர்ரி... பாக்கும்போதே நாக்கெல்லாம் ஊறுது...

மாரி யாரும் எதிர்பாராதவிதமாக சட்டென லிங்குவின் கையிலிருந்து பிடுங்கி வாயில் போட்டுக்கொண்டு படுத்துக்கொள்கிறான். நண்பர்கள் அவன் மீது ஏறி அவன் வாயில் கை விட்டு எனக்குக் கொடு, உனக்குக் கொடு என ஸ்ட்ராபெர்ரியை நோண்டுகின்றனர். லிங்கு கோபத்துடன் எழுந்து நின்று நண்பர்களைப் பார்த்து முறைக்கிறான். மாரி தின்று முடித்துவிட்டு எழுந்து அமர்ந்து லிங்குவிடம் அலட்சியமாக

மாரி:
> மாப்ளே, இந்த பழம் புளிக்குலே...

லிங்கு அனைவரையும் முறைக்க, மாரி மற்றும் நண்பர்கள் எழுந்து ஓடுகின்றனர். கோபத்துடன் மாரியின் முதுகில் அடித்து,

லிங்கு:
> தின்னி மாட்டுப்பயலுவோளா...

மாரி மற்றும் நண்பர்கள் எழுந்து ஓடுகின்றனர். லிங்கு நின்று கோவத்துடன்

லிங்கு:
> உங்களக் கொன்னே புடுவேன்லே...

லிங்கு கோபத்தில் கத்துகிறான். ஓடிய மாரி திரும்பி நின்று லிங்குவைப் பார்த்து நக்கலாக

மாரி:
> மாப்ள! சத்தியமாதான் சொல்லுதேன், பளம் புளிக்கி...

திரும்பவும் லிங்கு அவர்களை விரட்டுகிறான். மாரி மற்றும் நண்பர்கள் திரும்பவும் ஓடுகின்றனர்.

லிங்கு:
> என் கைல மாட்டுன செத்தலே...

G.வசந்தபாலன்

மாரி:

(ஓடிக்கொண்டே) பளம் புளிக்கிலே...

லிங்கு:

இனிமே என் மூஞ்சிலயே முழிக்காதீயலே...

மாரி:

பளத்த வாயிலயே வக்க முடியல...

மாரி மற்றும் நண்பர்கள் ஓடிவிட, லிங்கு டென்ஷனுடன் திரும்பி நடக்கிறான்.

- cut to -

காட்சி: 46D

தெரு மரத்தடி: DAY / EXT

மாரி மற்றும் நண்பர்கள் மரத்தடியில் அமர்ந்திருக்கிறார்கள். சற்று தூரத்தில் லிங்கு அசுவினியை சைக்கிளில் பின்னால் அமர வைத்து ஓட்டிக்கொண்டு வருகிறான். நண்பன் ஒருவன் முறுக்கு தின்றுகொண்டே,

மாரி:

எந்தக் கடையில வாங்குன,

முறுக்கு சவக்கு, சவக்குன்னு இருக்கு...

லிங்கு அசுவினியுடன் மாரி மற்றும் நண்பர்களைக் கடந்து செல்கிறான். அவனைப்பார்த்த

மாரி:

ஏ லிங்கு...

நண்பர்கள் கோரஸாக:

ஏ லிங்கு...

மாரி:

அசுவினி லிங்கு...

நண்பர்கள் கோரஸாக:

அசுவினி லிங்கு...

- cut to -

லிங்கு அசுவினியின் கையைப் பிடித்தபடியே கோவிலைச் சுற்றிக்காட்டுகிறான். ஒரு மரக்குதிரை அருகே இருவரும் நின்று மரக்குதிரையை ஆட்டி விடுகின்றனர். ஒரு பழைய கோவில்

கோபுரத்தின் அருகே லிங்கு அசுவினியின் தோளில் கைபோட்டபடி நடந்து வருகின்றனர். ஒரு பொட்டல் காட்டில் இருவரும் அமர்ந்திருக்கின்றனர். ஒரு காய்ந்து போன நாணலை எடுத்து அதன் மொட்டை லிங்கு சுண்டிவிடுகிறான்.

- cut to -

காட்சி: 46E

தெரு: DAY / EXT

லிங்கு சைக்களில் அசுவினி பற்றிய கனவில் மிதந்துகொண்டு வருகிறான். சர்ச் சுற்றுச்சுவரில் அமர்ந்து பேசிக்கொண்டிருந்த மாரி மற்றும் நண்பர்கள் லிங்குவைப் பார்த்துவிடுகின்றனர். லிங்கு அவர்களைப் பார்க்காமல் கனவில் மிதந்து வருகிறான். அவன்மீது

நண்பன் ஒருவன் voice over:
திரும்பி பாக்க மாட்டேங்கானா...
மற்றொரு நண்பன் voice over:
ஏலே லிங்கு வாறான்லே...

மாரி மற்றும் நண்பர்கள் எழுந்து ஓடிவந்து

மாரி:
ஏலே மாப்ள நிப்பாட்டுலே... நிப்பாட்டுலே, நிப்பாட்டுலே...

மாரி சைக்கிளில் அவர்களைக் கடந்துபோன லிங்குவைப் பிடித்து நிறுத்தி லிங்குவிடம்

மாரி:
என்ன மாப்ள இப்படி பாக்காம போற...

லிங்கு அமைதியாக மாரியைப் பார்க்கிறான். பக்கவாட்டில் நின்ற

நண்பன் ஒருவன்:
காத்த புடுங்கி விட்ருவேன் ஆமாம்...

அமைதியாக நின்ற லிங்குவைப் பார்த்து,

மாரி:
அசுவினிக்கும், உனக்கும் எப்படிலே போய்க்கிட்டு இருக்கு... சொல்லுலே, சொல்லு...

லிங்கு வெட்கப்பட, மாரி அவன் கையைப்பிடித்து குலுக்கி

மாரி:
ஏலே சொல்லுலே,

மற்றொரு நண்பன்:

சொல்லுலே...

லிங்கு:

நானும், அசுவினியும் சின்ஸியரா லவ் பண்றோம்லே...

மாரி:

(கை தட்டி) அப்பபடிப்போட்டு தாக்கு... **congratulation** லே...

நண்பர்கள் அனைவரும் லிங்குவிற்கு மாறிமாறி கை கொடுத்து

நண்பர்கள்:

Congratulation...

லிங்கு:

(சந்தோஷமாக) டேங்ஸ்லே, டேங்க்ஸ்லே, டேங்க்ஸ்லே...

மாரி:

(கெஞ்சுவதுபோல் கை காட்டி) மாப்ள! எங்களயும் கொஞ்சம் அசுவினிக்கிட்ட **Introduce** பண்ணி வைலே...

லிங்கு யோசிக்க,

நண்பன் ஒருவன்:

ஏலே சொல்லுலே...

லிங்கு யோசிக்க,

மாரி:

நாங்களும் உன் ஃப்ரன்ட்ஸ்தானே மாப்ள...

நண்பர்கள் கோரஸாக:

ஏலே... ஏலே... ஏலே...

நண்பர்கள் அனைவரும் கெஞ்சுவது போல் கேட்க, மாரி லிங்குவின் முகவாயை பிடித்துக் கெஞ்சுகிறான்.

- cut to -

காட்சி: 46F

ஆத்துப்பாலம்: DAY / EXT

நண்பன் ஒருவன் முகத்தைத் துடைத்துக்கொள்கிறான். மற்றொரு நண்பன் ஒருவனிடம்

மற்றொரு நண்பன்:

எனக்கு கொஞ்சம் தின்னீறு தாடா...

இருவரும் திருநீறு பூசிக்கொள்கின்றனர். மற்றொருவனிடம் நெத்தியைக்காட்டி,

திருநீறு நண்பன்:
ஊதிடுலே...

நண்பன் ஒருவன் மற்றொருவனிடம் திரும்பிப் பார்த்த நண்பன்:
ஏலே வந்துட்டாலே... (முகத்தை காட்டி) நல்லாருக்காலே...

மாரி:
நல்லால்ல...

மாரி நெற்றிநிறைய திருநீறு, புருவங்களுக்கு இடையில் பெரிய குங்குமப் பொட்டு வைத்துக்கொண்டு, இல்லாத மீசையை சீப்பால் சீவிக்கொண்டிருக்கிறான்.

நண்பன் ஒருவன் *voice over:*
ஏலே, ஏலே, சீப்பு குடுலே... வாராலே...

லிங்கு வலதுகையில் சைக்கிளை தள்ளிக்கொண்டு வர, அவனது இடது கையைப் பிடித்துக்கொண்டு அசுவினி கூலிங்க்ளாஸ் அணிந்து நடந்து வருகிறாள். அவர்களைப் பார்த்த நண்பர்கள் தங்களுக்குள்,

நண்பர்கள்:
ஏலே... வாராலே, கிட்ட வந்துட்டாலே...

தங்களை அறிமுகப்படுத்திக்கொள்ள தயாராகிறார்கள். மாரி ஒரு ரோஜாப்பூவை சட்டையில் குத்தியிருக்கிறான். லிங்கு, அசுவினி நடந்து வருகின்றனர். நண்பர்கள் அனைவரும் பல்லைக்காட்டியபடி நிற்கின்றனர். அசுவினி மூக்கில் இருந்த கூலிங்க்ளாஸைத் தூக்கித் தலையில் வைத்துக்கொள்கிறாள். மாரி அசுவினியைப்பார்த்து வெட்கப்பட்டு தனக்குள் சிரித்துக்கொள்கிறான். லிங்கு நண்பர்கள் அருகே வந்து, சைக்கிளுக்கு ஸ்டாண்ட் போட்டுவிட்டு நண்பர்களை கைகாட்டி அசுவினியிடம்,

லிங்கு:
அசு, meet my friends...

அசுவினி:
ஹாய்...

நண்பர்கள் கோரஸாக:
ஹாய்...

நண்பர்கள் தங்களுக்குள் வரிசை மாற்றி நிற்கின்றனர். ஒரு நண்பனைக் காட்டி

லிங்கு:

இவன் பேரு ராமராஜன்...

அசுவனி:

(கை நீட்டிச் சிரித்துக்கொண்டே) ஹாய் ராமராஜன்...

ராமராஜன் கையைத் துடைத்துக்கொண்டு

ராமராஜன்:

உஹ்ஹ்..... ஆ...

ராமராஜன் கூச்சத்துடன் கைகுலுக்கி முடிக்கிறான். லிங்கு சட்டையின் கழுத்துப் பட்டனை சரிசெய்து கொண்டு நின்ற நண்பனைக் காட்டி

லிங்கு:

இவன் பேரு ஆத்தங்கரை...

அசுவினி:

(சிரித்த முகத்துடன் நீட்ட) ஹாய் ஆத்தங்கர...

ஆத்தங்கரை:

(கையைப் பிடித்துக்கொண்டு) ஹாஹாய்...ஹாஹாய்...

ஆத்தங்கரை அசுவினியின் கையை விடாமல் குலுக்கிக்கொண்டு இருக்கிறான். அசுவினி முறைத்து லிங்குவைப் பார்க்கிறாள்.

லிங்கு:

போதும், போதும், கைய விடுலே...

நண்பர்கள் சிரிக்கின்றனர். மாரி கையில் பூவுடன், வெட்கப்பட்டு தலைகுனிந்து நின்று கொண்டிருக்க, மாரியின் தோளைத்தொட்டு

லிங்கு:

இவன் பேரு மாரிமுத்து, இவன் என் க்ளோஸ் ஃப்ரன்ட்...

அசுவினி:

(சந்தோஷமாக) ஹாய் மாரிமுத்து...

மாரி ஆர்வமாக,

மாரி:

ஹாய் அசு...

மாரி கை கொடுக்கப்போக, யாரோ குசுவிடும் சப்தம் கேட்கிறது. மாரி கையை சட்டென இழுத்துக்கொண்டு அமைதியாக பக்கத்தில்

நிற்கும் நண்பனைப் பார்க்கிறான். பக்கத்தில் நின்ற நண்பன் 'நீயா' என கேட்க,

மாரி:

(மறுத்து) ம்ஹூம்...

என தலையாட்டுகிறான். மறுபக்கம் திரும்பி ஆத்தங்கரையைப் பார்த்து மெதுவான குரலில்,

மாரி:

நான் இல்லலே...

ஆத்தங்கரை நாற்றத்தில் மூக்கைப் பிடிக்கிறான். லிங்குவும் மூக்கைப் பிடிக்கிறான். மாரியைப்பார்த்து ஒன்றுமே தெரியாததுபோல்,

அசுவினி:

What மாரிமுத்து?

மாரி:

(சமாளித்து) **nothing...** ஹாய்...

மாரி மீண்டும் ஆர்வமாகக் கை கொடுக்க, கையை நீட்டியபடி இருக்கும் அசுவினியின் கை அருகே, அருகில் இருந்த நண்பர்கள் சிரிக்க மாரி தனது கையைக் கொண்டு போகிறான். மீண்டும் யாரோ குசு விடும் சப்தம் கேட்கிறது.

மாரி:

(யோசனையில்) ம்...

சட்டென மாரி மீண்டும் தனது கையை இழுத்துக்கொள்கிறான். அசுவினி லிங்குவைப் பார்க்கிறாள். மாரி சங்கடத்துடன் லிங்குவைப் பார்த்து மெதுவான குரலில் இரண்டு விரலைக்காட்டி,

மாரி:

நான் இல்லலே, ரெண்டு வாட்டி போய்ட்டம்லே,

லிங்கு மாரியைக் கோபமாகப் பார்க்க, லிங்குவிடம்

அசுவினி:

What லிங்கு?

லிங்கு மாரியின் மேல் கோவப்பட்டு,

லிங்கு:

ஏலே, கையக்குடுலே...

மாரி ஆர்வமில்லாமல்,

மாரி:

ஹாய்...

மாரி கைகொடுக்கப்போக, மீண்டும் குசுவிடும் சப்தம் கேட்கிறது. மாரி சற்று அசுவினியைப் பார்த்து யோசித்து அவள்தான் குசு விடுகிறாள் என ஊர்ஜிதப்படுத்திச் சிரிக்கிறான். மற்ற நண்பர்களும் சேர்ந்து சிரிக்கின்றனர். கடுப்பான அசுவினி லிங்குவைப் பார்த்து,

அசுவினி:
What is this?

நண்பர்கள் அனைவரும் வயிறைப் பிடித்துக்கொண்டு அசுவினியைப் பார்த்துச் சிரிக்கின்றனர். நண்பர்களைப்பார்த்து கோவத்துடன்

லிங்கு:

ஏலே, ஏன் சிரிக்கியே?

நண்பர்கள் அனைவரும் சத்தம்போட்டுச் சிரிக்கின்றனர். கோபத்துடன் அசுவினி லிங்குவைப்பார்த்து

அசுவினி:

லிங்கு...

லிங்கு:

ஏலே, எதுக்குலே சிரிக்கியே? ஏலே சொல்லிட்டு சிரிங்கலே...

அசுவினி:

(புரியாமல்) லிங்கு what's happening?

மாரி மற்றும் நண்பர்கள் சிரித்துக்கொண்டே சற்றுத் தள்ளிவந்து மாரி அசுவினியைக் கை காட்டி சிரித்துக்கொண்டே,

மாரி:

நான் உடலலே, அவதாம்லே உட்ருக்கா...

லிங்கு:

(கை காட்டி கோவமாக) எதுக்குலே சிரிக்கியே?

மாரி மற்றும் நண்பர்கள் சிரித்துக்கொண்டே சற்று தூரம் போய்

மாரி:

லே மாப்ள, அவ அசுவினி இல்ல, குசுவினி...

என்று மாரி கை தட்டிச் சிரிக்க, நண்பர்கள் அனைவரும் சத்தமாகச் சிரிக்கின்றனர். அசுவினி போன நண்பர்களை பார்க்க, லிங்கு நாற்றம் தாங்காமல் மூக்கைப் பிடிக்க, அவனைப்பார்த்து அசுவினி கோபமாக

அசுவினி:

லிங்கு...

நண்பர்களைப் பார்த்துக் கை காட்டி

லிங்கு:

ஏலே சிரிக்காதீங்கலே...

நண்பர்கள் கோரஸாக:

அசுவினி இல்லம்லே, குசுவினிதான்...

லிங்கு என்ன செய்வதென்று தெரியாமல் அசுவினியைப் பார்க்கிறான். அவன்மீது,

மாரி *voice over:*

இந்த மோரக்கட்டக்கி ரோசாப்பூ வேற...

லிங்கு தர்மசங்கடமாக அசுவினியைப் பார்த்துவிட்டு நண்பர்களைப் பார்க்கிறான். நண்பர்கள் அனைவரும் தங்களது பின்புறத்தைக்காட்டி,

மாரி:

மாப்ள...

குசுவிடுவதுபோல் சைகை காட்டிவிட்டுச் செல்கின்றனர். டென்ஷனுடன் நின்ற அசுவினி கைகட்டி காலால் தரையை உதைத்துக் குனிந்து,

அசுவினி:

ச்சா... இடியட்ஸ்...

மீண்டும் குசு விடுகிறாள். (stop block ல்) லிங்குவின் சைக்கிளும், லிங்குவும் காணாமல் போகின்றனர். தனியாக நின்ற

அசுவினி:

லிங்கு...

என கத்துகிறாள்...

- cut to -

காட்சி: 47

செந்தில்முருகன் ஸ்டோர்ஸ்: DAY / INT

கதை கேட்டுக்கொண்டிருந்த கனி வாயைப் பொத்திக்கொண்டு நன்றாகச் சிரிக்க, லிங்கு அவளை அமைதியாகப் பார்க்கிறான். சிரித்துக்கொண்டே

கனி:

ஜாதியினால, மதத்தால, *(சிரித்துவிட்டு)* ஏழ, பணக்காரங்க வித்தியாசத்தால, ஏன் கூட்டி குடுக்குறதாலக்கூட காதல் கட்டாயிருக்கு...

கனி சற்றுப் பலமாக சிரிக்க, லிங்குவும் சேர்ந்து மெதுவாகச் சிரிக்கிறான். கனி கை காட்டி

கனி:

(சிரித்துக்கொண்டே) ஆனா உலகத்துலயே, குசுவால *(கனி குனிந்து சிரித்துவிட்டு)* கட்டான காதல், உன் காதல்தான்லே...

கனி சிரிப்பை அடக்க முடியாமல் சிரிக்கிறாள். லிங்குவும் சிரிக்கிறான்.

- cut to -

காட்சி: 48

குடோன்: DAY / INT

குடோனில் ஆட்கள் வேலைபார்த்துக் கொண்டிருக்கின்றனர். லிங்கு ஒரு பெரிய சூட்கேஸைத் தோளில் தூக்கிக்கொண்டு வர, கையில் சில புடவைகளுடன் கனி நடந்து வந்தபடியே லிங்குவிடம்,

கனி:

சரி... நான் என் லவ்வ சொல்லுவேன், *(சட்டென லிங்குவிடம் திரும்பி விரலைக்காட்டி)* ஆனா நீ யாருக்கிட்டயும் சொல்லக்கூடாது...

லிங்கு:

ஆங்... கட்ட கண்டிப்பா, டமார் அடிச்சி சொல்லுவேன்...

கனி:

அய்யே, அப்படின்னா சொல்லமாட்டேன் போ...

கனி அங்கிருந்து பொய்க்கோபத்துடன் வேகமாக நடக்க, அவள் பின்னால் ஓடிவந்து

லிங்கு:

ஏய், ஏய்... சொல்ல மாட்டேன் சொல்லு...

கனி சட்டென நின்று லிங்குவிடம் கை நீட்டி

கனி:

சத்தியம் பண்ணு...

லிங்கு:

(கனியின் கையிலடித்து) சத்தியமா சொல்லமாட்டேன், ம்...

நம்பியவளாக கனி நடக்க ஆரம்பிக்கிறாள். லிங்குவும் அவள் பின்னால் நடக்கிறான்.

- cut to -

காட்சி: 49

திருச்செந்தூர் பள்ளிக்கூடம்: DAY / EXT

பள்ளிக்கூட மாணவர்கள் ஒரு பக்கமும், மாணவிகள் ஒரு பக்கமும் நின்று ப்ரேயர் பண்ணிக்கொண்டிருக்கின்றனர். அவர்கள் மீது

கனி voice over:
அப்ப நான், திருச்செந்தூர் ஸ்கூல்ல டென்த் படிச்சிக்கிட்டு இருந்தேனா...

லிங்கு voice over:
ஆங்...

கனி voice over:
என் கூட சேமத்தொர, சேமத்தொரன்னு ஒரு பையன் படிச்சான்...

மாணவர்கள் அனைவரும் கோரஸாக ப்ரேயர் பண்ணிக் கொண்டிருந்தனர். எல்லோரும் சத்தம்போட்டுப் ப்ரேயர் பண்ணிக்கொண்டிருந்தனர். சேமத்துரை தும்மல் வந்து தும்முகிறான். கண்ணை மூடி ப்ரேயர் பண்ணிக்கொண்டிருந்த கனி, சேமத்துரை தும்மும் சத்தம் கேட்டு, சட்டெனக் கண்ணைத் திறந்து பார்க்கிறாள். சேமத்துரை கனியைப்பார்த்து சிரிக்க, கனியும் சேமத்துரையைப் பார்க்க, சேமத்துரை சிரித்தபடியே கனியைப் பார்த்துக்கொண்டே ப்ரேயர் சொல்கிறான். கனியும் சேமத்துரையை பார்த்து சிரித்துக்கொண்டே ப்ரேயரை முணுமுணுக்கிறாள்.

- cut to -

காட்சி: 49A

10 ஆம் வகுப்பறை: DAY / INT

வகுப்பறை கரும்பலகையின் இடது ஓரத்தின் மேல் பகுதியில் வகுப்பு மற்றும் மாணவர்கள் வருகை ஆகியவை எழுதப்பட்டுள்ளது. போர்டில் எழுதிக்கொண்டே

ஆசிரியை:
மீத்தேன் profile எப்படி உருவாகுதுங்குறத நாம இப்ப பாத்தோம்,

வகுப்பின் வலது பக்கத்தில் மாணவர்களும், இடது பக்கத்தில் மாணவிகளும் தனித்தனியாக அமர்ந்திருக்கின்றனர். சேமத்துரை

கனியை மனதில் நினைத்துக்கொண்டு உள் கன்னத்தில் உதட்டைவைத்து லேசாக சிரித்துக்கொண்டே கனியை பார்க்கிறான். கன்னத்தில் கைவைத்து பாடம் கவனித்துக்கொண்டிருந்த கனி சேமத்துரையை என்ன என்பதுபோல் பார்க்கிறாள். அவர்கள்மீது

ஆசிரியை **voice over:**

கார்பன் இரண்டு இருந்தா, ஹைட்ரஜனும் ரெண்டு வரும்...
இதுக்குப் பேர் மீத்தேன்...

சேமத்துரை கன்னத்தில் காத்தை அடைத்து கனியைப்பார்த்து பர், பர் என ஊதிக்காட்டுகிறான். அவனைப் பார்த்து, லேசாக தனக்குள் கனி சிரித்துவிட்டு, பாடம் நடத்துவதைக் கவனிப்பதுபோல், அவனை அங்கீகரித்து, அவளும் கன்னத்தில் காத்தை அடைத்து பர், பர், என ஊதிக்காட்டுகிறாள்.

- cut to -

காட்சி: 49B

ஒரு குறுக்குச் சந்து: DAY / EXT

கனி பள்ளி முடிந்து புத்தக மூட்டையை மார்போடு அணைத்துக்கொண்டு தனியாக ஒரு சந்தில், கையில் தட்டானை வைத்து பார்த்துக்கொண்டே நடந்து வருகிறாள். பின்னால் பள்ளி முடிந்து சைக்கிளில் வந்த சேமத்துரை கனியின் அருகில் வந்ததும் பெல்லடித்துவிட்டுப் போகிறான். கனி திடுக்கிட்டு திரும்பிப் பார்க்கிறாள். சேமத்துரையைப் பார்த்ததும் கனி தனக்குள் சிரித்துகொண்டே நடந்து வருகிறாள்.

- cut to -

காட்சி: 49C

வகுப்பறை: DAY / INT

கணக்கு period நடந்து கொண்டிருக்க, மாணவர்கள் தங்கள் நோட்டுகளில் எழுதிக்கொண்டிருக்கிறார்கள். சேமத்துரை பாக்கெட்டிலிருந்து ஒரு அரை அடி மர ஸ்கேலை எடுத்து பெஞ்சில் வைக்கிறான், பெஞ்ச் மீது உள்ள நோட்டின்மீது பென்சில் மாட்டப்பட்ட காம்பஸ் இருக்கிறது. கனியைத் திரும்பிப் பார்க்கிறான். ஆசிரியர் பார்க்கிறாரா என உறுதி செய்துகொண்டு கனியிடம் சட்டென அந்த ஸ்கேலைத் தூக்கி எறிகிறான். எழுதிக்கொண்டிருந்த கனி சட்டென ஸ்கேலை கேட்ச் பிடித்து நோட்டினுள் வைத்து

கொள்கிறாள். சேமத்துரை எதுவும் நடக்காததுபோல் ஆசிரியரைக் கவனிக்கிறான். கனியும் ஆசிரியர் பார்க்கிறாரா என நிமிர்ந்து பார்த்துவிட்டு, சுற்றும்முற்றும் மாணவிகள் பார்க்கிறார்களா என உறுதிப்படுத்திக்கொண்டு, மெதுவாக நோட்டைப் பிரித்து ஸ்கேலை பார்க்கிறாள். அந்த ஸ்கேலின் பின்புறத்தில் காம்பஸால் சுரண்டப்பட்டு, நீல நிற ஸ்கெட்ச்சால் ''I LOVE YOU KANI'' என எழுதப்பட்டிருக்கிறது. அதைப்பார்த்த கனி உள்ளுக்குள் சந்தோஷப்பட்டு காதலை ஏற்றுக்கொள்வதுபோல சேமத்துரையை பார்க்கிறாள். சேமத்துரையும் கனியைப் பார்த்துவிட்டு அவள் தன் காதலை ஏற்றுக்கொண்டாள் என்ற சந்தோஷத்தில் நோட்டில் பேனாவால் கிறுக்குகிறான். அதன்மீது

ஆசிரியர் **voice over:**

மைனஸ் பத்து பை எக்ஸ் மைனஸ் நாலு ஸ்கொயர், இசிக்கோல்ட்டு ஏ பை எக்ஸ் மைனஸ் நாலு, ப்ளஸ் ஏ பை எக்ஸ் மைனஸ் நாலு ஸ்கொயர்... இப்ப அடுத்த ஸ்டெப்பு... த்ரீ எக்ஸ் மைனஸ் டென் இசிக்கோல்ட்டு எக்ஸ் மைனஸ் நாலு...

- cut to -

காட்சி: 49D

செந்தில்முருகன் ஸ்டோர்ஸ்: DAY / INT

கனியும், லிங்குவும் கவுன்ட்டரின் கீழே உட்கார்ந்திருக்கின்றனர். கனி தன் கதையை சொல்லிக்கொண்டிருக்கிறாள். லிங்கு கையில் ஒரு பாலிதின் கவர் வைத்துக்கொண்டிருக்க, கனி கையில் கவுன்ட்டர் துடைக்கும் துடைப்பான் வைத்துக்கொண்டு தரையை அடித்துக்கொண்டே

கனி:

அப்பறம் நாங்க ரெண்டு பேரும் ஸ்கூல கட்டடிச்சிட்டு,

- cut to -

காட்சி: 49E

பல்வேறு இடங்கள்: DAY / EXT & INT

திருச்செந்தூர் கோவில் காட்டப்பட, பக்தர்கள் கோவிலினுள் நடமாட, கனியும், சேமத்துரையும் ஸ்கூல் யூனிஃபார்மில் நடந்துவருகின்றனர். வள்ளிக்குகையில் பார்வையாளர்கள் சென்றுகொண்டிருக்க கனி, சேமத்துரையின் கையைப்பிடித்து நடந்து வந்துகொண்டிருக்கிறாள். பீச்சில் மக்கள் கூட்டம் இருக்க கனி,

சேமத்துரையின் கையைப்பிடித்து கடலோரம் நடந்து வருகிறாள். இதன்மீது

கனி voice over:

திருச்செந்தூர் கோவிலு, வள்ளிக்குக, பீச்சுன்னு, முழாண்டு பரிட்ச வரைக்கும் ஊரயே ரவுண்டடிச்சோம்...

- cut to -

காட்சி: 49F

செந்தில்முருகன் ஸ்டோர்ஸ்: DAY / INT

சேல்ஸ்கேர்ள்ஸ், சேல்ஸ்மேன்ஸ் பொருட்களை தூக்கிக்கொண்டு வந்தவண்ணமாக இருக்க, கனியும், லிங்குவும் ஒரு சோஃபாவை தூக்கிக்கொண்டு வருகின்றனர். சுவாரஸ்யமாக கதை கேட்டுக்கொண்டு வந்த லிங்கு, கனியிடம்

லிங்கு:

பெறவு?

கனி:

(சலிப்புடன்) பெறவென்ன, நான் டென்த் ஃபெயிலு... அவன் பாஸாயிட்டான்... பெறவு என்னைப் பாக்க வர்றதே இல்ல... நானா போய் பேசினாலும் பேச மாட்டேன்ட்டான்...

(கண்களை உருட்டி ஆத்திரமாக பல்லைக் கடித்துக்கொண்டு)

ஒரு நாள் எனக்கு ஆத்திர, ஆத்திரமா வந்துட்டு, அவனத்தேடி ஸ்கூலுக்கே போய்ட்டேன்...

- cut to -

காட்சி: 49G

பாய்ஸ் ஹை ஸ்கூல்: DAY / EXT

பாய்ஸ் ஹை ஸ்கூல் வெளிப்புறம். மாணவர்கள் ஸ்கூல்விட்டு வெளியே வருகிறார்கள். சேமத்துரை நண்பனின் தோளில் கை போட்டுக்கொண்டு வருகிறான். உடன் ஒரு நண்பன் என மூவரும் சந்தோஷமாக பேசிச் சிரித்தபடி வந்து கொண்டிருக்கிறார்கள். வெளியே வந்த சேமத்துரையின்மீது,

கனி voice over:

ஏ சேமத்தொர

கனி குரல் கேட்டுத் திரும்பி,

சேமத்துரை:

என்ன புள்ள?

கனி தாவணியை இடுப்பில் சொருகிக்கொண்டு சேமத்துரையின் அருகில் வந்து கோவமாக,

கனி:

எதுக்குள என்கூட பேசமாட்டேங்குற?

பாத்தாலும் வெலகிவெலகிப் போற?

சேமத்துரை:

நீ பத்தாங்க்ளாஸ் ஃபெயிலு, எங்க அம்மா உன்கூட பேசக்கூடாதுன்னு சொன்னாங்க,

சட்டென கனி சேமத்துரையின் மூக்கில் குத்தி

கனி:

அடி செருப்பாள மவனே, யாருக்கிட்ட,

கனி சேமத்துரையை சரமாரியாக அடிக்க, சேமத்துரையின் நண்பர்கள் விலக்கிவிட, கனி அவனை விடாமல் அடித்துக்கொண்டே

கனி:

உங்க அம்மாகிட்ட கேட்டுக்கிட்டாடா லவ் பண்ண, உங்க அம்மாகிட்ட கேட்டாடா ஊர் சுத்துன?

சேமத்துரை வலியால் கத்த, அவனை கனி ஒரு தள்ளு வண்டிமீது தள்ளி விட்டு, ஒரு முருக்கு பாக்கெட்டை எடுத்து சேமத்துரை முகத்தில் ஆவேசமாக அடிஅடி என அடிக்கிறாள்.

கனி:

ங்கொம்மாள கேட்டாடா பண்ண, ங்கொம்மாள கேட்டாடா ஊர் சுத்துன... பண்ணுவியா, பண்ணுவியா... பண்ணுவியா... மவனே...

மாணவர்கள் சுற்றிநின்று வேடிக்கை பார்க்க, சேமத்துரையின் முகத்தில் சரமாரியாக அடித்துவிட்டு எச்சரிப்பது போல் கை காட்டி

கனி:

மவனே, இனிமே என்னை மட்டுமில்ல... வேற எவளயும் லவ் பண்ணக்கூடாது.....

சேமத்துரை:

(எழுந்து அமர்ந்து அலட்சியமாக) போ புள்ள...

கனி திரும்பவும் கோபமாக வந்து, சேமத்துரையின் முகத்தில் குத்தி விட்டு

கனி:

மூஞ்சி, ச்சீ...

- cut to -

காட்சி: 49H
செந்தில்முருகன் ஸ்டோர்ஸ்: DAY / I**NT**

சேல்ஸ்கேர்ள்ஸ், சேல்ஸ்மேன்கள் பாத்திரங்களைத் தூக்கிப்போய் வந்த வண்ணமாக இருக்க, கனியும், லிங்குவும் ஒரு பெரிய குத்துவிளக்கைத் தூக்கிக்கொண்டு வர, பயந்ததுபோல்

லிங்கு:

எப்பா! ரெண்டடி தள்ளிதான் நிக்கணும்போல, விட்டா என்னையும் அடிச்சிப்புடுவ போலருக்கே,

கனி:

பெறவு, ஏமாத்துனா நொங்கக் கழற்றிடுவா இந்தக் கனி...

லிங்கு:

எப்பா...

லிங்கு கனியைப் பார்த்து யோசிக்க

கனி:

என்னா?

லிங்கு:

ஒன்னுல்லப்பா,

கனி:

ஆங்...

லிங்கு அமைதியாக குத்துவிளக்கைத் தூக்கி வர, கனி வெட்கப்பட்டு லிங்குவைப் பார்க்கிறாள்.

- cut to -

காட்சி: 50
ரெங்கநாதன் தெரு: NIGHT / E**XT**

ரெங்கநாதன் தெருவில் ஒரு லோடு ஆட்டோ நின்று கொண்டிருக்கிறது. மக்கள் நடமாட்டம் குறைந்திருக்க, லிங்கு

மாரியின் கையைப்பிடித்து இழுத்துகொண்டு வருகிறான். எங்கே என்று தெரியாத

மாரி:

ஏலே, எங்கலே கூட்டிக்கிட்டு போற...

லிங்கு:

வாலே, என்கூட கொஞ்சம்...

லிங்குவும், மாரியும் வந்து ஒரு ரோட்டோர புக் ஷாப்பில் நிற்கின்றனர். ஆச்சர்யமாக

மாரி:

இங்கயா?

லிங்கு:

ஆமாலே...

கடைக்காரரைப் பார்த்து

லிங்கு:

அண்ணாச்சி ஒரு அடி ஸ்கேல் ஒன்னு, (மாரி புரியாமல் விழிக்க) ஒரு ஸ்கெட்ச் பாக்கெட், ஒரு ரப்பர், ஒரு காம்பஸ் தாங்க அண்ணாச்சி...

மாரி:

(நக்கலாக) மாப்ள! மறுபடியும் பள்ளிக்கூடத்துக்கு போப்போறியா, இல்ல பரிட்ச எழுதப்போறியா...!?

லிங்கு இல்லையெனத் தலையாட்டி, மேலே கண்ணைக்காட்டி

லிங்கு:

அதுக்கு...!

மாரி மேலே பார்த்துவிட்டு, புரியல என்பது போல் தலையாட்ட, லிங்கு கண்களை மூடி,

லிங்கு:

ம்...

லிங்கு மீண்டும் தலையை மேலே காட்ட, மாரி மேலே பார்த்துவிட்டு,

மாரி:

ஆங்...

அதுக்கா எனக் கேட்டு, மீண்டும் புரியவில்லை என தலையாட்டுகிறான். லிங்கு வெட்கப்பட்டுக்கொண்டே,

லிங்கு:

மாப்ள! நானும், கனியும்

மாரி இப்போது புரிந்ததுபோல், அப்படியா என தலையாட்டி சந்தோஷமாகக் கேட்க, லிங்கு ஆமாம் எனத் தலையாட்டி

லிங்கு:

ம்...

சந்தோஷத்தில் லிங்குவைக் கட்டிக்கொண்டு

மாரி:

மறுபடியும், **congratulation** லே, **congratulation** லே...

லிங்கு:

டேங்க்ஸ்லே, டேங்க்ஸ்லே...

மாரி கடைக்காரரைப் பார்த்து

மாரி:

எண்ணே, சீக்கிரம் குடுங்கண்ணே...

- cut to -

காட்சி: 51

ரோடு: NIGHT / EXT

ரோட்டில் மக்கள் நடமாட்டம் அதிகமாக இருக்கிறது. லிங்கு கையில் ஸ்கேல் வாங்கிய பாலிதீன் கவர் இருக்க, மாரி லிங்குவின் கையைப்பிடித்து இழுத்துக்கொண்டு வருகிறான். லிங்குவிடம்

மாரி:

மாப்ள! எங்கூட கொஞ்சம் வாலே,

லிங்கு:

எங்கலே கூப்டுற?

மாரி:

(கோபித்துக்கொள்வது போல) நீ கூப்டப்ப மட்டும் நான் வந்தேன்ல...

பின்புலத்தில் ரயில்வே ஸ்டேஷனிலிருந்து வரும் பயணிகளின் கூட்டத்தில் ஒரு குறவர் சவுரி முடியைக் கையில் வைத்துக்கொண்டு விற்றுக்கொண்டிருக்கிறார். அவரிடம்,

மாரி:

சாமி! ஒரு சவுரி முடி குடுங்க சாமி,

குறவர்:

(கையிலிருந்த சவுரி முடியைக்காட்டி) பாரு சாமி...

லிங்கு புரியாமல் பார்த்துக்கொண்டிருக்க, மாரி கையை மேலும்கீழும் கையை விரித்துக்காட்டி,

மாரி:
நல்ல நீளமா, (கைகாட்டி) சுருள், சுருளா அழகா இருக்கணும்...

குறவர்:
முன்னூறு ரூவா ஆவும் சாமி...

மாரி:
(இரு கைகளையும் காட்டி) எத்தன கோடி ஆனாலும் சரி...

குறவர்:
(கையிலிருந்த சவுரி முடியைக் கொடுத்து) நல்லாருக்கும் சாமி, பாரு சாமி, வாங்கிப் பாரு சாமி...

வாங்கிப் பார்த்த மாரி திருப்தியடைந்தவனாய் தலையாட்டிக்கொள்ள, சவுரி முடி யாருக்கு வாங்குகிறான் எனப் புரியாமல் மாரியிடம்,

லிங்கு:
ஏலே யாருக்குலே...

மாரி:
(லிங்குக்கு விளக்கும்விதமாக கை காட்டி) சோபி ஊர்ல ஒரு பையன லவ் பண்ணியிருக்காலே,

லிங்கு:
சரி...

மாரி:
குண்டி வரைக்கும் முடியிருக்குன்னு, பய பின்னாலயே சுத்தியிருக்கான்...

லிங்கு:
சரி...

மாரி:
ஒரு நாள் குஞ்சர மாட்டிவிடலாம்னு முடிய புடிச்சி இழுத்துருக்கான், கையோட வந்துட்டுலே...

லிங்கு:
ஏன்லே?

மாரி:
(கையிலிருந்த சவுரி முடியைக்காட்டி) சவுரி முடிலே...

லிங்கு:

சவுரியா...!?

மாரி:

அதான் நானும் சோபிக்கு சவுரி முடியக் குடுத்து கரெக்ட் பண்ணலாம்னு...

லிங்கு:

ஏலே ஊத்த...

மாரி:

(லிங்குவின் நெஞ்சில் வெட்கப்பட்டு சாய்ந்து) போலே, எனக்கு வெக்கமா இருக்குலே...

லிங்கு:

(குறவரைக் காட்டி) சரி, சரி காசக்குடு...

குறவர் voice over:

முன்னூறு ரூவா சாமி...

மாரி:

இரு சாமி, *(பையிலிருந்து பணம் எடுத்து குறவர் கையில் கொடுத்து)* வச்சுக்க சாமி... அம்புட்டயும் வச்சுக்க சாமி... வாலே போவோம்...

இருவரும் அங்கிருந்து புறப்படுகின்றனர்.

- cut to -

பாடல் காட்சி

- cut to -

காட்சி: 52

செந்தில்முருகன் ஸ்டோர்ஸ்: DAY / EXT & INT

செல்வராணியும், மற்றொரு சேல்ஸ்கேர்ளும் வாசலில் கோலம் போட்டுக்கொண்டிருக்கின்றனர். ஆண்-பெண் விற்பனையாளர்கள் கடைக்கு வந்துகொண்டிருக்கின்றனர். வாசலில் ஒரு செக்யூரிட்டி நின்றுகொண்டிருக்கிறார். உள்ளே ஏதோ வேலை பார்த்துக்கொண்டிருந்த சோஃபியாவின் பக்கத்தில் மாரி நின்றுகொண்டு ரகசியமாக, தயங்கியபடி

மாரி:

சோபி...

சோஃபியா:

(என்ன என்பதுபோல் தலையாட்டி) என்னலே?

மாரி:

உங்கிட்ட ஒரு விஷயம் சொல்லனுலே...

சோஃபியா:

ச்சொல்லு...

மாரி:

ம்ஹூம்... இப்ப இல்ல... பெறவு...

சோஃபியா:

ம்...ம்...

செல்வராணி, சௌந்தரபாண்டிக்கு காதல் கடிதத்தை "சேலை கட்டிய வரவேற்பு பொம்மை"யின் கைகளுக்கிடையில் யாரும் பார்க்கிறார்களா என பார்த்துவிட்டு வைத்துவிட்டுப் போகிறாள். பின்னால் துணிகளை அள்ளிப்போட்டுக்கொண்டிருந்த கனியும், லிங்குவும் அதைப் பார்க்கின்றனர். சௌந்தரபாண்டி அந்தக் கடிதத்தை எடுக்க கையை கடிதத்தில் வைக்கும்போது

கருங்காலி **voice over:**

ஏலே... சௌந்தரபாண்டி...

திடுக்கிட்டுத் திரும்பி குரல் வந்த திசையைப் பார்த்து,

சௌந்தரபாண்டி:

அண்ணாச்சி...

கவுன்ட்டருக்கு எதிரே சற்று தள்ளி நின்றுகொண்டு, கையில் ஒரு பிரின்ட்டரை வைத்துப் பார்த்துக்கொண்டே,

கருங்காலி:

இந்த பிரின்ட்டரு...

சௌந்தரபாண்டி தயங்கியபடி கடிதத்தை எடுப்பதற்காக பொம்மையிடமே நிற்க, அவனைப்பார்த்த,

கருங்காலி:

ப்ச்... ஏலே இங்க வாங்கேன்ல...

சௌந்தரபாண்டி கடிதத்தை எடுக்க முடியாமல் கடிதத்தை ஒரு முறை பார்த்துவிட்டு, மெதுவாக கருங்காலியிடம் செல்கிறான். பிரின்ட்டரை பார்த்துக்கொண்டே

கருங்காலி:

இது என்னாச்சுன்னு பாருலே... (சௌந்தரபாண்டியை பார்த்து) நாலாப்பேளோர் சமுத்திரம் இருக்கான்ல, நோண்டிக்கிட்டே கிடந்தான்... (சௌந்தரபாண்டியிடம் பிரின்டரைக் கொடுத்து) நீ பாருலே...

சௌந்தரபாண்டி பிரின்ட்டரை வாங்கிக்கொள்கிறான். கனி, செல்வராணி, லிங்கு மற்று சேல்ஸ்மேன்ஸ் துணிகளைப் பிரித்துக்கொண்டிருக்கின்றனர். கருங்காலி கவுன்ட்டரில் நின்று கொண்டு உள்ளே உள்ள சூப்ரவைஸரிடம்

கருங்காலி:

கொண்டா, கொண்டா... அந்த பர்சேஸ் ஃபைலையும் எடு...

சூப்ரவைஸர்:

இந்தா எடுக்கேன் அண்ணாச்சி...

கருங்காலிக்கு எதிரே நின்று சௌந்தரபாண்டி கவுன்ட்டரின் டேபிளில் பிரின்ட்டரைப் பிரித்து வைத்துக்கொண்டு கடிதம் இருக்கும் பொம்மையின் கைகளையே கவலையுடன் பார்த்துக்கொண்டு நிற்கிறான். சூப்ரவைஸர் ஒரு ஃபைலை எடுத்துக்கொடுக்க, கருங்காலி அதை வாங்கியபடியே,

கருங்காலி:

அதானா?

சூப்ரவைஸர்:

இந்தாங்க அண்ணாச்சி...

செல்வராணி, லிங்கு மற்று சேல்ஸ்மேன்ஸ் துணிகளை பிரித்துக்கொண்டிருக்கின்றனர். பொம்மையின் கையில் கடிதம் இருப்பது காட்டப்படுகிறது. பின்புலத்தில் மாடிப்படியிலிருந்து ஒரு பெண் இறங்கி உள்ளே ஓடிவருகிறாள். கடிதம் சற்று தளர்ந்து கீழே இறங்குவது காட்டப்படுகிறது. பிரின்ட்டரை பார்த்துக்கொண்டிருந்த சௌந்தரபாண்டி சட்டென திரும்பி கடிதத்தை பார்த்து பயப்படுகிறான். துணிகளை அட்டைப்பெட்டியிலிருந்து எடுத்துக்கொடுத்துக்கொண்டிருந்த செல்வராணி கடிதத்தை பயத்துடன் பார்க்கிறாள். துணிகளை எடுத்துக்கொண்டிருந்த லிங்கு கடிதத்தைப் பார்க்கிறான். கருங்காலி ஏதோ ஃபைலை பார்த்துக்கொண்டிருக்கிறார். சௌந்தரபாண்டி பயத்துடன் கடிதத்தைப் பார்த்தபடி இருக்க, கடிதம் கீழே விழுந்து விடுகிறது. சௌந்தரபாண்டி திடுக்கிட்டு பார்க்கிறான். செல்வராணி துணிகளை எடுக்காமல் நிறுத்திவிட்டுப் பயத்துடன் கடிதத்தையே பார்த்துக்கொண்டிருக்கிறாள். கனி

கடித்தைப் பார்க்கிறாள். கடிதம் காற்றில் சற்று நகர்ந்து, நகர்ந்து செல்கிறது. சௌந்தரபாண்டி பயத்துடன் கடிதம் காற்றில் நகர்வதையே பார்த்துக்கொண்டிருக்கிறான். செல்வராணியும் கடிதத்தையே பார்த்தபடி இருக்கிறாள். லிங்கு பயத்துடன் கடிதத்தைப் பார்த்தபடி இருக்கிறான். கனி மூச்சை உள்ளிழுத்து பயத்துடன் கடிதத்தை பார்த்துக்கொண்டிருக்கிறாள். கடிதம் காற்றில் நகர்கிறது. சௌந்தரபாண்டி கடிதத்தைப் பார்க்க, கடிதம் வந்து கருங்காலியின் காலடியில் சேர்கிறது. ஃபைலை பார்த்துக்கொண்டிருந்த கருங்காலி, பேப்பர் ஏதோ ஒன்று காற்றில் பறந்து வந்து காலடியில் விழுகிறதே, என்னவாக இருக்கும் எனப் பார்க்கிறான். செல்வராணிக்கு முகமெல்லாம் வேர்த்துவிட்டிருக்கிறது. கருங்காலி அந்த பேப்பரைக் குனிந்து எடுத்து கையில் தட்டி பிரின்ட்டான பக்கத்தை பிரித்து பார்த்து தனக்குத்தானே

கருங்காலி:

பழய குடோன் பில் மாதிரி இருக்கு...

ஒன் சைடு எழுத ஆவுமே... ம்...

என்று திருப்பிப் பார்க்க, சௌந்தரபாண்டி பயத்தில் நடுங்குகிறான். செல்வராணி, சௌந்தரபாண்டிக்கு எழுதிய காதல் கடிதத்தை கருங்காலி மனசுக்குள் படித்துக்கொள்கிறான்.

கருங்காலி:

டைம் கெடச்சாத்தானே, பேசு, பேசுன்னா எங்கன பேசுறது...

செல்வராணிக்கு முகமெல்லாம் வியர்க்கிறது. பயத்துடன் கருங்காலி படிப்பதை பார்த்துக்கொண்டிருக்கிறாள்.

மனசுக்குள் கருங்காலி:

கருங்காலி நாயி, குட்டிபோட்ட பூன மாதிரி சுத்தி, சுத்தி வாரான்...

சௌந்தரபாண்டி பயந்து போய் கருங்காலி படிப்பதையே பார்த்துக் கொண்டிருக்கிறான்.

மனசுக்குள் கருங்காலி:

வெள்ளிக்கெழம லீவு போடுங்க... நாம ரெண்டு பேரும் வெளிய போவோம்... சரியா... அதுவரைக்கும் பாருங்க, சிரிங்க, பேசுங்க... உங்கள் அருமை கன்னுக்குட்டி...

ஆத்திரமடைந்த கருங்காலி கடிதத்தை மேலே உயர்த்திக்காட்டி, ஃப்ளோரில் வேலை பார்த்துக்கொண்டிருக்கும் சேல்ஸ்கேர்ள்ஸிடம் சென்றபடியே,

கருங்காலி:

இந்த லவ் லெட்டர் எழுதுன கன்னுக்குட்டி எவளா? எந்த செருக்கி முண்டளா எழுதுனது? சொல்லிரு...

ஆத்திரத்தில் கவுன்ட்டரின் அருகில் நின்ற ஒரு இரும்புக் கம்பியை உதைத்து,

கருங்காலி:

நானா கண்டுபுடிச்சேன் வெட்டி பொலி போட்ருவேன்...

கையில் துணிகளுடன் ஃப்ளோரில் நின்று கொண்டிருந்த ஒவ்வொரு சேல்ஸ்கேர்ள்ஸாக காட்டி ஆத்திரத்துடன்

கருங்காலி:

நீயாளா?

சேல்ஸ்கேர்ள்:

(பயந்து பின்வாங்கி) நான் இல்ல அண்ணாச்சி...

மற்றொரு சேல்ஸ்கேர்ளிடம் கடிதத்தைக் காட்டி,

கருங்காலி:

நீயா...

சேல்ஸ்கேர்ள்:

நான் இல்ல...

கடைசியாக கனியிடம் வந்து கடிதத்தை முகத்துக்கு நேராக நீட்ட, கனி பயந்து போய் பின்வாங்குகிறாள்.

கருங்காலி:

நீயா புள்ள...

கனி:

நான் இல்ல அண்ணாச்சி...

கருங்காலி, செல்வராணியின் முகத்துக்கு நேராக கடிதத்தை நீட்டி,

கருங்காலி:

நீயா...

செல்வராணி பதில் எதுவும் பேசாமல் அமைதியாக கடிதத்தை பார்க்கிறாள். பக்கத்தில் நின்ற சோஃபியாவிடம் கருங்காலி கடிதத்தை காட்டி,

கருங்காலி:

நீயாளா?

சோஃபியா:

(கைகளால் மறுத்தபடி பயந்து) நான் இல்ல அண்ணாச்சி...

சோஃபியாவிற்கு பின்னால் லிங்குவும், மாரியும் அமைதியாக நிற்கின்றனர். கருங்காலி கவுன்ட்டரில் இருந்த ஒரு ஸ்டேம்ப் பேடை ஆத்திரத்துடன் தூக்கி தரையில் அடித்து

கருங்காலி:

நானே கண்டுபுடிக்கிறேன்... (நின்றுகொண்டிருந்த சேல்ஸ்கேர்ள்ஸை பார்த்து) எல்லா சிறுக்கி முண்டங்களும் வரிசையில் நில்லுங்கடி... (அந்தப் பக்கம் இருப்பவர்களைப் பார்த்து) ஏய் வரிசைக்கு வாங்கடி...

சேல்ஸ்கேர்ள்ஸ் அமைதியாக நிற்க, அவர்களை ஆத்திரத்துடன்

கருங்காலி:

வாங்களா, சொல்லிக்கிட்டே இருக்கேன், (கனியின் தலையைப்பிடித்து இழுத்து கவுன்ட்டர் பக்கம் தள்ளி) பேக்களா மாதிரி முழிக்கா... போ...

கனி:

(வலியில்) அண்ணாச்சி...

கருங்காலி தள்ளிவிட்ட வேகத்தில் கனி கவுன்ட்டரில் போய் மோதி நிற்கிறாள். கடுங்கோபத்துடன்

கருங்காலி:

போ... வரிசையில நில்லு...

எல்லா சேல்ஸ்கேர்ள்ஸும் வரிசையில் பயந்து ஓடிப்போய் வரிசையில் நிற்கின்றனர். வரிசையில் முதலாவதாக கனி நிற்கிறாள். சேல்ஸ்மேன் ஒருவனை முதுகில் அடித்து அந்தப்பக்கம் போகுமாறு,

கருங்காலி:

போ...

பிரின்டரைப் பார்த்துக்கொண்டிருந்த சௌந்தரபாண்டி என்ன நடக்குமோ என அச்சத்தில் முன்னால் வருகிறான். அவன்மீது,

கருங்காலி voice over:

கொழுப்பெடுத்து அலையிறீளா, கொழுப்பெடுத்து...

வரிசையில் நின்ற சேல்ஸ்கேர்ளிடம் ஆத்திரத்துடன் கையைக்காட்டி

கருங்காலி:

இப்ப கண்டுபுடிக்கேன் அந்த கன்னுக்குட்டி எவன்னு, (கேஷ் கவுன்ட்டரில் நிற்பவனிடம் போய்) எடுளா அந்த நோட்ட... எடுலே...

கேஷ் கவுன்ட்டரில் நின்றவன் நோட்டை எடுத்து வைக்கிறான். வரிசையின் நடுவில் நின்ற செல்வராணி பயந்து எட்டிப்பார்க்கிறாள். அவள் மீது,

கருங்காலி **voice over:**

எழுது, இத அப்படியே எழுது, எழுதே...

வரிசையில் நின்ற அனைவரையும் பார்த்து

கருங்காலி:

கையெழுத்த வச்சிக் கண்டுபுடிக்கிறேன், அந்த முண்ட எவன்னு...

தலைகுனிந்து நின்ற கனியிடம் ஆத்திரத்துடன்

கருங்காலி:

எழுதுளா...

கனி திடுக்கிட்டு பின் வாங்கி பயத்தில்

கருங்காலி:

நான் எழுதல அண்ணாச்சி...

கருங்காலி:

(அதட்டி) நீ எழுதுளா...

பின்புலத்தில் அனைவரும் அமைதியாக வேடிக்கை பார்த்துக்கொண்டிருக்கின்றனர்.

கனி:

நான் எழுதல அண்ணாச்சி...

என்று பின் வாங்குகிறாள்

கருங்காலி:

ஏ, (கை நீட்டி) அப்ப உனக்குத் தெரியும், எவடி எழுதுனது? சொல்லு, சொல்றி...

கனி:

எனக்குத் தெரியாது அண்ணாச்சி...

கருங்காலி கனியின் கன்னத்தில் ஓங்கி அறைந்து, அவள் தலையை இருகைகளாலும் பிடித்துக் குலுக்கி,

கருங்காலி:

டிராமா, டிராமா ஆடுறீங்க, டிராமா...

கனி வலி தாங்கமுடியாமல் கத்தி அழுகிறாள்.

கருங்காலி:

உனக்குத் தெரியும் சொல்லு...

கனி:

எனக்குத் தெரியாது...

கருங்காலி:

சொல்றி...

செல்வராணி voice over:

நான்தான் எழுதுனேன்...

கனியை விட்டுவிட்டு வரிசையைப் பார்த்து திரும்பி

கருங்காலி:

எவடி அவ?

செல்வராணி கையைத்தூக்கி வரிசையிலிருந்து சற்றுத் தள்ளி நடுவில் வந்து நின்று

செல்வராணி:

(அழுத்தமாக) நான்தான் எழுதுனேன்... நான்தான் எழுதுனேன்...

கருங்காலி கோபத்துடன் செல்வராணியிடம் வந்து அவள் கன்னத்தில் அறைந்து

கருங்காலி:

செருக்கி முண்ட, ஊமக்கோட்டான் மாதிரி மூஞ்சத் தூக்கிட்டு இருக்கும்போதே நெனச்சேன்ளா,

கருங்காலி செல்வராணியை சரமாரியாக அடிக்க, செல்வராணி எதிர்ப்பில்லாமல் ஒரு திமிருடன் அடியை வாங்கிக்கொண்டிருக்கிறாள்.

கருங்காலி:

செத்த முண்ட அவ்ளோ ஏத்தமாளா உனக்கு, *(கீழே போட்டு உதைத்து)* கருங்காலி, கருங்காலி... உங்க அப்பனும், அம்மையுமாளா பெத்து போட்டு பேரு வச்சா கருங்காலின்னு...

செல்வராணியை சரமாரியாக அடித்து, கழுத்தை பிடித்துக்கொண்டு லிங்கு, மாரி, மற்றும் சேல்ஸ்மேன்கள் நிற்கும் இடத்திற்கு இழுத்துவந்து ஒவ்வொருவராக அவள் முகத்தைக் கொண்டு போய் காட்டி,

கருங்காலி:

இவனா, இவனா... எவனுக்கு லெட்டர் எழுதுன?

இவனா, இவனா, *(கன்னத்தில் ஓங்கி அறைந்து)* எவனுக்கெழுதுன சொல்லு முண்ட...

G.வசந்தபாலன்

செல்வராணி கையை நீட்ட, எதிரே தனியா நின்றுகொண்டிருந்த சௌந்தரபாண்டி கருங்காலிக்கு பயந்து, பின்னால் போகிறான். கருங்காலி சௌந்தரபாண்டியை முறைக்க, சௌந்தரபாண்டி தன் நெஞ்சில் கை வைத்து

சௌந்தரபாண்டி:

நான் இல்ல அண்ணாச்சி,

செல்வராணி உதடுகள் துடிக்க சௌந்தரபாண்டியைப் பார்க்கிறாள்.

சௌந்தரபாண்டி:

(தலையாட்டி சத்தமாக) நான் இல்ல அண்ணாச்சி...

கருங்காலி சௌந்தரபாண்டியை ஓங்கி அறைந்து

கருங்காலி:

பொய்யாளா சொல்ற... பொய்யாளா சொல்லுதே...

கருங்காலி சௌந்தரபாண்டியை அடித்து சுவரு, கதவு, என அங்கும், இங்கும் கொண்டுபோய் மோதுகிறான். கீழே போட்டு மிதிக்கிறான்.

சௌந்தரபாண்டி:

(அழுதபடியே) அண்ணாச்சி நான் இல்ல அண்ணாச்சி...

கத்திக்கொண்டிருக்க, கருங்காலி சரமாரியாக கீழே போட்டு மிதித்து, அடித்து

கருங்காலி:

அண்ணாச்சி என்னா சொல்லி சேத்தாரு...

பொட்ட புள்ளக்கிட்ட பேசப்புடாது, வைக்கக்கூடாது, சொன்னாரா இல்லயா...

கருங்காலி சௌந்தரபாண்டியைக் கீழேபோட்டு வயிற்றிலேயே மிதிக்கிறான். அதைப்பார்த்த செல்வராணி மிகவும் ஆத்திரமடைகிறாள். சௌந்தரபாண்டி எழுந்து கருங்காலியின் காலைப்பிடித்துக்கொண்டு அழுதபடியே

சௌந்தரபாண்டி:

சத்தியமா நான் இல்ல அண்ணாச்சி, சத்தியமா நான் இல்ல அண்ணாச்சி...

என்றவுடன் கடுங்கோபத்துடன் விழிகளை விரித்து சௌந்தரபாண்டியை பார்த்து,

செல்வராணி:

என்னத்துக்கு இப்படி பயப்படுதியே, இவனுவோக்கிட்ட இப்படி

கெடந்து அடிம கஞ்சி குடிக்கிறதுக்கு, ஊர்ல கிடுவ மொடஞ்சு பொழைச்சிக்கிடலாம் வாங்க?

செல்வராணி கையை உயர்த்தி வாடா என்பது போல் சொல்கிறாள். சௌந்தரபாண்டியை தூக்கி நிறுத்தி

கருங்காலி:

நல்லா கிடுவ முடஞ்சு போய் பொழங்கடி,

(கன்னத்தில் அறைந்து) போ...போ... போ... வேலய விட்டு போ...

சௌந்தரபாண்டி:

எனக்கு ஒன்னும் தெரியாது அண்ணாச்சி, *(செல்வராணியை கை காட்டி)* இவளே கோட்டிக்காரிதனமா எழுதி வச்சிட்டு, எனக்கு எழுதுனம்னு சொல்லிக்கிட்டு இருக்கா அண்ணாச்சி,

செல்வராணி:

(கோவத்தில் விழிகளை விரித்து) ஏம்லே பொய் சொல்லுதே, லவ் பண்றேன், லவ் பண்றேன்னு, ரெண்டு வருஷம் பின்னாலயே சுத்தி வந்தீல்ல... எத்தன லெட்டர் எழுதியிருப்ப?

கருங்காலி அமைதியாகப் பார்த்துக்கொண்டிருக்க

சௌந்தரபாண்டி:

சத்தியமா நான் ஒரு லெட்டர்கூட எழுதல அண்ணாச்சி,

(செல்வராணியை பார்த்து) ளா, நான் என்னத்துக்குளா எழுதணும்?

செல்வராணி:

பொய் சொல்லதீயலே...

என்று கோபத்தில் பல்லை கடிக்கிறாள்.

சௌந்தரபாண்டி:

அண்ணாச்சி, என்னக்காவது நேருக்கு நேரா அவ மூஞ்ச பாத்துருக்கனான்னு கேளுங்க அண்ணாச்சி...

செல்வராணி:

(முகத்தை சுழித்து) மூஞ்ச பாக்கலயோ, ஏம்லே மறுபடியும்,மறுபடியும் பொய் சொல்லுத?

சௌந்தரபாண்டிக்கு முன்னால் வந்து கை வளையல்களை நீட்டிக்காட்டி

செல்வராணி:

போனவாரம் நீதானே இந்த வளையல் வாங்கித்தந்த?

சௌந்தரபாண்டி:

யாரு, யாருலே வாங்கித்தந்தா? நானாலே வாங்கி தந்தேன்?

செல்வராணி:

(கோபத்தில் மேலும் விழிகளை விரித்து) அப்ப யாருலே வாங்கி தந்தா...யாருலே வாங்கி தந்தா? *(சௌந்தர பாண்டியை நெட்டித்தள்ளி)* ஊர்ல போறவனாலே வாங்கி தந்தான்,

ம்... *(மீண்டும் நெட்டித்தள்ளுகிறாள்)* ஊர்ல போறவனாலே வாங்கி தந்தான்... சொல்லுலே... *(அழுதுகொண்டே வளையல்களை உடைத்து)* ஊர்ல போறவனாலே வாங்கித் தந்தான், ஊர்லபோறவனாலே வாங்கி தந்தான்... *(தலையில் அடித்துக்கொண்டு அழுதபடியே)* ஊர்லபோறவனாலே வாங்கி தந்தான்... ஊர்லபோறவனாலே வாங்கி தந்தான்...

அதைப் பார்த்துக்கொண்டிருந்த கருங்காலி அவர்களிடம் வந்து

கருங்காலி:

ரெண்டு பேரும் சேந்து நாடகமா போடுறீய... *(கவுன்ட்டரை பார்த்து கை காட்டி)* ஏலே பழனி மேனேஜருக்கு போன் பண்ணி, ரெண்டு பேரயும் கணக்கு முடிச்சு வீட்டுக்கு அனுப்புலே...

(இருவரையும் பிடித்துத் தள்ளி) போ, வேலையவிட்டு போலே...

அழுதபடி கருங்காலியின் காலைப்பிடித்துக்கொண்டு,

சௌந்தரபாண்டி:

அண்ணாச்சி, சத்தியமா நான் லவ் பண்ணல அண்ணாச்சி...

அவனை எட்டி உதைத்து

கருங்காலி:

வேலய விட்டு போ மூதி...

அழுதபடி

சௌந்தரபாண்டி:

அண்ணாச்சி மாசாமாசம் ஊருக்கு பணம் அனுப்பலன்னா, ஊர்ல அம்மா,அப்பா, தங்கச்சியெல்லாம் ரொம்ப கஷ்டப்படுவாங்க அண்ணாச்சி...

எட்டி உதைத்து

கருங்காலி:

அப்பறம் என்ன எழவுக்குளா லவ் பண்ண?

சௌந்தரபாண்டி:

அண்ணாச்சி, இந்த வேல போனா தெருவுலதான் நிக்கணும்...

கருங்காலி:

போய் சாவுடா...

என்று மீண்டும் உதைக்கிறான். சௌந்தரபாண்டி எழுந்து பக்கத்தில் நின்ற செல்வராணியின் கன்னத்தில் அறைந்து,

சௌந்தரபாண்டி:
செறுக்கி மவளே, பலவட்ற முண்ட, அருதலி நாயே, (ஆவேசமாக) நான் பண்ணலேன்னு சொல்லித் தொலையேண்டி, என் வேல போயிருண்டி... என் வேல போயிருண்டி வேச மவளே...

செல்வராணி ஆத்திரத்தில் கண்களை விரித்து அழுதுகொண்டே சௌந்தரபாண்டியை நோக்கி வந்தபடியே,

செல்வராணி:
யாரப் பாத்துலே சொன்ன, யார பாத்துலே சொன்ன, வேச மவன்னு யார பாத்துலே சொன்ன, நானாலே வேச மவ... நானாலே வேச மவ... ரெண்டு வருஷம் உருகி, உருகி மாடுமாதிரி லவ் பண்ணதுக்கு, நானாலா வேச மவ, (பின்னால் சென்றபடி) நானாலா வேச மவ, நானாலா... (தலையில் அடித்துக்கொண்டு) எனக்கு வேணும், எனக்கு வேணும்... எனக்கு இதுவும் வேணும், இன்னமும் வேணும், உன்ன நம்புனதுக்கு பாவி, பாவி,

(சௌந்தரபாண்டியைப் பார்த்து கை நீட்டி)
சத்தியமா நீ என்ன லவ் பண்ணல?

சௌந்தரபாண்டி:
(ஆவேசமாக) சத்தியமா லவ் பண்ணலடி...

செல்வராணி:
(பின்னால் நகர்ந்தபடியே) லவ் பண்ணல இல்ல... லவ் பண்ணல இல்ல... லவ் பண்ணல இல்ல... (கையை பின்னால் காட்டி) அந்த சாமிக்கு தெரியும்ல... அந்த சாமிக்கு தெரியும்ல...

அழுதுகொண்டே கவுன்ட்டரைக் கையால் தட்டிவிட்டு முன்னால் ஓடிவந்தபடியே,

செல்வராணி:
அந்த சாமிக்கு தெரியும்ல... அந்த சாமிக்கு தெரியும்ல... ஆ......

கத்திக்கொண்டே ஓடி வர, கருங்காலி கையால் தடுக்கிறான். செல்வராணி கண்ணாடியை உடைத்துக்கொண்டு கீழே குதிக்கிறாள். ரெங்கநாதன் தெருவில் நடந்து கொண்டிருந்த கூட்டம் விலகிக்கொள்ள, கீழே குதித்து தான் போட்ட கோலத்தின் நடுவிலேயே விழுந்து உயிரை விடுகிறாள். பின்னாலேயே வந்த லிங்குவும், கனியும் மேலிருந்து பார்த்து அதிர்ச்சியடைகின்றனர். விழுந்து கிடக்கும் செல்வராணியின் தலையிலிருந்து ரத்தம் வழிந்து கோலத்தில்

G.வசந்தபாலன் ❖ 165

பரவுகிறது. சௌந்தரபாண்டி கண்ணாடி வழியாகப் பார்த்து அழுகிறான். கருங்காலி இப்படி ஆகிவிட்டதே என சலிப்புடன் அங்கிருந்து கிளம்புகிறான். கனி பயத்தில் மேல் மூச்சு, கீழ் மூச்சு வாங்குவது. லிங்கு சோகமாகப் பார்க்கிறான். செல்வராணி இறந்து கிடக்கிறாள். அவளைச்சுற்றி கூட்டம் வேடிக்கை பார்க்கிறது...

- இடைவேளை -

காட்சி: 53

திநகர் தெரு: DAY / EXT

செல்வராணி இறந்துகிடந்த கோலத்தின்மீது தண்ணீர் ஊற்றப்படுகிறது. மாக்கோலம் போடப்படுகிறது.

Morphing

தேர்க் கோலம் போடப்படுகிறது.

Morphing

விளக்குக் கோலம் போடப்படுகிறது.

Morphing

கலர் ரங்கோலி போடப்படுகிறது.

Symphony violin orchestra & RR.

ப்ளாஸ்டிக் பேக் பறக்கிறது. மின்சார வயர்களில் மாட்டிப் படபடக்கிறது. ரங்கநாதன் தெருவிலுள்ள குப்பைகள் பறக்கின்றன. ரங்கநாதன் தெருவில் அலையும் விதவிதமான மனிதர்கள். கடை விளம்பரத்தில் சிரித்தபடி அண்ணாச்சி நிற்கிறார். விளம்பரத்தில் சிநேகா சிரிக்கிறாள். அதே பேப்பரில் செல்வராணியின் தற்கொலை விபத்தாக நியூஸ் வந்திருப்பதை, சலூன் கடையின் முன்னால் நின்று பையன்கள் பேப்பர் படிக்கின்றனர். பரபரப்பாக இருக்கும் தெருவில் எந்தக் கவலையும் இல்லாமல் குருடர்கள் (ஒருவர் சூதாளை ஒருவர் பிடித்தபடி பாட்டுப் பாடி) பிச்சையெடுக்கின்றனர். ஹோமில் இயேசுவை ஜெபித்தபடி இருக்கிறாள் சோபியா. ராமன் அனுமான் வேஷம் போட்ட சிறுவர்கள் பிச்சையெடுக்கப் போகின்றனர். ஹோமில் செல்வராணியுடன் கூடிய குரூப் போட்டோவைப் பார்த்தபடி கனி கண்ணீர் விட்டபடி படுத்திருக்கிறாள்.

மூடிய கடைவாசலில் வெறித்து பார்த்தபடி லிங்கு மற்றும் கடை பையன்கள் அமர்ந்திருக்கின்றனர். குப்பை பொறுக்கும் பையன்கள் கடைவாசலில் குண்டி தெரிய கிழிந்த பேண்டுகள் டவுசர்களுடன் படுத்திருக்கின்றனர். பீஸ் போன ட்யூப் லைட்டுகளை உடைத்து புகையெழுப்புகின்றனர். அதிலுள்ள அலுமினியத்தை வெளியே எடுக்கின்றனர். விளம்பர துணி பேனர்கள் காற்றில் படபடக்கின்றன. செல்வராணி சௌந்திரபாண்டி என்று கக்கூஸ் வாசகங்கள். உடைந்த

கண்ணாடி ஜன்னலை கார்பென்டர்கள் மாற்றுகின்றனர். ப்ளோரில் உள்ளவர்கள் ஜன்னலை திரும்பிப் பார்த்துக்கொண்டே தங்கள் வியாபாரத்தைப் பார்க்கின்றனர்.

Symphony violin orchestra & RR.

தங்களில் ஒருவரை பறிகொடுத்த சோகத்துடன் விற்பனைப் பிரதிநிதிகள் வேலைக்குச் செல்கிறார்கள்.

- cut to -

காட்சி: 54

குடோன்: DAY / INT

ஃப்ளோர் சூப்ரவைவஸர்கள் அனைவரும் கை கட்டி தலை குனிந்து நிற்கின்றனர். அவர்களைப் பார்த்து அண்ணாச்சி கோபமாக அங்கும். இங்கும் நடந்தபடி

அண்ணாச்சி:

சி.எம்.டி.ஏ, கார்ப்பரேஷன், டேக்ஸ், போலீஸ்காரன்னு, ஒவ்வொருத்தனுக்கும் எவ்வளவு அழுவறேன் தெரியுமாவே, காசா தறேன், பண்டல், பண்டலா துணியாவேற தறேன்... இருபத்தஞ்சு வருஷமாச்சுலே... இந்த இடத்துல கால ஊனி நிக்க... ஒரு நிமிஷத்துல எல்லாத்தயும் நாறடிச்சிட்டானுவலே...

அண்ணாச்சி டேபிளில் இருந்த நியூஸ் பேப்பர், வீக்லியைத் தூக்கித் தரையில் எறிந்து,

கோடி ரூவா குடுத்தாலும் இந்தப் பேர மாத்த முடியுமாலே...

கழுகு என்ற வீக்லியின் அட்டைப் படத்தில் அண்ணாச்சி போட்டோவைப் போட்டு ''கடை ஊழியர் மரணம் அண்ணாச்சியை கைது செய்யாத காவல்துறை'' என்று வெளியிட்டிருப்பது காட்டப்படுகிறது. அதன் மீது,

அண்ணாச்சி voice over:

சொல்லுங்கலே...

கருங்காலி கை கட்டிக்கொண்டு அமைதியாகத் தலைகுனிந்து நிற்கிறான். அவனைப்பார்த்து

அண்ணாச்சி:

அதுக ரெண்டும் அப்படி பெனயிற வரைக்கும், உங்க கண்ணு என்ன பொட்டயாவாலே இருந்துச்சு...இன்னும் எத்தன பொண்ணு, பயலுவோ கூட சுத்திக்கிட்டு இருக்கு?

கருங்காலி:

இல்ல அண்ணாச்சி, அப்படி யாரும் இல்ல...

அண்ணாச்சி:

அடுத்த புள்ள செத்த பெறவுதான் சொல்லுவியோ?

கருங்காலி தலைகுனிந்து கொள்கிறான்.

அண்ணாச்சி:

எல்லா பயலுவோலயும் எடம் மாத்துலே, இனி எவனாவது பொட்டப்புள்ளய கண்ணெடுத்து பாத்தான்னா, செவுல்ல அற... பேசுனா வேலய விட்டு தூக்கு...

- cut to -

காட்சி: 55

மூன்றாவது மாடி: DAY / INT

கனியும், சோஃபியாவும் அமைதியாக நிற்கிறார்கள். அவர்கள் மீது,

கருங்காலி **voice over:**

எல்லா பயபுள்ளயலும் செக்ஷன் மாறி ஓடுங்கலே...
இங்கருக்கவன்ல்லாம் கீழ போங்க, அங்கருக்குறவனெல்லாம்,
நாலாவது ஃப்ளோருக்கு போங்கலே...

லிங்குவை பார்த்துக்கொண்டு கனி அமைதியாக நிற்க, லிங்கு கனியைத் திரும்பிப் பார்த்துக்கொண்டே வேறொரு ஃப்ளோருக்குச் செல்கிறான். சேல்ஸ்மேன்கள் அந்த ஃப்ளோரை விட்டு வெளியே போய்க்கொண்டிருக்கின்றனர். கோபமாக பல்லைக் கடித்தபடி போகிறவர்களைப் பார்த்து

கருங்காலி:

எல்லாத்துக்கும் இருக்குலே, எல்லாத்துக்கும் இருக்குலே... என்னய நீ...

சேல்ஸ்மேன் ஒருவன் ஒரு சேல்ஸ்கேர்ளை திரும்பிப் பார்த்துக்கொண்டே போவதை கருங்காலி பார்த்துவிடுகிறான். அவனை இழுத்துப்பிடித்து அடித்தபடியே

கருங்காலி:

செத்தலே, அங்க என்னளா பார்வ...

சேல்ஸ்மேன்:

இல்ல அண்ணாச்சி, பாக்கல அண்ணாச்சி...

கருங்காலி:

பொட்டச்சிய பாப்பியா?

சேல்ஸ்மேன்:

(அழுதபடியே) அடிக்காதீங்க அண்ணாச்சி... இல்ல அண்ணாச்சி...

கருங்காலி:

போலே...

கருங்காலி அவனை எட்டி உதைக்கிறான்.

சேல்ஸ்மேன்:

அய்யா...

ஃப்ளோரில் விழுந்து எழுந்து ஓடுகிறான். ஃப்ளோரில் இருப்பவர்களைப் பார்த்து எச்சரிப்பதுபோல் கை காட்டி

கருங்காலி:

எளா, இனிமே எந்த பொட்டச் சிறுக்கியளாவது, எவனயாவது பாத்து பல்ல காட்டுனீய,

(கழுத்தை அறுப்பது போல் காட்டி) சங்கருத்துருவேன்...

கனியும், சோஃபியாவும் அமைதியாக கருங்காலி பேசுவதை கேட்டுக்கொண்டிருக்கின்றனர்.

- cut to -

காட்சி: 56

செந்தில்முருகன் ஸ்டோர்ஸ்: DAY / EXT & INT

செந்தில்முருகன் ஸ்டோர்ஸ் வாசலில் உள்ள இரண்டு கூல் பாரில் இரு சேல்ஸ்மேன் நின்று கொண்டிருக்க, அவர்களுக்குப் பதிலாக லிங்கு, மாரி நிற்கின்றனர். ஆண்கள் தனியாக, பெண்கள் தனியாக மெஸ்ஸில் சாப்பிடுவதற்காக நடுவே தடுப்பு அடிக்கப்பட்டிருக்கிறது. லிங்கு, மாரி, கனி, சோஃபியா என அவரவர் வரிசையில் ஏக்கத்தோடு சென்று சாப்பிட்டு முடிக்கின்றனர். செந்தில்முருகன் ஸ்டோர் வேலை முடிந்து வெளியே வருகின்றனர். சிலர் காலி அட்டைப் பெட்டிகளை வெளியே எடுத்துவந்து போடுகின்றனர். கனியும் சோஃபியாவும் அமைதியாக மற்ற பணியாளர்களுடன் நடந்து வருகின்றனர். அவர்களுக்குப் பின்னால் லிங்குவும், மாரியும் நடந்து வருகின்றனர்.

- cut to -

காட்சி: 57

கோவில்: DAY / EXT

அய்யர் வினாயகருக்கு தீபாராதனை காட்டுகிறார். அதன் மீது,

அய்யர் *voice over:*

மகா கணபதஜே நமஹ...

தீபாராதனை தட்டுடன் வெளியே வருகிறார். வெளியில் ஒரு புறம் நிறை மாத கர்ப்பிணியாக சின்னம்மாவும், குள்ள கணேசும் நின்றுகொண்டிருக்க, மற்றொருபுறம் செந்தில்முருகன் ஸ்டோர்ஸ் சேல்ஸ்கேர்ள்ஸ் நின்றுகொண்டிருக்கின்றனர். அய்யர் சின்னம்மாவிடம் தீபாராதனைத் தட்டை கொண்டு வந்து நீட்ட, கற்பூரத்தைத் தொட்டு கண்ணில் ஒத்திக்கொண்டு தலையில் தடவிக்கொள்கிறாள். அய்யர் சின்னம்மாவுக்கு திருநீறு கொடுக்கிறார்.

- cut to -

காட்சி: 57A

ரெங்கநாதன் தெரு: DAY / EXT

தெருவில் மக்கள் நடமாட்டம் ஆரம்பமாகும் நேரம். சின்னம்மா ஒரு பெண்மணியுடன் பேசிக்கொண்டு வர, பின்னால் குப்பை பொறுக்கும் பாயுடன் குள்ள கணேஷ் பேசிக்கொண்டு வருகிறான். இருவரும் நடந்துவர கணேசிடம்,

பாய்:

சாமி கும்பிடுறதெல்லாம் ரொம்ப கூடிப்போச்சு போலருக்கு...

குள்ள கணேஷ்:

(அண்ணாந்து பாயைப் பார்த்து) என் கஷ்டத்த நெனச்சு சாமியக்கும்பிட்டு வரேன் பாய்...

பாய்:

(கையால் சைகை காட்டி) நல்ல பொஞ்சாதி இருக்கா, கையில நல்ல தொழில் இருக்கு... அப்பறம் ஏன் நீ கவலப்படுற?

குள்ள கணேஷ்:

உங்களுக்கே தெரியுமே பாய், இந்தத் தெருவுல வந்து பிச்சையெடுத்துக்கிட்டு நாயா, பேயா திரிஞ்சேன்... அவளும் இந்த தெருவுல சீரழிஞ்சு போய் திரிஞ்சா... போலீஸ் பிடிக்கயில, நான் போய் என் பெண்டாட்டின்னு சொல்லி ஏத்துக்கிட்டேன்... இப்ப வாயும் வயிறுமா இருக்குறா...

நானே இந்த மாதிரி பொறந்து கஷ்டப்பட்டுக்கிருக்கேன் பாய்,
பொறக்குற புள்ளயாவது, ஒரு நல்ல காலு,
கையோட பொறந்தா போதும் பாய்... *(கண்கள் கலங்கி)*
நான் செத்தாலும் நிம்மதியா செத்துருவேன் பாய்...

குள்ள கணேசின் நெஞ்சை ஆறுதலாகத் தட்டிக்கொடுத்து,

பாய்:

கவலப்படாத, கவலப்படாத... பொறக்குற கொழந்த நல்லா மூக்கும் முழியுமா பொறக்கும்... தேவையில்லாம கவலப்படாத...

- cut to -

காட்சி: 58

மாம்பலம் ரயில் நிலையம்: DAY / EXT

எலக்ட்ரிக் ரயில் மாம்பலம் ரயில் நிலையத்தில் வந்து நிற்கிறது. அதிலிருந்து மக்கள் இறங்கி, ஏறுகின்றனர். ரயிலின் படியில் நின்று கொண்டு வந்த (கழிவறையை சுத்தம் செய்து காசு வாங்கும்) பெருமாள் பேன்ட், டி.ஷர்ட், கையில் கோல்டு வாட்ச், கழுத்தில் தங்கச்சங்கிலி, கூலிங்க்ளாஸ் சகிதம் வந்து இறங்குகிறான். கூலிங்க்ளாஸை சரிசெய்தபடி, பந்தாவாக பின்பாக்கெட்டிலிருந்து சீப்பை எடுத்துத் தலை சீவிக்கொண்டே வர, டிக்கெட் பரிசோதனை செய்யும் பெண்மணி பெருமாளைப் பார்த்துக் கைநீட்ட, பெருமாள் கண்டுகொள்ளாமல், பந்தாவாக நடந்து ஸ்டேஷனை விட்டு வெளியே மாடிப்படிகளில் இறங்கி வருகிறான்.

- cut to -

காட்சி: 58A

ரெங்கநாதன் தெரு: DAY / EXT

ரெங்கநாதன் தெருவில் உள்ள ஆட்டோ ஸ்டேண்டைக் கடந்து வரும்போது, பெருமாள் டைம் பார்த்துக்கொண்டே வருகிறான், டாய்லெட் அருகில் வந்ததும் அங்கு வாசலில் பூ விற்கும் ஒரு பூக்காரியைப் பார்த்து, கை தூக்கி

பெருமாள்:

ஹாய் அக்கா...

பெண்மணி:

வா பெருமாளே...

பெருமாள் தட்டின் அடியில் உள்ள ப்ளாஸ்டிக் கவரை எடுத்துக்கொண்டு, கழிவறைக்குப் போகிறான். குறுக்கே உள்ள ஒரு தட்டியை ஓரமாக எடுத்து வைத்துவிட்டு உள்ளே போன பெருமாள், சற்று நேரத்திற்கெல்லாம் பழைய சட்டை, ஒரு லுங்கி அணிந்து வெளியே வருகிறான். கழிவறைக்குப் பக்கத்தில் உள்ள ஒரு கட்டையில் அமர்ந்து பேப்பர் பார்த்துக்கொண்டிருக்கிறான். ஒருவன் கழிவறைக்குப் போக பெருமாளிடம் காசு கொடுக்க, காசை வாங்கிக்கொண்டு அனுப்புகிறான். அவன் உள்ளே போகிறான். பிறகு தீவிரமாக பேப்பரில் படம் பார்க்கத் துவங்குகிறான்.

- cut to -

காட்சி: 59
செந்தில்முருகன் ஸ்டோர்ஸ்/பஸ் ஸ்டாண்ட்: DAY / EXT

ரெங்கநாதன் தெரு கடை திறப்பதற்காக சேல்ஸ்மேன்கள் காத்துக்கொண்டிருக்கின்றனர். லிங்கு கை கட்டிக்கொண்டு நிற்கிறான். அவன் முன்னால் நின்ற மாரி ஒரு சேல்ஸ்மேனிடம்,

மாரி:
செல்வராணி சாவுக்குப் போனதுக்கு அண்ணாச்சி ஒரு நாள் சம்பளத்த புடிச்சிட்டாலே...

போன் ரிங்டோன் voice over:
பாதாம்பால், பாதாம்பால், பாதாம்பால், பாதாம்பால்...

சேல்ஸ்மேன் என்னடா பாதாம்பால் என்று சத்தம்வருகிறதே எனத் தேடுகின்றனர். அவர்களிடம்,

மாரி:
இல்லங்கலே, போனடிக்கிலே...

ஒரு சேல்ஸ்மேன்:
(நக்கலாக) ரிங்டோன்லே...

மாரி மொபைலை எடுத்துப் பார்க்கிறான்.

மறுமுனையில்...

பேருந்து நிலையத்தில் பயணிகள் காத்துக்கொண்டிருக்கின்றனர். அங்கு ஒரு கம்பியில் உள்ள காயின் போனிலிருந்து, லிங்குவின் அம்மா போனில் பேச, அவன் சின்னத் தங்கை குட்டி அருகில் நின்று கொண்டிருக்கிறாள். போனில்,

G.வசந்தபாலன்

அம்மா:
ஹலோ நான் அம்மா பேசறேன்யா... லிங்கு இருக்கானா?

மாரி:
நல்லாருக்கீங்களாம்மா... இந்தா லிங்கு இருக்காம்மா, பக்கத்துலதான்இருக்கான்...

மொபைலை லிங்குவிடம் கொடுக்க,

லிங்கு:
யாருலே...

மாரி:
அம்மாலே...

மொபைலை வாங்கி காதில் வைத்து

லிங்கு:
ஹலோ...

அம்மா:
நாஸ்ரத் பீடிக் கம்பெனிக்கு வந்தேன்யா, நீ நல்லாருக்கியாயா?

லிங்கு:
நல்லாருக்கேம்மா... ஆதி எப்படிம்மா இருக்கா?

அம்மா:
ஆதி வீட்ல இருக்காயா, குட்டிதான்யா உங்கிட்ட பேசணுங்குறா...

குட்டி:
(போனை பிடுங்காத குறையாக) அம்மா, அம்மா தாம்மா நான் பேசறேன்...

குட்டியிடம் போனைக் கொடுத்து

அம்மா:
இந்தா பேசு...

குட்டி:
ஹலோ...

லிங்கு:
(பாசமுடன்) குட்டி...

குட்டி:
அண்ணே உன்னை பாக்கணும் போல இருக்குண்ணே...

(Screen spit ஆக)

குட்டி:

ஊருக்கு எப்பண்ணே வருவே... *(கெஞ்சுவது போல்)*
ஒரு தடவ வாண்ணே...

லிங்கு:

ஏ, அண்ணனுக்கு இங்க வேல இருக்குடா...

குட்டி:

(சரி என்பதுபோல் தலையாட்டி) ம்...

லிங்கு:

அடுத்த வருஷம் கோவில் கொடக்கி கண்டிப்பா ஊருக்கு வறேன் என்னா...

குட்டி:

சரிண்ணே, போன அம்மாக்கிட்ட குடுத்துர்றண்ணே...

குட்டி போனை அம்மாவிடம் கொடுக்க (single screen ஆக மாற) போனை வாங்கிய

அம்மா:

நீ அனுப்ச்ச மணி ஆர்டர் கெடச்சுதுய்யா, ஸ்கூல் ஃபீஸ் எல்லாம் கட்டிட்டேன்யா... ஆதிதான்யா நேத்திலேருந்து...

அப்போது அந்த வழியாக செந்தில்முருகன் ஸ்டோர்ஸ் பையை ஒரு கணவன், மனைவி எடுத்துப்போவதைக் குட்டி பார்க்கிறாள். அம்மாவைத் திரும்பிப் பார்க்க, அம்மா போனில் பேசிக்கொண்டிருப்பதை உறுதி செய்துகொண்டு, பை கொண்டுபோகும் தம்பதியை நோக்கி குட்டி ஓடுகிறாள். அவர்கள் இரண்டு பஸ்களுக்கு இடையே பேசிக்கொண்டே நடந்து வரும்போது குட்டி அவர்கள் பின்னால் வருகிறாள். மனைவியிடம்

கணவன்:

நான் மட்டும் அவனுங்க வீட்டு விசேஷத்துக்கு போகணுமாக்கும்,

மனைவி:

சரி விடுங்க இதெல்லாம் போய் பெருசு படுத்திக்கிட்டு...

அவர்கள் பின்னால் வந்த குட்டி, செந்தில்முருகன் ஸ்டோர்ஸ் பையை தொட்டுப் பார்க்கிறாள். சட்டெனத் திரும்பி குட்டியிடம்

மனைவி:

என்னம்மா?

குட்டி பின்வாங்கி,

குட்டி:

ஒன்னும் இல்ல... ஒன்னும் இல்லக்கா...

அவர்கள் மீண்டும் நடக்க, குட்டியும் பின்தொடர்கிறாள்.

மனைவி:

ஆயிரந்தான் இருந்தாலும் என் அண்ணன். தம்பிங்க விட்ற முடியுமா,

அவர்கள் பின்னால் வந்த குட்டி மீண்டும் அந்த கட்டப் பையை இழுக்கிறாள். நின்று திரும்பி குட்டியை பார்த்த,

மனைவி:

என்னம்மா வேணும்?

குட்டி:

(பின்வாங்கி) ஒன்னும் இல்லக்கா...

கணவன் நடந்துபோக பின்னால் நடந்துபோகும் மனைவி கணவனிடம்

மனைவி:

என்னங்க இந்த புள்ள நம்ம பின்னாடியே வருது...

கணவன்:

என்னவோ...

அவர்கள் பின்னால் விடாமல் வந்த குட்டி இப்போது பையைப் பிடித்து இழுக்கிறாள். மனைவி திரும்பிப் பார்க்க,

குட்டி:

க்கா...

மனைவி:

என்னம்மா?

குட்டி:

இல்லக்கா, இந்த பை கடையிலதான் எங்க அண்ணன் வேல பாக்குது மெட்ராஸ்ல... இந்த பை வேணும், கொஞ்சம் தருவீங்களா... (கெஞ்சுவது போல்) ப்ளீஸ்க்கா...

கணவன் மனைவி குட்டியைப் பார்த்து சிரிக்கின்றனர். குட்டி செந்தில்முருகன் ஸ்டோர்ஸ் பையை தன் நெஞ்சோடு அணைத்துக்கொண்டு சந்தோஷமாக (48 frames ல்) ஓடிவருகிறாள். கட்டப் பை லிங்குவின் அப்பா போட்டோ பக்கத்தில் உள்ள ஒரு ஆணியில் மாட்டப்பட்டிருக்கிறது.

- cut to -

காட்சி: 60

சேல்ஸ்மேன் தங்கும் விடுதி: NIGHT / EXT

லிங்கு சோகமாக விடுதிக்கு வெளியே அமர்ந்திருக்கிறான். மாரி உள்ளிருந்து லுங்கியை வெக்கையால் மார்பில் தேய்த்தவாறு வெளியே வந்துநின்று லிங்குவைப் பார்த்து,

மாரி:

(லுங்கியை மடித்து கட்டிக்கொண்டே) ஏலே மாப்ள இன்னும் தூங்கலியா?

லிங்கு திரும்பி மாரியைப் பார்த்துவிட்டு அமைதியாகத் திரும்பிக்கொள்கிறான். மாரி யோசித்தவாறு மெதுவாக வந்து லிங்குவின் அருகில் அமர்ந்து அவன் தோளில் கைவைத்து

மாரி:

லேய், என்ன... வீட்டு நெனப்பா?

லிங்கு:

(கவலையுடன்) வேல போயிருமோன்னு பயமாருக்குலே... சௌந்தரபாண்டி அண்ணனப் பாத்தேன்...

மாரி லிங்குவின் தோளிலிருந்து கையெடுக்கிறான்.

- cut to -

காட்சி: 60A

ரெங்கநாதன் தெரு: NIGHT / EXT

இரவு நேரம் தெரு ஆளரவமற்றுக் கிடக்கிறது. சௌந்தரபாண்டி தாடி வைத்துக்கொண்டு பிச்சைக்கார கோலத்தில் தோளில் ஒரு பை மாட்டிக்கொண்டு நடந்து வருகிறான். ஒரு பாத்திரக்கடை கால்வாசி திறந்திருக்கிறது. சௌந்தரபாண்டி செல்வராணியின் நினைவோடு திரிந்துகொண்டு இருக்கிறான்.

Flash cut & ல்

செல்வராணி தற்கொலை செய்துகொண்டபோது தெறித்த ரத்தம் காட்டப்படுகிறது.

Live-ல்

சௌந்தரபாண்டி நடந்துவருகிறான். ஒருவன் தெருவில் குப்பை பொறுக்கிக்கொண்டு இருக்கிறான். சௌந்தரபாண்டி அமைதியாக நடந்து வருகிறான்.

Flash cut-ல்

செல்வராணி ரத்தத்தைப் பார்த்த மக்கள் தங்களுக்குள் பரிதாபப்பட்டுக் கொள்கின்றனர்.

Live-ல்

சௌந்தரபாண்டி அமைதியாக நடந்து வருகிறான். சௌந்தர பாண்டி செல்வராணியைப் பற்றி நினைக்கிறான். அன்று செல்வராணி கேட்டது நினைவுக்கு வருகிறது.

Flash cut - ல்

செல்வராணி:

சத்தியமா நீ என்ன லவ் பண்ணல?

சௌந்தரபாண்டி:

சத்தியமா லவ் பண்ணலடி...

Live-ல்

செல்வராணியின் நினைவுடன் சௌந்தரபாண்டி நடந்துவந்து பூட்டிக்கிடக்கும் செந்தில்முருகன் ஸ்டோர்ஸ் வாசலில் வந்து அமர்கிறான். வந்து அமரும் அவன்மீது,

*சௌந்தரபாண்டி **voice over:***

எங்கயும் வேல செட்டாகலலே, தரி கெட்ட முண்ட. டி.நகர்ல எங்கயும் வேல கெடக்காதளவுக்கு பண்ணிட்டாலே... கோயம்பேடு பஸ் ஸ்டாண்ட், பீச்சுன்னு தெனம் ஒரு எடத்துல படுப்பேன்... செல்வா... செல்வா...

செல்வராணியை நினைத்து சௌந்தரபாண்டி புலம்புகிறான்.

Flash cut-ல்

செல்வராணி சௌந்தரபாண்டியைப் பார்த்து உதட்டை அப்படியும். இப்படியும் ஆட்டி, உதட்டை முணுமுணுப்பது நினைவுக்கு வந்து போகிறது.

Live-ல்

சௌந்தரபாண்டி ஷட்டரில் சோர்வாக சாய்ந்தபடி லிங்குவிடம்

சௌந்தரபாண்டி:

இன்னக்கி அந்த முண்ட ஞாபகம் வந்திருச்சுள...
அதனாலதாம்லே இங்க வந்தேன்,

லிங்கு அமைதியாகக் கேட்டுக்கொண்டிருக்கிறான். செல்வராணி கோலம் போடும் இடத்தைக்காட்டி,

சௌந்தரபாண்டி:

இங்கதாம்லே, இங்கதாம்லே... என்னப் பாத்துக்கிட்டே கோலம் போடுவாலே... எப்போதும் சிரிச்சிக்கிட்டே இருப்பாலே...

Flash cut-ல்

செல்வராணி பின்னால் சௌந்தரபாண்டி நெருக்கமாக நிற்க, செல்வராணி சௌந்தரபாண்டியின் விரலைத்தொட்டு ஏதோ சொல்லிக்கொண்டிருப்பது.

Live-ல்

சௌந்தரபாண்டி நினைவுக்கு செல்வராணி வந்து போனதும் கண்கள் கலங்கியபடியே

சௌந்தரபாண்டி:

செல்வா, செல்வா... (அழுதபடி) ஏ... செல்வா...

லிங்கு சௌந்தரபாண்டியின் தோளைத்தொட்டு ஆறுதலாக

லிங்கு:

அண்ணே, அழாதீங்கண்ணே...

சௌந்தரபாண்டி:

நான் எதுக்குலே அழணும்... அழமாட்டேன்லே... (கையை ஆட்டி) அழுதா வேல தேடி நாயா அலயமுடியதுலே... பைத்தியம் புடிச்சிரும்லே... (அவள் செத்த இடத்தைக்காட்டி) முட்டா மாதிரி கோட்டி முண்ட... நான் இவ பின்னாடி போனா, ஊர்ல உள்ளவங்க மண்ணயா திம்பாங்க... பெரிய ரோஷக்காரி... இல்லன்னதும் செத்துட்டா...

லிங்கு அமைதியாக கேட்டுக்கொண்டிருக்கிறான். செல்வராணி செத்த இடத்தைக்காட்டி மேல்மூச்சு, கீழ்மூச்சு வாங்கப் பார்த்து

சௌந்தரபாண்டி:

மனசுக்குள்ள பெரியா சினிமாக்காரின்னு நெனப்பு அவளுக்கு, (தன்னைக்காட்டி) நான் ஒரு எச்சக்கலலே, (அழுதுகொண்டே) உருகி, உருகி காதலிச்சவள வேச முண்டன்னு சொல்லிட்டன்லே... எனக்கெல்லாம் நல்ல சாவு வராதுலே... நான்ல்லாம் புழு, புழுத்துதான்லே சாவேன்... செல்வா... செல்வா...

Flash cut-ல்

செல்வராணி சற்றுத் தள்ளி எதிரில் சௌந்தரபாண்டியைப் பார்த்துக்கொண்டே கோலம் போடுகிறாள்.

Live-ல்

சௌந்தரபாண்டி பைத்தியக்காரன் போல் சிரிக்கிறான்.

Flash cut-ல்

செல்வராணியும் சிரித்தபடி கோலம் போடுகிறாள்.

Live-ல்

சௌந்தரபாண்டி சிரித்தபடி, லிங்குவிடம் செல்வராணி கோலம்போடும் இடத்தைக்காட்டி

சௌந்தரபாண்டி:
லிங்கு, இப்பக்கூட தெரியுறா பாருலே... (கோலம் போடும் இடத்தைப் பார்த்து) செல்வா, செல்வா...

லிங்கு வேதனையுடன் சௌந்தரபாண்டியைப் பார்க்க, சௌந்தரபாண்டி கையிலிருந்த பேக்கை கீழே போட்டுவிட்டு முட்டி போட்டு தரையில் படுத்து அழுதுகொண்டே

சௌந்தரபாண்டி:
செல்வா, வேச முண்டன்னு தெரியாம
சொல்லிட்டேம்லே, (தேம்பி அழுது)
என்ன மன்னிச்சிருபுள்ள,

தரையில் அடித்து தேம்பித், தேம்பி அழுகிறான். தரையில் முகத்தை வைத்து புதைத்துக்கொள்கிறான். லிங்கு அமைதியாக பார்த்துக்கொண்டே இருக்கிறான்.

- cut to -

காட்சி: 60B

சேல்ஸ்மேன் தங்கும் விடுதி: NIGHT / EXT

மாரியும், லிங்குவும் அமைதியாக உட்கார்ந்திருக்கின்றனர்.

லிங்கு:
எனக்கு அவர மாதிரி ஆயிடுமோன்னு பயமாருக்குலே, இன்னக்கி அவரு, நாளைக்கு நானோன்னு தோனுதுலே...

மாரி ஆறுதல் சொல்வதுபோல் லிங்குவிடம் கை காட்டி

மாரி:
என்னலே நீ, மக்காளி மாதிரி பேசிக்கிட்டு,

லிங்கு:
வீட்ட நெனச்சாலே கொல நடுங்குதுலே...

மாரி:
இப்ப எதுக்குலே கெடந்து தீய திங்க...

அமைதியாக குனிந்தபடி யோசித்த

லிங்கு:
கனிக்கிட்ட ஸ்கேல குடுத்துட்டேன்ல,

மாரி யோசித்து கை காட்டி

மாரி:
ஏலே, அவனவன், என்னென்னமோ பண்ணிட்டு விட்டுப் போறானுவோ... நீ எதுக்குள சும்மா பயந்துக்கிட்டு கெடக்க... பேசாம கழட்டி விட்டுப் போய்ட்டே இரு மாப்ள...

லிங்கு யோசிக்கிறான்.

- cut to -

காட்சி: 61
சேல்ஸ்கேர்ள்ஸ் தங்கும் விடுதி: NIGHT / EXT & INT

விடுதியில் அனைவரும் தூங்கிக்கொண்டிருக்கிறார்கள். கனி மட்டும் தூங்காமல் போர்வைக்குள் லிங்கு கொடுத்த ஸ்கேலைப் பார்த்து சந்தோஷப்பட்டு ஸ்கேலுக்கு முத்தம் கொடுத்து, கழுத்தோடு கட்டிக்கொள்கிறாள். சேல்ஸ்கேர்ள் ஒருத்தி துணி அலசிக்கொண்டிருக்கிறாள். கனி குளித்து முடித்து யூனிஃபார்ம் போட்டு, தலையில் துண்டு கட்டிக்கொண்டு, லிங்குவின் நினைவுடனே வருகிறாள். துண்டை அவிழ்த்து, தலையைத் துவட்டிவிட்டு தனக்குள் சிரித்துக்கொள்கிறாள். சுவரில் உள்ள ஒரு கண்ணாடியைப் பார்த்து பவுடர் பூசி, பொட்டு வைத்துக்கொண்டு, காதோர முடியை சரிசெய்து அழகு பார்த்துக்கொள்கிறாள். காது முடிகளை இழுத்துவிட்டு சிரித்துக்கொள்கிறாள். விடுதியிலிருந்து கனி வெளியேறுகிறாள்.

- cut to -

காட்சி: 62
ரோடு / மெஸ்: DAY / EXT & INT

கனி லிங்குவைப் பார்க்க ஓடிவருகிறாள். ஒரு தள்ளுவண்டி பழக்கடையைக் கடக்கும்போது, ஸ்ட்ராபெர்ரியை பார்த்துவிடுகிறாள். கனி உதட்டில் கை வைத்து யோசித்து, பின்னால் வந்து பார்க்க, நான்கு பாக்ஸ்களில் மாம்பழங்களுக்குமேல் ஸ்ட்ராபெர்ரி வைக்கப்பட்டிருக்கிறது. சுற்றும்முற்றும் திரும்பிப் பார்க்கிறாள். யாரும் பார்க்கவில்லை என உறுதி செய்துகொண்டு, ஸ்ட்ராபெர்ரியைக் கையில் எடுத்து அதைச் சுற்றிப் பார்க்கிறாள். சிரித்துக்கொண்டே அதை எடுத்துக்கொண்டு ஓடிவருகிறாள். கனி மெஸ் வாசலுக்கு துள்ளிக்குதித்து ஓடிவந்தபடியே தலைமுடியைப் பின்னால் தூக்கிப்போட்டுக்கொள்கிறாள். மெஸ் மாடிக்கு ஓடிவந்தவள் மாரியிடம் ஓடிவந்தபடியே

கனி:
மாரியண்ணா, மாரியண்ணா...

மாரி:
(நம்பமுடியாமல்) என்னையவா...

கனி:
(மூச்சு வாங்கியபடி) ஆமாண்ணா...

மாரி:
(கைகளை விரித்து) அய்யோ மாரியாத்தா இந்த உலகத்துல என்னென்னமோ நடக்குதே... சொல்லு தங்கச்சி...

கனி:
லிங்கு எங்கண்ணா?

மாரி:
லிங்கா, (சட்டெனத் திரும்பி யோசித்து சமாளிக்குமாறு) இப்பதான் சாப்பிட்டு கடக்கிப் போனான்...

கனி:
கடைக்கா? எப்பவும் உங்ககூடத்தானே வருவான்...

மாரி:
(சமாளித்து) ஆமா, இன்னக்கி முன்னாடியே போய்ட்டான்...

கனி:
(உதட்டில் விரல் வைத்து யோசனையுடன்) அப்படியா...! சரிண்ணே நான் வாறேன்...

அங்கிருந்து ஓடுகிறாள். மாரி அமைதியாக தலைகுனிந்து யோசிக்கிறான். கனி மெஸ்ஸிலிருந்து கீழே இறங்கி, வெளியே போகிறாள். மெஸ்ஸின் உள்ளே லிங்கு சாப்பிட்டுக்கொண்டிருக்க, அமைதியாக மாரி அவனிடம் வருகிறான். கடைக்கு ஓடிவந்த கனி, ஒரு கட்டையில் அமர்ந்து அங்கு பேப்பர் படித்துக்கொண்டிருந்த ஒரு சேல்ஸ்மேனிடம்

கனி:

அண்ணா, லிங்குவப் பாத்தீங்களா?

சேல்ஸ்மேன்:

மெஸ்ஸுக்கு மாரிமுத்துக்கூட சாப்பிடப்போனானே...

கனி:

அப்படியா...!? *(தன் கைகளைக் குத்தி, பல்லைக் கடித்துக்கொண்டு)* அந்த நாய் வரலன்னு சொல்லுச்சு...

சாப்பிட்டு முடித்த லிங்கு வெளியே போகிறான். கனி மீண்டும் ஸ்ட்ராபெர்ரியுடன் மெஸ்ஸுக்கு வந்து மாடிஏறிப் போகிறாள். சேல்ஸ்மேன் ஒருவனுடன் பேசிக்கொண்டு வரும்

மாரி:

(நக்கலாக) ச்சாம்பார இந்த குடிகுடிக்க...

பேசிக்கொண்டே வந்த மாரி, கனியைப் பார்த்ததும் நிற்கிறான். கோபமாக வந்த கனி

கனி:

ஏலே ஊத்த, *(கை காட்டி)* எதுக்குலே பொய் சொன்ன? எங்கலே லிங்கு?

மாரி:

இப்பதான் சாப்பிட்டுப் போறான், *(கை காட்டி)*
நீ எதுக்கு புள்ள அவன தேடுற?

கனி:

(கோவமாக) அத உங்கிட்ட சொல்லவேண்டிய அவசியம் எனக்கு இல்ல... எங்கே அவன்...

மாரி:

(யோசித்து) அவன் உங்கிட்ட ஸ்கேல் குடுத்தானே அதப்பத்திதானே?

கனி சட்டென அமைதியாகி, மாரியைப் பார்க்கிறாள்.

மாரி:

உங்கிட்ட கொஞ்சம் பேசணும் வா...

இருவரும் ஒரு தனியான இடத்தில் நிற்கிறார்கள். லிங்கு பயப்படுவதை silent shot ல் சொல்லி முடிக்கிறான்.

சொல்லி முடித்த மாரி (48 frame–ல்) மெஸ்ஸைவிட்டு வெளியே வருகிறான். கனி அமைதியாக நடந்து வருகிறாள். வெளியே வந்தவள் கையில் உள்ள ஸ்ட்ராபெர்ரியை கீழே போடுகிறாள். அது, தெருவில் தேங்கியுள்ள மழைநீரில் விழுந்து கிடக்கிறது.

- cut to -

காட்சி: 63

செந்தில்முருகன் ஸ்டோர்ஸ்: DAY / EXT

பணியாளர்கள் வேலைக்கு வந்து கொண்டிருக்கின்றனர். செந்தில்முருகன் ஸ்டோர்ஸ்க்கு வெளியே உள்ள இரண்டு கூல் பாரில், ஒன்றில் லிங்கு ஐஸ் பார் எடுத்து வைக்கிறான். மற்றொன்றில் பாதாம் பாட்டில் எடுத்து வைத்துக்கொண்டே லிங்குவிடம்,

மாரி:

மாப்ள நான் கனிக்கிட்ட பேசிட்டேன்லே, இனிமே உனக்கு ஒன்னும் பிரச்சன இல்லலே...

லிங்கு:

(ஐஸ் பார் வைத்துக்கொண்டே புரியாமல்) என்னளா சொல்ற?

மாரி:

இதெல்லாம் சரிப்பட்டு வராது, அவன் உங்கிட்ட ஸ்கேல தெரியாம குடுத்துட்டான், திருப்பிக்குடுத்துருன்னு சொல்லிட்டு வந்துட்டேன்ள...

லிங்கு:

(சட்டென கோவமாக) உன்னை யாருலே போய் பேசச் சொன்னது?

மாரி:

எலே, நீதானே சன்னி வந்த மாதிரி சலம்பிக்கிட்டு இருந்த...

கோபமான லிங்கு மாரியின் சட்டையைப் பிடித்து,

லிங்கு:

லே, நாய உன்ன யாருலே போய் பேசச் சொன்னது?

அப்போது கனி அங்கு வந்து நிற்க,

மாரி:

நீ பொலம்புனதுனாலதான் நான் போய் சொன்னேன்...

கனியைப்பார்த்த லிங்கு மாரியின் சட்டையிலிருந்து கையை எடுக்கிறான். கனி கோபமாக லிங்குவை முறைக்கிறாள். கனியிடம்

லிங்கு:
இல்ல கனி, நான் எதுவும் சொல்லல கனி...
அவனா வந்து சொல்லிட்டான்...

மாரி:
(கை நீட்டி) ஏலே... ராத்திரி நீதானே சொன்ன,
மாரியின் தோளைத்தொட்டுத் தள்ளிவிட்டு, கனியிடம்

லிங்கு:
இல்ல கனி , நான் எதுவுமே சொல்லல கனி...

கனி கடுங்கோபத்துடன் மேல்மூச்சு கீழ்மூச்சு வாங்கியபடி, லிங்கு கொடுத்த ஸ்கேலை ரெண்டாக முறித்து லிங்குவின் முகத்தில் அடிக்கிறாள். லிங்கு முகத்தை மூடிக்கொள்ள, ஸ்கேல் லிங்குவின் காலடியில் விழுகிறது.

கனி:
ச்சீ...

கனி வேகமாக கடையின் உள்ளே போகிறாள். அவளிடம் கெஞ்சியபடியே லிங்கு அவள் பின்னால் ஓடுகிறான்.

லிங்கு:
கனி, கனி... நான் சொல்றதக் கேளு கனி...
கனி நான் சொல்ற கனி...

உள்ளேபோகும் கனியிடம் கெஞ்சியபடியே, லிங்கு கடை வாசல்படி ஏற, உள்ளிருந்து வந்த ஒரு சூப்ரவைஸர் கனியையும், பின்னால் வரும் லிங்குவையும் பார்த்துவிடுகிறார். லிங்குவிடம்,

சூப்ரவைஸர்:
என்னலே, ஆங்...

லிங்கு:
(பின்னால் வந்தபடியே) ஒன்னும் இல்ல அண்ணாச்சி...

அதற்குள் மாரி வந்து லிங்குவைப் பின்னால் தள்ளிவிட்டு சூப்ரவைஸர் முன்னால் வந்து நின்று

மாரி:
இல்ல அண்ணாச்சி...

சூப்ரவைஸர்:
என்னலே?

G.வசந்தபாலன்

சூப்ரவைஸர் நாக்கைத் துருத்தி பலமாக மாரியின் கன்னத்தில் அறைகிறான்.

சூப்ரவைஸர்:

என்ன?

மாரி:

ஒன்னும் இல்ல அண்ணாச்சி...

சூப்ரவைஸர்:

(கையை காட்டி) இங்க என்ன நடக்குது தெரியுமா? (கையால் முகம்போல வட்டம்போட்டு) மூஞ்ச லேசா கோனிட்டாலே, அண்ணாச்சி வேலய விட்டுத் தூக்கச் சொல்லிட்டாரு...

மாரி:

சரி அண்ணாச்சி...

சூப்ரவைஸர்:

போங்கலே, (கை காட்டி) போய் சோலியப்பாருங்கலே... போங்கலே... (மாரியின் முதுகில் அடித்து) போங்கலே, திங்கிற சோத்துல மண்ணு விழுந்துடப்போவுது... (அவர்கள் போனதும்) தொலச்சிப்புடுவேன்...

இதை, வாசலைக் கூட்டிக்கொண்டிருந்த ஒரு சேல்ஸ்கேர்ள் வேடிக்கை பார்க்க அவளிடம்

சூப்ரவைஸர்:

பெருக்குளா...

சேல்ஸ்கேர்ள் குனிந்து பெருக்குகிறாள். லிங்கு கோபமாக என்ன செய்வதென்று தெரியாமல் நின்றுகொண்டிருக்க, மாரி அவன் தோளைத்தொட்டு

மாரி:

மாப்ள உன் நல்லதுக்குதானே...

லிங்கு:

போலே...

லிங்கு சட்டென பளார், பளாரென மாரியின் கன்னத்தில் அறைந்து

லிங்கு:

போலே மொத, போலே மொத, (தள்ளிவிட்டு) போலே இங்கருந்து...

மாரி போய்விட, தனியாக நின்று லிங்கு யோசிக்கிறான்.

- cut to -

காட்சி: 64

செந்தில்முருகன் ஸ்டோர்ஸ்: DAY / INT

லிங்கு மாடிப்படிகளில் ஏறி வேகமாக மூச்சிரைக்க குடோனுக்கு ஓடி வருகிறான். குடோனில் சேல்ஸ்மேன்கள் பார்சலை தூக்கிக்கொண்டும், இறக்கிக்கொண்டும் இருக்கின்றனர். குடோன் இன்சார்ஜ் டேபிளில் அமர்ந்து ஏதோ வேலை பார்த்துக்கொண்டிருக்கிறார். லிங்கு மூச்சிரைக்க கனியைத் தேடுகிறான். புடவைகளை எடுத்துக்கொண்டு சோஃபியா ஃப்ளோருக்கு போகப்போனவளிடம் கையில் ஒரு பார்சலுடன் வரும், லிங்கு அவளிடம்,

லிங்கு:
சோபி,

சோஃபியா:
(திரும்பி) ம்...

லிங்கு:
கனிக்கிட்ட ஒரு முக்கியமான விஷயம் பேசணும், வரச்சொல்றியா?

சோஃபியா:
(சரியென தலையாட்டி) ம்...ம்...

சோஃபியா போக, லிங்கு மாடிப்படியில் கனிக்காக காத்திருக்கிறான். கனி கையில் துணிப் பார்சலுடன் படிக்கட்டுகளில் இறங்கி வர, லிங்கு ஏறிப்போய் கனியிடம் நிற்கிறான். கனி கோபமாக

கனி:
(கை காட்டி) எதுக்குளா வரச் சொன்ன?

லிங்கு:
கனி, கனி... நான் அப்படிச் சொல்லவே இல்ல கனி...

கனி:
(கோபமாக கை காட்டி) போயிரு பேசாம, உன்னப் பாக்கவே பிடிக்கல...

கனி மூஞ்சியிலடித்தாற் போல சொல்லிவிட்டு மாடிப்படி இறங்கிப் போகிறாள். லிங்கு பின்னால் கெஞ்சியபடியே வருகிறான்.

லிங்கு:
கனி, கனி, நான் அப்படிச் சொல்லவே இல்ல கனி...
என்ன நம்பு கனி...

மாடிப்படி இறங்கியவள், நின்று பின்னால் வந்த லிங்குவிடம் அவனைப் பார்க்காமல்,

G.வசந்தபாலன்

கனி:

நீ சொல்லாமலா மாரி வந்து எங்கிட்ட சொன்னான்...

என்று சொல்லிவிட்டுப்போக லிங்கு பின்னால் கெஞ்சியபடியே வருகிறான்.

லிங்கு:

கனி நான் அப்படி சொல்லவே இல்ல கனி... கனி...

சட்டென லிங்கு குடோனுக்கு வந்து விட்டதை உணர்ந்து பேசுவதை நிறுத்துகிறான். கனி வேகமாகப் போக, அவள் பின்னாலேயே போகிறான். கனி ரேக்குகளில் துணிகள் அடுக்கி வைக்கப்பட்டிருக்கும் இடத்திற்கு வருகிறாள். அவள் பின்னால் கெஞ்சியபடியே

லிங்கு:

கனி, கனி, கனி... கேளு கனி...

லிங்கு கெஞ்சியபடியே கனியின் கையைப் பிடிக்கிறான். அவன் கையைக் கோபமாக தட்டிவிட்டு

கனி:

ச்சீ, கண்டவனெல்லாம் துணிஞ்சி கை வைக்கிறதுக்கு உன்னைப்போயி ஆம்பளன்னு நம்புனேன் பாரு... (தலையில் அடித்துக்கொண்டு) என்னச் செருப்பால அடிக்கணும்லே...

லிங்கு:

கனி, கனி, கனி, கனி,

லிங்கு கெஞ்சியபடி பின்னால் வருகிறான். கனி நின்று திரும்பி லிங்குவைக் கை காட்டி

கனி:

நீயும் அந்த சௌந்தரபாண்டியும் ஒன்னுதான்லே...

என்று சொல்லிவிட்டு அங்கிருந்து போகிறாள். லிங்கு தலைகுனிந்து சற்று யோசித்துவிட்டு மீண்டும் கனி பின்னால் கெஞ்சியபடி ஓடுகிறான். கையில் துணியுடன் வந்துகொண்டிருந்த கனியின் பின்னால் வந்து,

லிங்கு:

கனி, கனி...

கனி:

செல்வராணி ஏன் செத்தா தெரியுமாலே, அண்ணாச்சிக்குப் பயந்தோ, வேலக்கிப் பயந்தோ இல்லலே, (அழுதுகொண்டே) நான் காதலிக்கவே இல்லன்னு சௌந்தரபாண்டி சொன்னான் பாரு...

அந்த ஒரு வார்த்தையிலயே நெஞ்சு வெடிச்சி செத்துட்டாலே...
கீழ விழுந்தது வெறும் பொணந்தாலே...

லிங்கு:

(தலை குனிந்து) வீட்ட நெனச்சி பதறுனது உண்மதான், ஆனா

கனி:

(கை நீட்டி) என்னைய விட்டுடல்லாம்னு நெனச்சே இல்ல...

லிங்கு:

(இல்லையென தலையாட்டி) ம்ஹூம்...

கனி கடுங்கோபத்துடன் கையிலிருந்த துணிகளைத் தூக்கிக் கீழே போட்டு ஆவேசமாக கத்தும்,

கனி:

போயிரு பேசாம, இனிமே பேசுன அடிச்சே கொன்னுடுவேன்...

கனி எதிரே டேபிளில் இருந்த எடைக்கல்லை கையில் எடுத்து

கனி:

போ... போ... போயிரு... போ...

சூப்ரவைஸர் voice over:

ஏய்...

சட்டென இருவரும் சுதாரித்து, கனி திரும்பிப் பார்க்கிறாள். லிங்கு ஒரு மூட்டையின் பின்னால் பதுங்கிக்கொள்கிறான். உள்ளிருந்து வந்த சூப்ரவைஸர் கனியைப் பார்த்து

சூப்ரவைஸர்:

ஏய் என்னலே சத்தம்?

கனி சட்டென லிங்குவைத் திரும்பிப் பார்க்கிறாள். லிங்கு பயந்து மூட்டைக்குப் பின்னால் ஒண்டிக்கொண்டிருக்கிறான்.

சூப்ரவைஸர்:

(அதட்டலாக) என்னளா சத்தம்?

லிங்குவைப் முறைத்துப் பார்த்துவிட்டு,

கனி:

ச்சை,

கனி கையில் உள்ள எடைக் கல்லைத் தூக்கி தரையிலெறிந்து, மறுகையால் கேவலமாக கைகாட்டி

கனி:

ச்சை...

லிங்கு அவமானத்தால் முகத்தை மூடிக்கொள்கிறான். கனி திரும்ப

சூப்ரவைஸர்:

ஏய் என்னடி சத்தம்...

கனி:

(அமைதியாக) பெருச்சாளி அண்ணாச்சி, கல்லத் தூக்கி
அடிச்சிட்டேன்...

கனி அங்கிருந்து போய்விடுகிறாள். சூப்ரவைஸரும் அங்கிருந்து போய்விடுகிறார். பதுங்கியிருந்த லிங்கு, அழுதபடி நெற்றியில் கையால் குத்திக்கொள்கிறான்.

- cut to -

பாடல் காட்சி -

பாடல் காட்சியின் இறுதியில் வாட்ச்மேன் டிபன் பாக்ஸை திறந்து சாப்பிட ஸ்டூலில் அமர்வது.

காட்சி: 65

சேல்ஸ்கேர்ள்ஸ் தங்கும்விடுதி: NIGHT / INT

மழை பெய்துகொண்டிருக்கிறது. சேல்ஸ்கேர்ள்ஸ் தங்கும் விடுதியின் வாட்ச்மேன் தனது டேபிளில் அமர்ந்து டிபன் பாக்ஸைத் திறந்து சாப்பிடுகிறார். உள்ளே சேல்ஸ்கேர்ள்ஸ் சிலர் படுத்துத் தூங்கிக்கொண்டு இருக்க, சிலர் துணிகளை எடுத்துக் காயப் போட்டபடி இருக்க, சோஃபியாவும், கனியும் உட்கார்ந்து தனது துணிகளை துவைத்துக் கொண்டிருக்கின்றனர்.

சோஃபியா:

என்னளா பரிட்ச நடந்துக்கிட்டு இருக்கா? எப்பளா முடியும்?

கனி:

(துணி துவைத்தபடியே) என்ன பரிட்ச?

சோஃபியா:

இந்த தெரு நாயெல்லாம் அப்படிதான் செய்யும்... பொட்ட நாயி
ஊரெல்லாம் சுத்தும், ஆம்பள நாய் அத தொறத்தி புடிச்சாதான்
லவ்வு... அதான நீயும் பண்ணிக்கிட்டு இருக்க?

கனி:

(கோவத்துடன்) அடச்சீ... என்ன வெளயாடுறியா?

சோஃபியா:

(துணியை அலசிக்கொண்டே) நீதான் வெளயாடுற... அவருக்கு உன் மேல எவ்ளோ லவ் இருக்குன்னு பாக்குறதுக்கு டெஸ்ட் வச்சிருக்க இல்ல...

கனி:

அத நான் பாத்துக்கறேன், நீ உன் சோலியப்பாரு...

சோஃபியா:

சொல்றத சொல்லிட்டேன், இருந்தாலும் இவ்ளோ ரோஷம் இருக்கக்கூடாதுளா...

என சொல்லிவிட்டுப் போக, கனி அமைதியாக யோசித்து, துணியை வேகமாக ஆத்திரத்துடன் கும்முகிறாள். சோஃபியாவைப் பார்த்து,

கனி:

சோஃபி...

போன சோஃபியா நின்று திரும்பிப் பார்க்க,

கனி:

(கண்கள் கலங்கி விடுவதுபோல்) உலகத்துல இந்த ஒரு ஆம்பளகிட்டயாவது, மான, ரோஷத்தோட இருக்கேனே...

சோஃபியா அமைதியாகச் சென்றுவிட, கனி அமைதியாக துணி துவைக்கிறாள்.

- cut to -

காட்சி: 66

தெரு: NIGHT / EXT

இடியுடன் கூடிய மழை பெய்துகொண்டிருக்கிறது. மழையில் நனைந்தபடி நின்றுகொண்டிருந்த லிங்கு திரும்பிப் பார்க்க, பின்னால் மழையில் நனைந்தபடி மாரி நின்றுகொண்டிருக்கிறான். லிங்குவிடம்

மாரி:

மாப்ள, நான் ஊருக்குக் கெளம்பறேன்லே...

லிங்கு மாரியை அமைதியாகப் பார்த்துவிட்டு, அங்கிருந்து கிளம்புகிறான்.

மாரி:

(அழுதபடியே) இனிமே உனக்குத் தொந்தரவா இருக்க மாட்டேன்லே...

லிங்கு அமைதியாக நடந்து போக, மாரி அவனுடன் நடந்து போய்க்கொண்டே

மாரி:

(*அழுதுகொண்டே*) உனக்காகத்தான் மாப்ள நான் இங்க வந்தேன்,
எங்க அப்பன் பேச்சக்கூட கேக்காம,
நீயே எங்கூட பேசாம இருக்கப்ப,
நான் எதுக்குலே இங்க இருக்கணும்? கௌம்புறேன்ல...

மாரி அழுது கண்களை துடைத்துக்கொள்கிறான். லிங்கு அமைதியாக நடந்து வருகிறான்.

மாரி:

(*அழுதுகொண்டே*) ஆனா ஒன்னுலே, ஒவ்வொரு தடவயும் நான்
சாமி கும்பிடும்போதும், நீ நல்லாருக்கணும்னுதான் மாப்ள நான்
வேண்டிக்குவேன்... அதனாலதான் மாப்ள கனிக்கிட்ட போய்
அப்படி சொன்னேன்...

லிங்குவின் கைகளை எடுத்து மாரி தன் கன்னத்தில் அடித்துக்கொண்டு

மாரி:

மாப்ள, நான் ஏதாவது தப்பா சொல்லியிருந்தா, அடிலே...
கொல்லுலே... (*லிங்கு கைகளை உருவிக்கொள்ள*) ஆனா எங்கிட்ட
பேசாம மட்டும் இருக்காத மாப்ள... (*அழுதபடி*) மனசு தாங்கலலே...
(*அழுது கண்களை துடைத்துக்கொண்டு*) நான் போறேன்லே...

மாரி அங்கிருந்து கிளம்ப,

லிங்கு:

மாப்ள...

மாரி நின்று திரும்பிப் பார்த்து

மாரி:

மாப்ள

இருவரும் அழுதபடி கட்டிக்கொள்கின்றனர்.

- cut to -

காட்சி: 66A

தெரு: NIGHT / EXT

மழை பெய்து ஓய்ந்திருக்கிறது. சைக்கிளில் டீ விற்பவனிடம் மாரியும் லிங்குவும் டீ வாங்கிக் குடிக்கின்றனர். டீ விற்பவன்

பேப்பர் கப்பில் டீ எடுத்து கேன்மீது வைக்க, மாரி ஒன்றை எடுத்து லிங்குவிடம் கொடுத்துவிட்டு, ஒன்றைத் தானும் குடிக்கிறான். லிங்கு டீ குடித்துக்கொண்டே அங்கு ஒரு கடையின்கீழ் ஒரு தந்தை தன் மகளை மடியில் உட்காரவைத்து அவளுக்கு டீ குடிக்கக் கொடுத்துக்கொண்டிருப்பதைப் பார்க்கிறான். அருகில் அவனது மனைவி மற்றும் மகள் உறங்கிக்கொண்டிருக்கின்றனர். லிங்கு பார்ப்பதைப் பார்த்து மாரியும் அவர்களைப் பார்க்கிறான். குழந்தை பசியுடன் அந்த டீயை குடிக்கிறது. அந்த குழந்தையைப் பார்த்து லிங்கு யோசிக்கிறான்.

- cut to -

காட்சி: 67

ஹோம் வாசல்: NIGHT / EXT

மாரியும் லிங்குவும் பெண்கள் ஹோமை நோக்கிச் செல்கிறார்கள். வாட்ச்மேன் கையில் பெரிய தடியுடன், சேரில் அமர்ந்து, தொப்பியை முகத்திற்கு இறக்கி விட்டு, 'ர்ர்ர்ரு, ர்ர்ரு...' என்று குறட்டை விட்டபடி தூங்கிக்கொண்டிருக்கிறான். பக்கத்தில் கொசுவிற்காக புகை போட்டு புகை வந்தவண்ணம் இருக்கிறது. மாரி ஆள் வருகிறார்களா என்று பார்த்துவிட்டு வாட்ச்மேனிடம் உள்ள தடியைப் பிடுங்கி கையில் வைத்துக்கொண்டு லிங்குவிடம்

மாரி:

மாப்ளே நீ போயி, இன்னைக்கு முடிவா என்னதான் சொல்றான்னு, கேட்டு வந்துரு மாப்ளே,

இவன் எந்திரிச்சான்னா, ஓரே பாடு... ஆல் தி பெஸ்ட்...

என்று சொல்லிவிட்டு தடியை வாட்ச்மேனை குறிபார்த்து பிடித்துக்கொண்டிருக்கிறான் மாரி.

- cut to -

காட்சி: 68

ஹோம்: NIGHT / INT

லிங்கு ஹோமின் படிக்கட்டுகளில் சத்தம் வராமல் உள்ளே செல்கிறான். ஹோமின் ஒரு மூலையில் சூப்ரவைஸர் பெண்மணி தூங்கிக்கொண்டிருக்கிறாள். தூங்கிக்கொண்டிருக்கும் பெண்களில் கனியை அடையாளம் கண்டு சிறிதும் சலனம் இல்லாமல் கனியின் அருகே சென்று,

லிங்கு:

கனி...

என்று எழுப்ப, அதிர்ந்து கண் விழித்த கனி முகத்தருகே லிங்குவை பார்த்தவுடன் பதறி எழுந்து

கனி:

கோட்டியாலே பிடிச்சிருக்கு, இங்க என்னலே பண்ற?

லிங்கு:

வெளிய வாடி பேசணும்...

கனி:

போயிடு, யாராட்டும் வந்திடப் போறாங்க... போயித் தொலைல்ல... போலே... சொன்னாக் கேளு...

லிங்கு:

ஏய் வெளியே வாடின்றேம்ல...

என்று ஒரு கத்து கத்துகிறான். அவன் கோபத்தையும் கடுமையையும் பார்த்த கனி படுக்கையிலிருந்து எழுந்து வருகிறாள். லிங்கு வராண்டாவில் போய் நிற்கிறான். மெதுவாக அவன் அருகே வந்து கோபத்துடன்

கனி:

என்னல ஆச்சு உனக்கு? தண்ணிய கிண்ணிய போட்டுட்டடியா,

வெளியே நாய் மாதிரி பின்னாலே வந்து தொல்ல கொடுத்த,

ஹோம்லயாவது நிம்மதியா இருக்க விடமாட்டியா? எதுக்குல வந்த, நாக்க பிடிங்கிக்கிற மாதிரி கேட்டது நடுமண்டையில் சுட்டுருச்சோ? அதான் நடு ராத்திரியில் வந்து, நான் தொடநடுங்கியில்ல, வீரன்னு நிரூபிக்க சுவரேறிக் குதிச்சு வந்துருக்கியா?

என்று படபடவென்று பொரிகிறாள். லிங்கு அவள் கன்னத்தில் ஓங்கி அறைகிறான். கனி உறைந்து நிற்கிறாள். சப்தம் கேட்டும் பெண்கள் குறட்டைவிட்டு உறங்கியபடி இருக்கின்றனர்.

லிங்கு:

ஒரு தடவையாவது நான் பேசுறதக் கேட்டிருக்கியாடி?

கனி கன்னத்தைப் பிடித்துக்கொண்டு லிங்குவை நேருக்கு நேராக பார்க்க முடியாமல் தலைகுனிந்து நிற்கிறாள். லிங்கு ஒன்றும் பேச வராமல் கனியை அமைதியாகப் பார்க்கிறான். சூப்ரவைஸர் பெண்மணி உருண்டு படுக்கிறாள். மாரி ஹோமுக்கு வெளியே வாட்ச்மேனையும், தெருவையும் உன்னிப்பாக கவனித்துக் கொண்டிருக்கிறான்.

லிங்கு:

நல்லா யோசிச்சிட்டேன் கனி, வா ரெண்டு பேரும் ஓடிப்போய் கல்யாணம் பண்ணிக்கலாம்... வாரத பின்னாடி பாத்துகிடுவோம், பயந்துட்டிருந்தா ஒண்ணும் நடக்காது... என்ன ஆகும்... வேல போகும்... சர்டிபிகேட் தர மாட்டாங்க... அவ்வளவுதானே, போனாப் போகுது... தெருவுல வாழறவங்களும் வாழ்ந்துட்டுதான இருக்காங்க, வாடி போவோம்...

என்று லிங்கு கனியை தர தரவென்று இழுக்க, கனி வர மறுத்து கையை அவனிடமிருந்து விடுவிக்க, அவன் கையை வேகமாக தட்டி விடுகிறாள்.

லிங்கு:

ஏண்டி பயப்படுற? கல்லத் தூக்கி எறிஞ்சல்ல, இப்ப என்னத்துக்கு பயப்படுற? வா போவோம்...

கனி:

(பதறியபடி) விடு லிங்கு, விடு லிங்கு... யாராவது பாத்திடப் போறாங்கா...

லிங்கு:

பாக்கட்டும், பாத்தாதான் என்ன, எல்லோரும் பாக்கட்டும்...
கத்தி எல்லாரையும் கூப்பிடுடி... எல்லோரும் எழுந்திச்சி வரட்டும்...

கனி:

பிரச்சனை ஆயிடும், வேண்டாம் லிங்கு... சூப்ரவைஸர் பிரச்சனை ஆயிடும் லிங்கு...

யாரோ நடந்து வரும் ஓசை கேட்கிறது. பேசிக்கொண்டிருந்த கனி மௌனமாகி தன் வாயில் கை வைத்து லிங்குக்கு சைகை காட்டி அமைதியாக இருக்கும்படி கூறுகிறாள். யாரென்று பார்க்கிறாள். சூப்பர்வைசர் பெண்மணி தூக்கக் கலக்கத்தில் எழுந்து வருவதைக் கண்டதும், கனி லிங்குவை பாத்ரூமிற்குள் பிடித்துத் தள்ளுகிறாள். தானும் உள்ளே போய் கதவை அடைத்துக் கொள்கிறாள். சூப்பர்வைசர் பெண்மணி பாத்ரூமின் ஒவ்வொரு கதவையும் கம்பால் தட்டியபடி வருகிறாள். கனி உயிரைக் கையில் பிடித்துக்கொண்டு நிற்கிறாள். லிங்குவோ என்ன நடந்தால் என்ன என்று அசால்ட்டாக நிற்கிறான். இவர்கள் இருவரும் கதவின் பின் பக்கம் ஒளிந்துகொள்ள, சூப்பர்வைசர் பெண்மணி சிறுநீர் கழித்துவிட்டு மீண்டும் கதவைத் தட்டியபடி சென்று விடுகிறாள். சிறிதுநேரம் இருவரும் உள்ளே ஒருவரையொருவர் பார்த்துக் கொள்கிறார்கள். லிங்கு வெளியே வந்து

லிங்கு:

ஏண்டி தள்ளிவிட்ட... எதுக்குடி தள்ளி விட்ட? மாட்டக் கூடாதுன்னு பயந்துதானே... அதே மயிறு தாண்டி எனக்கும்,

அதுக்கு நீ எனக்கு கொடுத்த பட்டம்,

நான் தொடநடுங்கி...பொட்டை, சௌந்தரபாண்டின்னு...

மாரி வாட்ச்மேனின் முகத்தின் அருகே அமர்ந்துகொண்டு அவனையும் தெருவையும் மாறி மாறிப் பார்க்கிறான். ஹோமில் அமைதியாக எல்லோரும் தூங்கிக்கொண்டிருக்கிறார்கள். லிங்கு தன் முன்னால் அமைதியாக நிற்கும் கனியைப் பார்த்து

லிங்கு:

மாட்டிக்கிட்டு வேலையவிட்டு அனுப்புனா, உன்னய வைச்சு காப்பாத்த எங்கப்பனும் சேத்து வைக்கல... மாப்பிள்ளைக்கு ஒரு லட்சம் கொடுக்க, உங்கப்பனுக்கும் வக்கில்லே...

கனி ஒன்றும் பேசாமல் அமைதியாக நிற்கிறாள். நக்கலாக

லிங்கு:

என்னலா சொன்ன? ஒரு தடவ கை விட்டிறலாம்னு யோசிச்சிட்டியே... யோசிச்சிட்டியேன்னியே?

இவ பெரிய போத்தீஸ் ஓனரு பேத்தி, சொத்து தேறுமா, தேறாதான்னு யோசிச்சிட்டோம்... ஒரு தடவ இல்லடி, நம்மள மாதிரி ஆளுக்கெல்லாம் வாழ்நாள் பூரா யோசனைதாண்டி...

இரண்டு குடும்பத்துல உள்ளவங்களையும் பட்டினி போடக் கூடாதுன்னுதாண்டி யோசிச்சேன்... அது தப்பாடீ? இது கூட புரிஞ்சிக்கத் தெரியாத உன்ன லவ் பண்ணது, தப்புதானோன்னு இப்பதாண்டி புரியுது... சௌந்தரபாண்டிய புரிஞ்சுக்காம செத்துப்போன, செல்வராணியும் நீயும் ஒண்ணுதாண்டி... இனிமே உம் முன்னாடி வந்து நின்னா, பிஞ்ச செருப்பாலே அடி...

என்று தலைக்கு மேல் கை கூப்பி விட்டு செல்லும் லிங்குவை கண்களில் கண்ணீர் வழிந்தபடியே கனி பார்த்துக் கொண்டிருக்கிறாள்.

- cut to -

காட்சி: 69

ரெங்கநாதன் தெரு: DAY / EXT

ரெங்கநாதன் தெருவில் நடைபாதை வியாபாரிகள் தங்கள் கடைகளை எடுத்து வைத்துக்கொண்டிருக்கின்றனர். லிங்குவும், மாரியும் ஒரு வயதான கண் தெரியாதவரிடம் கர்ச்சிப் வாங்குகின்றனர்.

லிங்கு ஒரு கர்ச்சிப்பை எடுத்துப் பார்க்க, மாரி ஒரு கர்ச்சிப்பை எடுத்துப் பார்த்து, லிங்குவின் கையில் இருந்த கர்சிப்பை வாங்கி

மாரி:

மாப்ள, அதக்காட்டு

இரண்டையும் அளவு பார்த்து, தன் கையில் உள்ள கர்சிப்பைக் காட்டி

மாரி:

இது பெருசா இருக்குள... அய்யா இந்தாங்க...

என்று ஐந்து ரூபாய் நோட்டை எடுத்துக் கொடுக்கிறான். கண் தெரியாத பெரியவர், மாரி கொடுத்த ஐந்து ரூபாயை வாங்கிப் பார்த்துவிட்டு

பெரியவர்:

தம்பி,

மாரி:

ஐயா...

பெரியவர்:

இந்த ரூவா கிழிஞ்சிருக்கு...

பெரியவர் கிழிந்த இடத்தைத் தொட்டுக்காட்டி மாரியிடம் கொடுக்கிறார். நோட்டை வாங்கியபடியே

மாரி:

மன்னிச்சிக்கிடுங்கய்யா, பாக்கல... வேணும்னே குடுக்கல ஐயா...

மாரி தனது மேல்சட்டை பாக்கெட்டிலிருந்து, பணத்தை எடுக்கிறான். இருவரிடமும்

பெரியவர்:

ஆமா, தம்பிகளுக்கு எந்த ஊரு?

லிங்கு:

திருநெல்வேலி பக்கம் இட்டமொழிய்யா... என் பேரு லிங்கு, (மாரியின் தோளில் கை வைத்து) இவன் பேரு மாரிமுத்து... அய்யா உங்களுக்கு எந்த ஊரு?

பெரியவர்:

நமக்கு தஞ்சாவூரு, இங்க வியாபாரம் ஆரம்பிச்சி முப்பது வருஷம்... ஆவுது...

லிங்கு:

ஆட்கள் யாரும் ஏமாத்த மாட்டாங்களாய்யா?

பெரியவர்:

ஒன்னு ரெண்டு பேரு ஏமாத்துவாங்க... அது ஆயிரத்துல ஒன்னு... ப்ச்... தம்பி முப்பது வருஷத்துக்கு முன்னாடி, மனுஷன நம்பி இந்த கடய விரிச்சேன்... (கையெடுத்துக் கும்பிட்டு)

ஒரு கொறயும் இல்ல...

- cut to -

காட்சி: 70

ரெங்கநாதன் தெரு: DAY / EXT

செந்தில்முருகன் ஸ்டோர்ஸ்க்கு எதிர்கடை ஷட்டர் தூக்கப்படுகிறது. தெருவில் மக்கள் நடமாட்டம். செந்தில்முருகன் ஸ்டோர்ஸ் வாசலில் பணியாளர்கள் தனித்தனியாக நின்று தங்களுக்குள் பேசிக்கொண்டு இருக்கின்றனர். அவர்களுக்கிடையில் லிங்குவும், மாரியும் பக்கத்திலிருந்தவர்களிடம் பேசிக்கொண்டிருக்கின்றனர்.

மாரி:

டென்த்ல ஃபெயிலு இல்லலே, ப்ளஸ்டூலதான்...

மாரி லிங்குவைப் பார்க்கிறான். லிங்கு வேறு ஒருவனிடம்

லிங்கு:

எஸ்.ஆர்.வி. பஸ் இருக்கு...

மாரி லிங்குவைப் பார்த்துவிட்டு கனியைப் பார்க்கிறான். கனி சோகமாக தீவிரமாக கீழே பார்த்தவாறு ஏதோ யோசனையில் இருக்கிறாள். மாரி இருவரையும் மாறிமாறிப் பார்த்து தன்னால்தானே என நினைத்துக்கொண்டு, திரும்பி ஒரு சேல்ஸ்மேனிடம்

மாரி:

ஆமலே, சொன்னா நம்பேம்லே...

மாரி திரும்பி கனி பக்கத்தில் நிற்கும் சோஃபியாவை பார்க்கிறான். சோஃபியா ஒரு சேல்ஸ்கேர்ளிடம்

சோஃபியா:

சின்ன வயசுல ரொம்ப நல்லா இருந்தேன்ளா...

பேசிக்கொண்டிருந்தவள் மாரியைப் பார்க்கிறாள். மாரி சோஃபியாவைப் பார்த்துச் சிரிக்கிறான். சோஃபியாவும் மாரியைப்பார்த்து வெட்கப்பட்டுச் சிரிக்கிறாள். மாரி மேலும் சிரிக்கிறான்.

- cut to -

காட்சி: 71

ரெங்கநாதன் தெரு: DAY / EXT

சோஃபியாவும், தோழியும் கை கோர்த்தபடி பேக் கடையைப் பார்த்துக்கொண்டு வருகின்றனர். பேக்கைப் பார்த்துக்கொண்டே சோஃபியாவிடம்

தோழி:

சோஃபி, பேக்கெல்லாம் அழகா இருக்குல்ல?

சோஃபியா:

பாக்கத்தாண்டி நல்லாருக்கும், ஒன்னும் உருப்படியா ஒழைக்காது...

மாரி பின்னால் கையில் ஒரு கேரி பேக்குடன் ஓடிவந்து, சற்று நிதானித்து, தலையை, சட்டையை சரி செய்துகொண்டு, சோஃபியாவிடம் வந்து கவரினுள்ளிருந்து சவுரி முடியை எடுத்து,

மாரி:

சோஃபி...

பேசிக்கொண்டுவந்த சோஃபியாவின் தோழி அங்கிருந்து போய்விட, மாரியிடம்

சோஃபியா:

என்னலே...

மாரி:

(சவுரி முடியை எடுத்துக்காட்டி) டொன்டடைன்...

சோஃபியா:

ச்சி, பேலே...

சோஃபியா சவுரி முடியைத் தட்டிவிட்டுப் போகிறாள். தோழியுடன் நிற்கும் சோஃபியா பின்னால் சவுரி முடியை எடுத்துக்கொண்டு வந்து சோஃபியாவிடம் காட்டி,

மாரி:

ஏ... புள்ள... சோஃபி... (முடியை சோஃபியாவிடம் காட்டி)
சவுரி முடி சோஃபி... உனக்காக ஆச,
ஆசயா வாங்கிட்டு வந்தேன் சோஃபி...

சோஃபியா:

என்னக்கி அந்த தருதல அந்தோனி (பின்னால் முடியை
பிடித்துக்காட்டி) என் முடியப் புடிச்சி இழுத்து என்னை
கேவலப்படுத்துனானோ... அன்னக்கே நான் சவுரி வக்கிறத

விட்டுட்டோம்லே... இப்பல்லாம் எவன்லே இதக் குடுத்து லவ் பண்றான்... *(கையை மேல் நோக்கி காட்டி)* போய் எதாவது புதுசா யோசிச்சிட்டு வா... பாக்கலாம்...

சோஃபியா சொல்லிவிட்டு நகர, மாரி பின்னால் வந்து

மாரி:

புதுசான்னா?

சோஃபியா விரலை தாவங்கட்டையில் வைத்து யோசித்துவிட்டு,

சோஃபியா:

புதுசான்னா...

சோஃபியா:

ஒரு கிரீட்டிங் கார்டு, ஒரு கவித... அந்த மாதிரி ஏதாச்சும்...

முகத்தை சுளித்துக்கொண்டு

மாரி:

கவிதயா, கழுததான் வரும்...

மாரி சொன்னது சோஃபியாவின் காதில் விழாததால் திரும்பி மாரியைப் பார்த்து,

சோஃபியா:

என்ன சொன்ன?

மாரி:

(சமாளித்து) கவித, கவித வரும் சோஃபி... நீ போ...

சோஃபியா அங்கிருந்து போய்விடுகிறாள். தனியாக நின்ற மாரி தனக்குத்தானே

மாரி:

கவிதைல்லாம் எழுதத் தெரிஞ்சா, எங்க அப்பன் ஏன் என்னை தொறத்தி, தொறத்தி அடிக்கப்போறான்... நான் ஏன் சென்னைக்கு ஓடிவரப்போறேன்...

சவுரி முடியை அலுத்துக்கொண்டே மடிக்கிறான்.

- cut to -

காட்சி: 72

சேல்ஸ்மேன் தங்கும் விடுதி: NIGHT / INT

மாரி ஒரு கையில் ஒரு நோட்டை வைத்துக்கொண்டு, ஒரு கையில் பேனாவுடன் தலையில் குட்டிக் கொண்டு அங்கும் இங்கும் நடந்துகொண்டே

மாரி:
கவித, கவித, கவித, கவித, சோ.ஃபியா அய்யோ...
(பெருமாளை பார்த்து) அண்ணே பெருமாள் அண்ணே,
மேல் சட்டை போடாமல் வெறும் துண்டு மட்டும் போட்டுக்கொண்டு வந்த பெருமாள், மாரியிடம் நின்று,

பெருமாள்:
சொல்லுளா...

மாரி:
உன்னத்தாண்ணே தேடிக்கிட்டு இருந்தேன்...

பெருமாள்:
என்னளா?

மாரி:
ஒரே ஒரு காதல் கவித எழுதிக்குடுண்ணே...

பெருமாள்:
(பிகு பண்ணுவதுபோல) போலே முடியாது...

பெருமாள் அந்தப் பக்கம் போக, அவனைச் சுற்றியபடியே, கெஞ்சுவதுபோல் கைகாட்டி

மாரி:
(கெஞ்சி) எண்ணே, எண்ணே, ஒரே ஒரு காதல் கவிதண்ணே எழுதிக்குடுண்ணே...

பெருமாள்:
எனக்குத் தெரியாதுலே...

பெருமாள் திரும்பி போகப்பார்க்க, மீண்டும் அவனை விடாமல் சுற்றி,

மாரி:
(கெஞ்சி) எண்ணே, உன் கூடப் பிறக்காத தம்பிக்கு இதக்கூட செய்யக்கூடாதாண்ணே... எழுதிக்குடுண்ணே...

பெருமாள்:
(முகம் சுளித்து) எனக்கு எழுதப்படிக்கத் தெரியாதுலே...

மாரி பெருமாளின் கன்னத்தில் செல்லமாகக் குத்தி,

மாரி:
பொய் சொல்லாதண்ணே... எழுதிக்குடுண்ணே...

மாரி பேப்பரையும், பேனாவையும் பெருமாளிடம் நீட்ட, பெருமாள் சுற்றும்முற்றும் பார்த்துவிட்டு மாரியிடம் சத்தியம் பண்ணுவது போல் கை காட்டி

பெருமாள்:

(முகம் சுளித்து உண்மையாகவே) உன் மேல சத்தியமா எனக்கு எழுத, படிக்கத் தெரியாதுலே,

கோபமான மாரி பெருமாளைப் பார்த்து,

மாரி:

ஏலே, கை நாட்டா நீ...

பெருமாள்:

(சிணுங்கலாக) ம்ம்...

மாரி நாக்கைத் துருத்தி பெருமாளை அடிப்பதுபோல் போய்

மாரி:

உங்கிட்ட போய்க் கேட்டேன் பாரு... போலே தூர... போலே... போலே...

பெருமாள்:

ம்ம்ம்.....

பெருமாள் துண்டை எடுத்து முக்காடு போட்டுக்கொண்டு போக, அவனைப் பார்த்து

மாரி:

மூஞ்சியயும், மோரக்கட்டயயும் பாரு,

மாரி மீண்டும் அங்கும் இங்கும் நடக்க ஆரம்பிக்கிறான்.

மாரி:

அய்யோ சோஃபியா... அய்யோ கவித... அய்யோ...

அப்போது மாரியைப்பார்த்து தோளில் துண்டுடன் அங்கு வந்த ஒரு சேல்ஸ்மேன் மாரியின் தோளில் கை வைத்து,

சேல்ஸ்மேன்:

என்ன மக்கா, உனக்கு என்ன பிரச்சன?

மாரி:

இல்ல மாப்ள, அர்ஜென்ட்டா ஒரு காதல் கவித வேணும்லே...

எவங்கிட்ட கேட்டாலும் எழுதித் தர மாட்டேங்குறான்...

(மாரி சற்று முன்னால்வந்து) கொஞ்சம் எழுதிக்குடு மாப்ள...

சேல்ஸ்மேன்:

கவிதல்லாம் தெரியாதுள...

மாரி:

ஆங்...

சேல்ஸ்மேன்:

நான் லவ் பண்ற பொண்ணு கவிதாவன்னா தெரியும்... அவளப் பத்தி வேணா சொல்லட்டுமா...

மாரி அவன் தலையில் நோட்டால் அடித்து,

மாரி:

அவளப் பத்தி ஏன், அவள பத்தி ஏன், அவளப் பத்தி ஏண்டா

சேல்ஸ்மேன்:

கோட்டிக்கார பயல, உனக்கு என்ன லூஸா புடிச்சிருக்கு?

மாரி:

போலே...

சேல்ஸ்மேன் அங்கிருந்து போய்விட, தனியாக நின்ற மாரி வானத்தைப் பார்த்து

மாரி:

எவனும் எழுதித் தர வேணாம்லே, என் சோஃபியாவுக்கு நானே கவித எழுதறேன்... சோஃபியா...

மாரி வாயைப்பிளந்து யோசிக்கிறான்.

- cut to -

காட்சி: 72A

சேல்ஸ்மேன் தங்கும் விடுதி: NIGHT / INT

சேல்ஸ்மேன்கள் அனைவரும் தூங்கிக்கொண்டிருக்கின்றனர். ஒரு ஓரமாக சேர் ஒன்றில் அமர்ந்து கை தட்டி,

மாரி:

Come on, come on, come on, come on,

தூங்கிக்கொண்டிருந்த ஒரு சேல்ஸ்மேன் தூக்கக் கலக்கத்தில் தலைதூக்கி மாரியைப் பார்த்து,

சேல்ஸ்மேன்:

என்னலா, டமால், டுமால்னு உருட்டிக்கிட்டு கெடக்க...

மாரி:
(வானத்தை பார்த்தபடி) கவிதய வரச்சொல்லிக்கிட்டு இருக்கேன்லே...
சேல்ஸ்மேன்:
இவன் ஒருத்தன் நேரங்காலம் தெரியாம,
மாரி:
(ஐடியா வந்ததுபோல்) ஆங்... அன்பே சோஃபியா...
மாரி நோட்டில் எழுதுகிறான்.

- cut to -

காட்சி: 73
தெரு: DAY / EXT

சேல்ஸ்கேர்ள்ஸ் வேலைக்கு வருகிறார்கள். அவர்களுக்கு மத்தியில் தனது தோழியுடன் பேசிக்கொண்டு சோஃபியா வந்துகொண்டிருக்கிறாள். ஒரு கடையில் ஏதோ டி.ஷர்ட் பார்ப்பது போல் நடித்துக்கொண்டிருந்த மாரி, சோஃபியா வந்ததும் அவள் எதிரே சென்று அவள்மீது மோதுவதுபோல் நின்று காதல் ஏக்கத்துடன்,

மாரி:
சோஃபி...

சோஃபியா நின்று பார்க்க, மாரி பாக்கெட்டிலிருந்து கவிதையை எடுத்து

மாரி:
சோஃபி... கவித...

சோஃபியாவிடம் கொடுக்க, சோஃபியா அதை வாங்கி மாராப்பினுள் சிரித்தபடி வைத்துக்கொண்டு போகிறாள். கடையின் டி.ஷர்ட்டைத் தொட்டுக்கொண்டே,

மாரி:
சோஃபி... சோஃபி...

சோஃபியா நின்று திரும்பிப் பார்க்கிறாள்.

மாரி:
ரிசல்ட்... ரிசல்ட்...

சோஃபியா:
(கைகாட்டி சிரித்துக்கொண்டே) நாளைக்கி...

சோஃபியாவை சந்தோஷமான ஏக்கத்துடன் பார்க்கிறான். சோஃபியா திரும்பி மாரியைப் பார்த்துச் சிரித்துவிட்டுப் போகிறாள். மாரி சந்தோஷமாக சிரித்து வெற்றிபெற்றதுபோல் இரண்டு கைகளையும் இடுப்போடு சேர்த்து குத்திக்கொண்டு, சத்தம் போட்டுக்கொண்டே அங்கிருந்து ஓடுகிறான்.

- cut to -

காட்சி: 74

ரெங்கநாதன்தெரு: DAY / EXT

ரெங்கநாதன் தெருவில் மக்கள் நடமாட்டம் அதிகமாக இருக்கிறது. கண் தெரியாத பெரியவரை லிங்கு அழைத்துவருகிறான். லிங்குவின் தோளில் பெரியவர் கை வைத்தபடி நடந்து வருகின்றனர். பெரியவரிடம்,

லிங்கு:
என்னய்யா, பேத்திக்கு உடம்பு சரியில்லயா?

பெரியவர்:
ஆமாப்பா... வயித்து வலின்னு படுத்துட்டா...

லிங்கு:
சரிய்யா...

- cut to -

காட்சி: 75

சேல்ஸ் கேர்ள்ஸ் தங்கும் விடுதி: NIGHT / INT

சேல்ஸ்கேர்ள்ஸ் தங்கும் விடுதியில் இரவு அனைவரும் படுக்க ஆயத்தமாகிக்கொண்டு இருக்கின்றனர். கனி படுப்பதற்காக பாதி பெட்ஷீட்டைத் தன்மேல் போட்டுக்கொண்டு படுக்கப்போக, சோஃபியா யூனிஃபார்மில் வந்து மாராப்பிலிருந்து, மாரி கொடுத்த லெட்டரை எடுத்துக் கனியிடம் கொடுத்து,

சோஃபியா:
கனி, மாரி குடுத்தான்...

கனி வாங்கிக்கொண்டு ஆச்சர்யமாக

கனி:
லவ் லெட்டரா?

சோஃபியா:

ம்...

கனி லவ் லெட்டரை வைத்துக்கொண்டு உதட்டைப் பிதுக்குகிறாள். சோஃபியா தனது ஐ.டி.கார்டைக் கழற்றி ரேக்கில் வைத்துக்கொண்டே கனியிடம்,

சோஃபியா:

பாரேன், இந்த ஊத்த வா பயக்குள்ள எவ்ளோ தெறம ஒளிஞ்சிருக்குன்னு... இத்தன நாளா, ஊத்தவாப்பய, ஊத்தவாப்பயன்னு கிண்டல் பண்ணிக்கிட்டு இருந்தோம்...

பெட்டியிலிருந்து நைட்டியை எடுத்து தோளில் போட்டுக்கொண்டு,

சோஃபியா:

நாளைக்கு மொத வேலயா, ஏசப்பாக்கிட்ட போய் பாவ மன்னிப்பு கேக்கனும்ப்பா...

சோஃபியா முகத்தில் கைகளால் சிலுவைக்குறி போட்டு, சுவற்றில் இருந்த குழந்தை ஏசுவின் படத்தைத் தொட்டுவிட்டு கனியிடம்,

சோஃபியா:

என்னமா எழுதியிருக்கான் பாரேன்... தீயா எழுதியிருக்கான்... படிச்ச எனக்கே போதயாயிடுச்சுளா...

கனி கையிலிருக்கும் மாரி எழுதிய பேப்பர் காட்டப்பட, அதில்

"வானாகி, மண்ணாகி,

வளியாகி, ஒளியாகி,

ஊனாகி, உயிராகி,

உண்மையுமாய், இன்மையுமாய்,

தானாகி நின்றாயே என்

தங்கமே சோஃபியா..."

என எழுதியிருப்பது காட்டப்படுகிறது.

கனி:

வானாகி, மண்ணாகி, வளியாகி, ஒளியாகி, ஊனாகி, உயிராகி, ஆங்...

படித்துக்கொண்டிருந்த கனி நிறுத்தி யோசிக்கிறாள். சோஃபியா தலைமுடியை அவிழ்த்து சீவியபடியே பெருமையாக கனியைப் பார்க்கிறாள். பின்னால் நின்ற கமலத்தைப் பார்த்து

கனி:

கமலம்...

கமலம்:
ம்...
கனி:
இங்க வாயேன்...
கமலம்:
என்ன புள்ள?

கமலம் வந்து கனியின் அருகில் உட்கார்கிறாள். பேப்பரைக்காட்டி கமலத்திடம்

கனி:
இந்தப் பாட்டை நம்ம எங்கயோ படிச்சமாதிரி இருக்குல்ல...
கனி, கமலம் கோரஸாக:
"வானாகி, மண்ணாகி, வளியாகி, ஒளியாகி,
கமலம் படிப்பதை நிறுத்திவிட்டு கனியிடம்,
கமலம்:
ப்ச்... இது நம்ம ஒம்பதாங்க்ளாஸ் கடவுள் வாழ்த்து பாட்டு புள்ள...
சந்தோஷமாக தலை சீவிக்கொண்டிருந்த சோஃபியா சட்டென தலை வாருவதை நிறுத்திக் கோபமாகிறாள். அவள்மீது,
கமலம் *voice over:*
அவன் பராபரமே தூக்கிட்டு,
சோஃபியான்னு எழுதியிருக்கான் புள்ள...
கனி:
ஆமா இல்ல,
கனி, கமலம் இருவரும் வாய்விட்டுச் சிரிக்கின்றனர்.
சோஃபியா:
அதானே பாத்தேன், அந்த ஊத்த வாயனுக்கு இவ்ளோ அறிவு வந்துடுச்சான்னு...
சோஃபியா கனியின் கையிலிருந்த கடிதத்தை வாங்கிக்கொள்கிறாள். கனியும், கமலமும் சிரித்துக்கொண்டிருக்கின்றனர்.
சோஃபியா:
(கோவமாக) கவிதைன்னு நெனச்சு, நானே ஏமாந்துட்டேன்,

G.வசந்தபாலன்

நாளைக்கு பாத்துக்கறேன் அந்த அர்த்தரி மூதிய...
ஏலே ஊத்த, செத்தலே...

கனியும், கமலமும் வயிறுகுலுங்கச் சிரிக்கின்றனர்.

- cut to -

காட்சி: 76

மெஸ்: DAY / EXT

கனி, சோஃபியா இருவரும் மெஸ்ஸிலிருந்து இறங்கி வர, கமலம் பின்னால் இறங்கி வருகிறாள். கனியிடம்,

சோஃபியா:

(கோவமாக) வரட்டும், கவனிக்கேன்...

இறங்கி வந்த கனி, சோஃபியா முகம் மாறுகிறது. மாரி நெஞ்சில் கை வைத்து ஏக்கத்துடன் சோஃபியாவைப் பார்க்கிறான். அவன் மீது,

கனி voice over:

அங்க பாருளா, உன் கவிஞர் ஏங்கித் தவிக்கிறத...

சோஃபியா கோபத்தை அடக்கிக்கொண்டு அமைதியாக நடந்து வர, கமலமும், கனியும் அவளது இருபக்கமும் நடந்து வருகின்றனர். கனி சோஃபியாவை இடித்து

கனி:

ம்... ஆங்...

மாரி ஏக்கத்துடன் சோஃபியாவைப் பார்த்துக்கொண்டிருக்கிறான். சோஃபியா, கனி, கமலம் நடந்து வர, சோஃபியாவிடம்,

கனி:

இன்னக்கி போ, பத்தாங்க்ளாஸ் கடவுள் வாழ்த்து எழுதித்தருவான்...

மாரி:

சோஃபி, சோஃபி, சோஃபி...

மாரி சோஃபியாவிடம் குதித்துக் குதித்துப் போய் அருகில் நிற்கிறான். சோஃபியா முகத்தைத் திருப்பிக்கொள்கிறாள். மாரியைப்பார்த்த கனி வாயைப் பொத்திக்கொண்டு சிரிக்கிறாள். சோஃபியாவிடம்,

மாரி:

என்னாச்சு புள்ள ரிசல்ட்... என்ன பாக்காம போற?

சோஃபியா:

(கையைக்காட்டி) போடா மண்டிக்காபி,

மாரி திருதிருவென விழிக்கிறான்.

சோஃபியா:

உனக்கெல்லாம் எதுக்குலே இந்த மானங்கெட்ட பொழப்பு? நீயெல்லாம் சாவ ஒரு மொழம் தூக்குக் கயிறு கெடக்கல... *(ஆள்காட்டி விரலைக்காட்டி)* உலகத்துலயே மொத மொத லவ் லெட்டருக்கு பதிலா, கடவுள் வாழ்த்து *(மாரி திடுக்கிட்டுத் திரும்பிக்கொள்கிறான்)* எழுதிக்கொடுத்த ஒரே ஆளு நீதாம்லே... நீயெல்லாம் செத்தாலும் யாரும் லவ் பண்ண மாட்டாலே... த்தூ...

சோஃபியா துப்பிவிட்டு மாடிப்படி இறங்கி வருகிறாள். அவள் பின்னால் கெஞ்சியபடியே,

மாரி:

சோஃபி, சோஃபி... சோஃபி...

சோஃபியா:

(எச்சரிப்பது போல) **போலே...**

சோஃபியா போய்க்கொண்டிருக்க, பின்னால் கெஞ்சியபடி

மாரி:

நானே சொந்தமா கவித எழுதிக்கிட்டு வரேன் சோஃபி...

சோஃபியா:

(எச்சரிப்பதுபோல சற்றுக் கோபமாக) போலே...

மாரி:

ப்ளீஸ் சோஃபி...

சோஃபியா கோபத்தில் கீழேகுனிந்து ஒரு கல்லை எடுக்க, மாரி அங்கிருந்து ஓடுகிறான். அவன் மேல் தூக்கியெறிந்தபடி,

சோஃபியா:

போலேங்குறேன்ல,

மாரி ஓடிப்போய் கையெடுத்துக் கும்பிட்டு,

மாரி:

எம்மா, உன் சங்காத்தமே வேணாம், ஆள உடு...

மாரி அங்கிருந்து தலை தெறிக்க ஓடுகிறான். பாத்ரூம் சுவற்றில் பல கிறுக்கல்களுக்கு மத்தியில் ஆர்ட்டின் சிம்பள் மேல் “மாரிமுத்து, சோபியா” என கரியால் எழுதப்பட்டிருக்கும் எழுத்தின் குறுக்கில் கரியால் கோடு கிழிக்கப்பட்டிருப்பது காட்டப்படுகிறது.

- cut to -

காட்சி: 77
சேல்ஸ்மேன் தங்கும் விடுதி: DAY / EXT & INT

சேல்ஸ்மேன்கள் தூங்கிக்கொண்டிருக்க, நடுவில் லிங்குவும் பனியனுடன் தூங்கிக்கொண்டிருக்கிறான். மாரி வாயில் வேப்பங்குச்சியை வைத்துக்கொண்டு நன்றாக தூங்கிக்கொண்டிருக்கும் லிங்குவைத் தட்டி எழுப்புகிறான்.

மாரி:
ஏலே லிங்கு, ஏலே... எந்திரிலே, எந்திரிலே... ஏலே மாப்ள எந்திரிலே...

லிங்கு எழுந்திரிக்காமல் கண்களை விழித்து தலையைத் தூக்கி எரிச்சலுடன்,

லிங்கு:
ப்ச், என்னலே,

மாரி:
உன்னப் பாக்க அவ வந்திருக்காலே...

லிங்கு எழுந்து கைகளை ஊனியபடியே,

லிங்கு:
யாருலே?

மாரி வாயிலிருந்து குச்சியை எடுத்துவிட்டு

மாரி:
அவதாம்லே கனி, என்னமோ ஒரு மாதிரி முழிக்கா... என்ன பிரச்சனையோ தெரியல போ...

லிங்கு யோசித்தவாறு எழுந்து செல்கிறான். வெளியே கனி பதற்றத்துடன் நின்று கொண்டிருகிறாள். பின்புலத்தில் மின்சார ரயில் ஒன்று போய்க்கொண்டிருக்கிறது. லிங்கு வருவதைப் பார்க்கிறாள். லிங்கு சட்டை போட்டுக்கொண்டு அவசரமாக படிகளில் இறங்கி வந்து கனியிடம்,

லிங்கு:
என்ன?

கனி:
என் தங்கச்சி நாகம்ம, இங்கதான் மாதவரத்துல வீட்டு வேல செய்யிறான்னு சொன்னேன்ல.

லிங்கு:
ஆமா...

கனி:

அவ வேல செய்யிற வீட்லருந்து கூப்ட்டுச் சொன்னாங்க...

லிங்கு:

(பதற்றமாக) என்னாச்சு?

கனி:

அவளுக்கு என்னம்மோ உடம்பு சரியில்லயாம், உடனே வந்து கூட்டிட்டு போச்சொல்றாங்க... அவளுக்கு சின்ன வயசுலயே ஃபிட்ஸ் வரும் லிங்கு, *(கண்கள் கலங்கி விடுவதுபோல்)* எனக்கு என்ன பண்றதுன்னு ஒன்னுமே புரியல... எனக்கு ரொம்ப பயமாருக்கு...

கனி பயத்தில் மேல்மூச்சு கீழ்மூச்சு வாங்குகிறாள். பின்புலத்தில் ஒரு மின்சார ரயில் போய்க்கொண்டிருக்கிறது.

லிங்கு:

சரி, சரி... நீ போய் லீவு சொல்லிட்டு... டி.நகர்... பஸ் ஸ்டாண்டுல வெயிட் பண்ணு, நானும் லீவு சொல்லிட்டு வாறேன்...

கனி:

(தலையாட்டி) ம்... சரி...

- cut to -

காட்சி: 78

டி.நகர் பஸ் ஸ்டாண்ட்: DAY / EXT

கனி, லிங்குவும் பழக்கடைத்தெரு வழியாக தி.நகர் பஸ் ஸ்டாண்டுக்குள் ஓடுகின்றனர். "தி.நகர் 29B பெரம்பூர்" பேருந்து தி.நகர் பஸ் ஸ்டாண்டிலிருந்து புறப்படுவது காட்டப்படுகிறது.

- cut to -

காட்சி: 78A

பஸ்: DAY / INT

பஸ்ஸில் கூட்டம் அதிகமாக இருக்க, கனியும், லிங்குவும் நின்றுகொண்டிருக்கின்றனர். கனியின் கண்கள் கலங்கியிருக்கின்றன. லிங்கு கனியைப் பார்க்கிறான். பஸ் ரோட்டில் போய்க்கொண்டிருக்கிறது. கனியும், லிங்குவும் ஒரு ஆண்கள் இருக்கையில் அமர்ந்திருக்கின்றனர். கனி கன்னத்தில் வழியும் கண்ணீரைத் துடைத்துக்கொள்கிறாள். லிங்கு என்ன செய்வதென்று தெரியாமல் கனியைப் பார்க்கிறான். கனி லிங்குவைத் திரும்பிப் பார்க்கிறாள். லிங்கு தலைகுனிந்து கொள்கிறான். லிங்கு நிமிர்ந்து கனியிடம்

லிங்கு:

உன் தங்கச்சிக்கு என்ன வயசு?

கனி:

பதிமூனு...

லிங்கு அமைதியாக கனியைப் பார்க்கிறான். அவன் பார்வையைப் புரிந்துகொண்டவளாக

கனி:

ஏன் பாக்கேன்னு தெரியுது... *(கன்னத்தை துடைத்துக்கொண்டு)* **இவ்ளோ சின்னப் புள்ளய, எதுக்கு வேலக்கி அனுப்பணும்னு தானே பாக்குற...**

ரோட்டைப் பார்த்து அழுதபடியே

கனி:

அம்மா இல்ல, அப்பா கோயில ஒட்டி நொங்கு, பதனி விப்பாரு... *(கண்களில் கண்ணீர் வழிகிறது)* **கருக்கல்ல மரத்துல ஏறும்போது, கீழ விழுந்துட்டாரு...** *(கண்ணீரை அடக்க புருவங்களை உயர்த்த)* **ஆறுமாசம் எல்லாத்தயும் வித்து, கடன உடன வாங்கி, அப்பாவைக் காப்பாத்திட்டோம்...**

லிங்கு அமைதியாக கனியைப் பார்த்துக்கொண்டிருக்கிறான். கன்னத்தைத் துடைத்துக்கொண்டு,

கனி:

(கண்ணீர் வழிந்துகொண்டே இருக்கிறது) **ஊரச்சுத்தி கடன், நானும், என் தங்கச்சியும் இங்கருந்து வேல பாத்துதான் கடன அடச்சிக்கிட்டு இருக்கோம்...** *(அழுதபடி)* **எங்க அப்பா ஊர்ல சின்னம்மா வீட்ல, எச்ச சோறு தின்னுக்கிட்டு இருக்காரு...** *(தேம்பி அழுதபடி)* **அவர கடன்காரங்க எங்கயும் போக விட மாட்டேங்காங்க...**

கனி வெளியில் பார்த்தபடி கன்னத்தைத் துடைத்துக்கொண்டு தேம்பி அழுகிறாள். லிங்கு அமைதியாக வெளியே வெற்றுப் பார்வை பார்த்தபடி வருகிறான். பஸ் போய்க்கொண்டிருக்கிறது.

- cut to -

காட்சி: 79

மைதானம்: DAY / EXT

கனியும், லிங்குவும் சிலர் கிரிக்கெட் விளையாடிக்கொண்டிருக்கும் ஒரு மைதானத்தைக் கடந்து செல்கின்றனர்.

- cut to -

காட்சி: 80
நாகம்மை வேலைசெய்யும் வீடு: Day / Ext & Int

வாசலில் நாய் ஒன்று கட்டப்பட்டிருக்கிறது. கனியும், லிங்குவும் சாத்தியிருக்கும் கேட்டில் நின்று கொண்டிருக்கின்றனர். கேட்டை ஆட்டி

கனி:
மாமி...
(நாய் குரைக்கிறது. கேட்டைப் பலமாக ஆட்டி) மாமி...
உள்ளிருந்து வெளியே வந்த மாமி கேட் பக்கம் பார்த்து

மாமி:
யாரு?

கனி:
நான் நாகம்மைக்கு அக்கா...

மாமி:
நாய் கட்டிதான் இருக்கு உள்ள வா...

கனியும், லிங்குவும் நாய்க்கு பயந்து ஓரமாக உள்ளே நுழைந்து மாமியிடம் வந்து நிற்கின்றனர். கவலையுடன்

கனி:
என்னாச்சு மாமி என் தங்கச்சிக்கு?

மாமி:
உன்னண்ட சொல்லலியா?

கனி:
(தலையாட்டி) சொல்லலியே...

மாமி:
அவ வயசுக்கு வந்துட்டாடி...

கனியும், லிங்குவும் அதிர்ச்சியாகி மாமியைப் பார்க்கின்றனர். கனி அமைதியாக தலை குனிந்து என்ன செய்வதென்று யோசிக்கிறாள். லிங்கு கனியைப் பார்க்கிறான். அவர்கள் மீது,

மாமி voice over:
இங்க பாருடி, எங்க ஆத்துல மடி ஆச்சாரங்கல்லாம் உண்டு...

கனி மெதுவாக மாமியை நிமிர்ந்து பார்க்கிறாள். பின்புலத்தில் மாமா மணியாட்டியபடி வீட்டினுள் தீபாராதனை காட்டிக்கொண்டு போகிறார். அவரைக்காட்டி

மாமி:

மாமா... ஹாயக்ரீவர் பூஜ பண்றவர்... உன் தங்கைய கொல்லையில் உக்காத்தி வச்சிருக்கேன், அழச்சிண்டு போ...

மாமி கொல்லைப் பக்கம் கை காட்டுகிறாள். கனியும், லிங்குவும் மாமி கைகாட்டிய பக்கம் போகின்றனர். மாமி கனியைக் கூப்பிட்டு

மாமி:

இங்க பாருடி...

கனி:

ஆங்...

கனியும், லிங்குவும் நின்று திரும்பிப் பார்க்கின்றனர்.

மாமி:

அவளுக்கு தலைக்கு தண்ணிய ஊத்தி, உங்க ஆச்சார சடங்கெல்லாம் செஞ்சு முடிச்சிட்டு, சீக்கரமா கொண்டுந்து உட்ரு... வேல செய்யிறதுக்கு வேற ஆளு இல்ல...

மாமி உள்ளே போகிறாள். கனியும், லிங்குவும் கொள்ளைப் பக்கம் போகின்றனர். நாய் குரைக்கும் சப்தம் தொடர்கிறது. இருவரும் கிணறையும் ஒரு துளசி மாடத்தையும் தாண்டி, ஒரு மூலையில் இரண்டு கூண்டு போல இருக்கும் இடத்தை நோக்கி நடக்கின்றனர். ஒரு கூண்டின் உள்ளே நாய் ஒன்று இரைக்க இரைக்க நின்று கொண்டிருக்கிறது. மற்றொன்றில் நாகம்மை படுத்துத் தூங்கிக்கொண்டிருக்கிறாள். அவள் உடல் முழுவதும் வியர்த்திருக்கிறது. கனி கதவைத் திறந்து பதற்றத்துடன்,

கனி:

ஏப்பு நாகு, நாகு... ஏப்பு நாகு...

நாகம்மை உடம்பில் பாதி போர்வை போர்த்தப்பட்டுள்ளது. அவளைக் கனி உலுப்பி எழுப்புகிறாள்.

கனி:

(அழுதபடி) எந்திரிம்மா...

நாகு லேசாக கண்விழித்துத் திரும்பிப் பார்த்து,

நாகு:

அக்கா...

நாகு எழுந்து கட்டிக்கொண்டு அழுகிறாள்

நாகு:

அக்கா...

கனி:

(அழுதுகொண்டே) நாகு...
லிங்கு திரும்பிக்கொள்கிறான். நாகுவின் தலையை கனி தடவிக்கொடுத்து அழுகிறாள். இருவரும் தேம்பித்தேம்பி அழுகிறார்கள். தன்னை விடுவித்துக்கொண்டு நாகுவின் கன்னத்தைத் தொட்டு,

கனி:

ஏம்ப்பா நாகு...

நாகு:

அக்கா...

கனி:

(அந்த இடத்தைப் பார்த்துவிட்டு) ராத்திரி முழுசா இங்கயாப்பா இருந்த,

நாகு:

(அழுதபடி) உள்ள வரக்கூடாதுன்னு சொல்லிட்டாங்கக்கா,
கனி பல்லைக் கடித்துக்கொண்டு கோவமாக

கனி:

பாவிங்க... மனுஷங்களா இவங்க...
லிங்கு வேதனை தாங்க முடியாமல் கனியிடம்

லிங்கு:

கனி போலாம் கனி...

கனியும், நாகுவும் எழுந்து அந்தக் கூண்டைவிட்டு வெளியே செல்கின்றனர். லிங்கு முன்னால் நடக்க, கனி நாகுவை கையைப்பிடித்து அழைத்துக்கொண்டு பின்னால் வருகிறாள். மாமி அவர்களிடம் பணத்தை நீட்டி,

மாமி:

இந்தாடி அம்பது ரூவா...
கனி நின்று,

கனி:

வேண்டாம்மா...

மாமி:

வேண்டாம்னா போ...

கனியும் நாகுவும் திறந்து வெளியே வர, லிங்கு கேட்டை கோபமாக இழுத்து படார் என சாத்திவிட்டு வருகிறான்.

- cut to -

காட்சி: 81

ரோடு: DAY / EXT

கனி, நாகு, லிங்கு மூவரும் ஒரு தனியிடத்தில் நடந்து வந்துகொண்டிருக்கின்றனர். கனி அழுதுகொண்டே வருகிறாள். நாகுவும், லிங்குவும் அமைதியாக வருகின்றனர். அழுதுகொண்டே கண்களைத் துடைத்தபடி

கனி:

எங்க போறது, என்ன பண்றதுன்னே தெரியல...

நாகு:

அக்கா...

நாகுவை அணைத்துக்கொண்டு,

கனி:

(அழுதுகொண்டே) சடங்கான பொண்ண நடுரோட்டுல வச்சிக்கிட்டு,

கனி லிங்குவைப் பார்க்கிறாள். லிங்கு என்ன செய்வதென்று தெரியாமல் அமைதியாக நடந்து வந்துகொண்டிருக்கிறான். கனியிடம்,

நாகு:

அக்கா, அழுவாதக்கா...

கனி:

(தலையில் அடித்துக்கொண்டு) கடவுளே...

கனி அழுது லிங்குவைப் பார்த்துவிட்டு, நாகுவின் தாவங்கட்டையை பிடித்து அழுதபடி

ஊர்ல இருக்கப்ப, என் தங்கத்த இடுப்ப விட்டு இறக்கியிருப்பேனா... எப்படி சடங்கு பண்ணப்போறேன்னே தெரியல... *(நின்று அழுதபடி)* யாருமே இல்லாத பிச்சக்காரி மாதிரி...

கனி தேம்பித் தேம்பி அழுகிறாள். ஆறுதலாக கனியிடம்,

நாகு:

அக்கா, அழாதக்கா... சடங்கெல்லாம் ஒன்னும் வேண்டாமக்கா...

கனி நாகுவின் தலையைத் தடவி, அவள் நெற்றியோடு தன் நெற்றியை வைத்து அழுகிறாள். அதைப்பார்த்த லிங்கு கனியிடம்

லிங்கு:

அழாத கனி...

வெண்மேகமும், கருமேகமும் வானத்தில் காட்டப்படுகின்றன.

- cut to -

காட்சி: 82
கோவில்: DAY / EXT

வேப்பிலை, தோரணம், கற்பூரம், எலுமிச்சை பழத்தோலில் அகல் விளக்குகள், தீபாராதனை என "ஸ்ரீ தேவி செல்லியம்மன் திருக்கோவில்" முன்பகுதி காட்டப்படுகிறது. "ஓம் பிணி தவிர்த்திடுவாய் போற்றி" பேனர் கட்டப்பட்டிருக்கிறது. பெண்கள் நிறையப் பேர் கோவிலில் சாமி கும்பிடுகின்றனர்.

பெண் குரல்:
ஓம் பிறவி நோய் அறுப்பாய் போற்றி ஓம்...

பெண்கள் சூலத்தைச் சுற்றி வந்து பாடிக்கொண்டிருக்கின்றனர். லிங்கு, கனி, நாகு மூவரும் உள்ளே வருகின்றனர். உள்ளே வந்த கனி பயத்துடன் லிங்குவிடம்

கனி:
கோயிலுக்கா? கோயிலுக்கெல்லாம் போக்கூடாது லிங்கு... தீட்டு...

லிங்கு:
மனுஷங்கதான் தீட்டு பாப்பாங்க, சாமியெல்லாம் தீட்டு பாக்காது...

கனி:
(தயக்கத்துடன்) இல்ல லிங்கு...

லிங்கு:
இரு, நான் போய் கேட்டு வரேன்...

லிங்கு கோவிலினுள் செல்கிறான். நாகுவும், கனியும் கோவிலைப் பார்க்கின்றனர். லிங்கு சென்று வரிசையாக அமர்ந்திருந்தவர்களில் ஒரு பாட்டியிடம் சென்று,

லிங்கு:
என் தங்கச்சி, பெரிய பொண்ணாயிட்டா, என்ன பண்றதுன்னு தெரியல...

பாட்டி:
பயப்படாதடா, இந்தக் கோயிலுக்கு தீட்டே இல்ல...
நீ போய் வரச் சொல்லு... போ...

என பாட்டி லிங்குவின் கன்னத்தில் தட்டிக்கொடுக்கிறாள். பாட்டி நாகுவைப் பார்த்து கைகாட்டி சந்தோஷமாக வா என கூப்பிடுகிறாள். நாகுவும், கனியும் ஒருவரை ஒருவர் ஆச்சர்யமாக பார்த்துக்கொள்கின்றனர். நாகுவின் தோளில் கைபோட்டு கனி

அவளை அழைத்து வருகிறாள். அம்மனுக்கு பாலாபிஷேகம் செய்வது காட்டப்படுகிறது. கனியும், நாகுவும் உள்ளே வருகின்றனர். நாகுவை அமரவைத்து பெண்கள் நாகுவிற்கு வேப்பிலை கலந்த மஞ்சள் நீர் ஊற்றுகின்றனர். கனி உடன் இருக்கிறாள். அம்மனுக்கு குங்கும அபிஷேகம் செய்யப்படுகிறது. நாகுவிற்கு பெண்கள் குங்குமம் வைக்கின்றனர். கனி கண்கலங்கியபடி பார்த்துக்கொண்டிருக்கிறாள். அம்மனுக்கு தீபாராதனை காட்டப்படுகிறது. நாகுவைக் குளிப்பாட்டி, பொட்டுவைத்து பெண் அழைத்து வருகிறாள். உடன் கனி வருகிறாள். நாகுவை அழைத்து வந்து அம்மன் சந்நிதானத்தில் பாட்டி மற்றும் சில பெண்கள் சேர்ந்து ஒரு தாம்பூலத் தட்டைத் தருகின்றனர். லிங்கு ஓடிவந்து அந்தத் தட்டில் ஒரு புது சுரிதாரை வைக்கிறான். நாகுவும், கனியும் ஆச்சர்யமாக லிங்குவைப் பார்க்கின்றனர். லிங்கு அமைதியாக நிற்கிறான். கனி லிங்குவை நெகிழ்வாகப் பார்க்கிறாள். லிங்கு அமைதியாக கனியைப் பார்க்கிறான். லிங்கு வாங்கிக் கொடுத்த சுரிதாரை நாகுவுக்குப் போட்டு கனி அழைத்து வருகிறாள். பாட்டி திருஷ்டி சுற்றுவது போல் நாகுவின் கன்னத்தைத் தொட்டுத் தலையில் சொடக்கு எடுத்துக்கொள்கிறாள். நாகுவிடம்

கனி:

காலத்தொட்டு கும்பிடு...

நாகு பாட்டியின் காலைத் தொட்டு கும்பிட,

பாட்டி:

நல்லாரும்மா... நல்லாயிரு...

கனி அழுதபடி கையெடுத்துக் கும்பிட்டு பாட்டியிடம்

கனி:

ரொம்ப நன்றிம்மா, ரொம்ப நன்றி...

பாட்டி கனியின் கைகளைப் பிடித்து,

பாட்டி:

அழக்கூடாதும்மா,

அம்மனுக்கு அலங்காரம் செய்யப்பட்டு, தீபாராதனை காட்டப்படுகிறது. மூவரும் கண்களை மூடி சாமி கும்பிடுகின்றனர். ஒரு கை மணியடிப்பது காட்டப்படுகிறது. மூன்று பந்திகளாக பெண்கள் அமர்ந்து சாப்பிட்டுக் கொண்டிருக்கின்றனர். சில பெண்கள் பரிமாறிக் கொண்டிருக்கின்றனர். ஒரு பெண்மணி ஒரு பெரிய பாத்திரத்திலிருந்து சாப்பாடு எடுத்துவைக்க மற்றொரு பெண் வாங்கிக்கொண்டு இருக்கிறார். கனிக்கும், லிங்குவிற்கும் நடுவில்

அமர்ந்து நாகு சாப்பிட்டுக்கொண்டிருக்கிறாள். கனி சாப்பிட்டபடியே நாகு சாப்பிடுவதைப் பார்க்கிறாள். லிங்குவும் நாகு சாப்பிடுவதைப் பார்க்கிறான். நாகு அமைதியாக சாப்பிட்டுக்கொண்டிருக்கிறாள்.

- cut to -

காட்சி: 83

சேல்ஸ்கேர்ஸ் தங்கும் விடுதி: NIGHT / EXT & INT

சேல்ஸ்கேர்ள்ஸ் படுத்துத் தூங்கிக்கொண்டிருக்கிறார்கள். லிங்கு வெளியே நின்றுகொண்டிருக்கிறான். கனி நாகுவைத் தூங்கவைத்துவிட்டு மெதுவாக வெளியே வருகிறாள். வெளியே லிங்கு காத்துக்கொண்டிருக்கிறான். கனி லிங்குவின் பின்னால் வந்து நிற்க, லிங்கு திரும்பி கனியைப் பார்க்கிறான். கனியின் கண்கள் கலங்கியபடி,

கனி:

அவ ராத்திரி பூரா, தூங்கவே இல்லயாம், படுத்த உடனே தூங்கிட்டா,

லிங்கு அமைதியாக யோசித்துவிட்டு,

லிங்கு:

சரி நான் கெளம்பறேன்...

லிங்கு கிளம்ப, அவன் போவதை கண்கலங்கியபடி பார்க்கிறாள். கனி அழுதபடி அவனை பின்னால் வந்து கட்டிக்கொள்கிறாள். கட்டிக்கொண்டு அழுகிறாள். லிங்கு கண்களை மூடி யோசித்து, அவளின் கைகளை எடுத்துவிட்டுத் திரும்பி கனியை பார்க்கிறான். இருவரும் கட்டிக்கொள்கின்றனர். இருவரும் விலக, லிங்கு கனியின் கண்களைத் துடைத்துவிட்டு அங்கிருந்து கிளம்புகிறான். கனி அவன் கையைப் பிடித்துக்கொள்கிறாள். லிங்கு போக, கடைசியாக அவன் விரல் வரை அவள் பிடித்திருக்கிறாள். லிங்கு போய்விடுகிறான். அவன் போவதைப் பார்த்துக்கொண்டே கனி கண்ணீரைத் துடைத்துக்கொள்கிறாள்.

- cut to -

காட்சி: 84

ரெங்கநாதன்தெரு: DAY / EXT

ரெங்கநாதன் தெருவில் ஆட்கள் நடமாட்டமற்ற காலை நேரம். குள்ள கணேசன் வெற்றுப் பார்வையுடன், கண்கள் கலங்கியபடி தோளில் ஒரு பை மாட்டிக்கொண்டு நடந்து வருகிறான். எதிரே குப்பை மூட்டையுடன் வந்த பாய் மற்றும் ஒருவர். குள்ள கணேசனிடம்

பாய்:

என்ன கணேசா... குழந்த பொறந்தாச்சுன்னு சொன்னாங்க...

கணேசன் கண்கலங்கி பாயைப் பார்க்கிறான். நெஞ்சில் கை வைத்து

பாய்:

என்னால ஆஸ்பித்திரிக்கு வர முடியல, (கை காட்டி) இப்ப எப்படி இருக்கா...

கணேசன் பதில் எதுவும் சொல்லாமல், தேம்பி அழுது கண்களைத் துடைத்துக்கொண்டு போய்விடுகிறான். சின்னம்மா பின்னால் குழந்தையை தூக்கிக்கொண்டு நடந்துவர, அவளைப் பார்த்த பாய் சின்னம்மாவிடம்

பாய்:

(ஆச்சர்யமாக) சின்னம்மா, என்ன புள்ள அதுக்குள்ள வந்துட்ட?

சின்னம்மா:

ஏன் பாய்...

பாய்:

எங்க புள்ளய காட்டு...

சின்னம்மா:

(தனித்து குழந்தையை காட்டி) பாருங்க பாய் என் குழந்தய...

குழந்தையின் காலைப்பார்த்த பாய் அதிர்ச்சியாகி, பக்கத்தில் நின்றவனைப் பார்க்கிறார். அவன் ஆமாம் என்பதுபோல் தலையாட்டுகிறான். குழந்தை அழ, குழந்தையை ஆட்டியபடியே

சின்னம்மா:

என்னடா, என்னடா, என்னடா செல்லம்...

அவர்கள் செய்கை செய்துகொள்வதை பார்த்த சின்னம்மா பாயிடம்

சின்னம்மா:

என்ன பாய்?

பாய்:

கொழந்த...

சின்னம்மா:

கொழந்த அவர மாதிரியே இல்ல பாய்... பாருங்க...

பாய்:

அவன மாதிரிதான் இருக்கு... (நடுங்கும் குரலில்) குள்ளமா, கை காலெல்லாம் வளஞ்சி போயி...

சின்னம்மா:

பாய் நான் அவர மாதிரிதான் கொழந்த பொறக்கணும்னு! வேண்டிக்கிட்டேன் பாய்...

பாய்:

(அதிர்ச்சியாகி) என்ன புள்ள சொல்ற?

சின்னம்மா:

இதே தெருல நான் தரங்கெட்டுத் திரிஞ்ச பொண்ணு பாய், இன்னக்கி இவரோட சேந்து மானத்தோட வாழ்ந்துக்கிட்டு இருக்கேன்,. இதே கை, காலுமா நல்லபடியா புள்ள பொறந்தா நான் எவன்கூடவோ படுத்துப் பெத்தேன்னுதானே

சொல்லுவாங்க பாய்...

பாய் ஆமாம் என தலையாட்டுகிறார்.

சின்னம்மா:

ஆனா இப்ப யாரும் சொல்லமாட்டாங்கல்ல பாய், இப்ப குள்ள கணேசன் புள்ளன்னுதானே சொல்லுவாங்க பாய்...

சின்னம்மாவைப் பார்த்து பாய் பெருமிதமாக தலையாட்டுகிறார். சின்னம்மா குழந்தையைக் கொஞ்சுகிறாள். முத்தம் கொடுத்து,

சின்னம்மா:

செல்லம், என் செல்லக்குட்டி, என் அம்முக்குட்டி,

(சந்தோஷமாக) பாய் என் புள்ளய பாரு பாய்...

பாய் கண்கள் கலங்கி குழந்தையை வாழ்த்துகிறார். கீ கொடுத்தால் சுற்றும் பொம்மையை ஒரு வியாபாரி கீ கொடுத்து சுற்றிக்காட்டுகிறார்.

- cut to -

காட்சி: 85

ரெங்கநாதன் தெரு: DAY / EXT

செந்தில்முருகன் ஸ்டோர்ஸ்க்கு பணியாளர்கள் கூட்டமாக வந்துகொண்டிருக்க, அந்தக் கூட்டத்தின் நடுவே கனியும், லிங்குவும் அருகருகே நடந்து வருகின்றனர். நடந்து வந்தபடியே கனியிடம்

லிங்கு:

என்ன கனி, உன் தங்கச்சிய மாதவரத்துக்கு அனுப்பிட்டியா?

கனி:

(சந்தோஷமாக தலையாட்டி) ம்... நாலு நாள் பொண்ணுங்களோட சந்தோஷமா இருந்தா, நீ வாங்கிக் குடுத்த சுடிதாரைத்தான் ஆசயாப் போட்டுக்கிட்டு போனா...

லிங்கு அமைதியாகக் கேட்டுக்கொண்டு வருகிறான். அவன்மீது

கனி voice over:

ப்ச்... எனக்குதான் அவள விடவே மனசு இல்ல...

லிங்கு அமைதியாகக் கேட்டுக்கொண்டு வருகிறான்.

கனி:

என்ன பண்றது, வேலைக்கு போகணும்ல... ஆனா உன்னதான் யாரு, யாருன்னு (லிங்குவை மேலும் கீழும் சிரித்தபடி பார்த்து) கேட்டுக்கிட்டே இருந்தா...

லிங்கு:

(ஆர்வமாக) நீ என்ன சொன்ன?

பதில் சொல்லாமல் லிங்குவை மேலும் கீழும் பார்த்து தனக்குள் சிரித்துக்கொள்கிறாள். அவள் மீது,

லிங்கு voice over:

ஏய் கேக்கேன்ல, என்ன சொன்ன?

கனி வெட்கப்பட்டுக்கொண்டே லிங்குவைப் பார்த்து கண்ணால் சிரித்துக்கொண்டே,

கனி:

சிரிச்சேன்...

கனி லிங்குவை சிரித்தபடி பார்க்கிறாள். லிங்கு திருப்தியாக சிரித்தபடி கனியைப் பார்க்கிறான். கனி லிங்குவைப் பார்த்து தனக்குள் சிரித்துக்கொண்டே நடந்துவருகிறாள். பாப்கார்ன் மெஷினிலிருந்து, பாப்கான் வெந்து பொங்கிக்கொண்டு வருவது காட்டப்படுகிறது.

- cut to -

காட்சி: 86

செந்தில்முருகன் ஸ்டோர்ஸ்: DAY / EXT & INT

கஸ்டமர் கூட்டம் இறங்கிக்கொண்டிருக்க, அவர்களுக்கு நடுவில் மாரி தலையில் ஒரு ப்ளாஸ்டிக் ட்ரேவுடன் சந்தோஷத்தில் கத்திக்கொண்டு

மாரி:

ஏ.ஏ.ஏஏஏஏ

மாரி கத்திக்கொண்டு வருகிறான். ரெங்கநாதன் தெருவில் மக்கள் நடமாட்டம் (12 frame - ல்) காட்டப்படுகிறது. மாரி சந்தோஷமாக கத்திக்கொண்டு மெஸ்ஸினுள் நடமாடும் சேல்ஸ்மேன்களைத் தள்ளிக்கொண்டு சாப்பிடும் இடத்திற்கு ஓடிவந்து டேபிளைத் தொட்டுநின்று மூச்சு வாங்கி, கைகளைத் தூக்கி

மாரி:

ஆஹா...ஹா...ஹா...

என பலமாக சிரிக்கிறான். அவனைப்பார்த்த ஒரு சேல்ஸ்மேன்,

சேல்ஸ்மேன்:

என்னடா மாப்ள?

மாரி எதுவும் சொல்லாமல் மீண்டும் சிரிக்கிறான்.

மற்றொரு சேல்ஸ்மேன்:

என்னலே ஆச்சு?

மாரி ஏதுவும் சொல்லாமல் கை காட்டியபடி மீண்டும் சிரிக்கிறான்.

மற்றொரு சேல்ஸ்மேன்:

ஏ, கருங்காலி மண்டய கிண்டய போட்டானோலே...

மற்றொரு சேல்ஸ்மேன்:

என்னலே சோஃபியா ஓ.கே சொல்லிட்டாளா,

எனக்கேட்டவனைப் பார்த்து காரித் துப்புகிறான். மீண்டும் பலமாகச் சிரித்துவிட்டு ஒரு பக்கம் கை காட்டி பலமாகச் சிரிக்கிறான். ஸ்நேகா பேனர் காட்டப்படுகிறது.

ஒரு சேல்ஸ்மேன்:

என்ன மாப்ளே பல்லியாலே...

மாரி:

(ஸ்நேகாவின் போட்டோவைக்காட்டி) ஏலே ஸ்நேகாலே...

ஒரு சேல்ஸ்மேன்:

(எழுந்து) ஏ ஸ்நேகாவுக்கு கல்யாணமாலே,

மாரி:

(அவனிடம் சென்று) அடிங் கொன்னுபுடுவேன், கொன்னு... விளம்பர ஷூட்டிங்காக ஸ்நேகா நம்ம கடைக்கு வராங்கலே...

G.வசந்தபாலன்

சேல்ஸ்மேன் கோரஸாக:

நெஜமாவாலே?

மாரி:

(கைகளை மேலே தூக்கி) ஆமாலே...

அனைவரும் எழுந்து கையைத்தூக்கி சந்தோஷத்தில் கத்துகிறார்கள். மெஸ்ஸைவிட்டு வெளியே ஓடிவருகின்றனர்.

- cut to -

காட்சி: 87

சேல்ஸ்மேன் தங்கும் விடுதி: DAY / INT

மாரி முன்னால் ஓடி வர, பின்னால் சேல்ஸ்மேன்கள் அனைவரும் தங்கும் விடுதிக்குள் ஓடிவருகின்றனர். ஓடிவந்தபடியே அனைவரும் சட்டையைக் கழற்றுகின்றனர். சேல்ஸ்மேன்கள் சோப்புப் போட்டுக் குளிப்பது காட்டப்படுகிறது. மாரி குளித்துவிட்டு தலை துவட்டுகிறான். Fair & lovely யை மாரி முகம் முழுக்க வைத்து தேய்க்கிறான். உள்ளங்கையில் பவுடரைக் கொட்டி முகத்தில் அப்பிக்கொள்கிறான். மாரி மஞ்சள் கலர் கார்கோ பேன்ட் போடுகிறான். மஞ்சள் கலர் சட்டையைப் போடுகிறான். சட்டை போட்டுவிட்டு சிரித்துக்கொண்டே சுவற்றில் ஒட்டப்பட்டிருக்கும் ஸ்நேகாவின் ஸ்டில்லைப் பார்க்கிறான்.

- cut to -

காட்சி: 88

செந்தில்முருகன் ஸ்டோர்ஸ்: NIGHT / EXT & INT

ஸ்நேகா:

அள்ளிக்கோ, அள்ளிக்கோ, அள்ளிக்கோ...

ஸ்நேகா டான்ஸ் மாஸ்டர் ப்ராக்டிஸ் கொடுக்க, குரூப் டான்ஸருடன் ரிகர்ஸல் நடந்துகொண்டிருக்கிறது. விளம்பரப் படப்பிடிப்புக் குழுவினர் பரபரப்பாக வேலை பார்த்துக்கொண்டிருக்கின்றனர்.

டைரக்டர்:

மேடம் கொஞ்சம் தள்ளிக்குங்க... ஏய்... மூவ்...மூவ்... மானிட்டர் ரெடி, மானிட்டர்...

டைரக்டர் வேலை பார்க்கும் ஆட்களை கடந்து வந்து மானிட்டரில் அமர்ந்து,

டைரக்டர்:

டேக் போலாமா மாஸ்டர் ரெடி...

ஸ்நேகாவை வேடிக்கை பார்த்துக்கொண்டிருந்த கமலம், சோஃபியா, மற்றும் இரண்டு சேல்ஸ்கேர்ள்ஸ் சந்தோஷமாக ஆடியபடியே

கமலம், சோஃபியா கோரஸாக:

அள்ளிக்கோ, அள்ளிக்கோ, அள்ளிக்கோ...

வேடிக்கை பார்த்துக்கொண்டிருந்த கனி மேல் மோதுகின்றனர். எரிச்சலுடன்

கனி:

அடச்சீ...

மாரி கையில் ஒரு நோட்டுடன் வாயைப்பிளந்து ஸ்நேகாவை மேலும் கீழும் பார்த்துவிட்டு அருகில் நின்று பார்த்துக்கொண்டிருந்த லிங்குவிடம்,

மாரி:

(வாயைப் பிளந்தபடியே) அய்யோ மாப்ள ஸ்நேகாலே...

டான்ஸ் மாஸ்டர் குரூப் டான்ஸர்ஸ்க்கு ப்ராக்டிஸ் கொடுத்துக் கொண்டிருக்க, ஸ்நேகா கண்ணாடி பார்த்துவிட்டு தன் உதவியாளரிடம்

ஸ்நேகா:

இந்தாப்புடி...

என்று கொடுக்கிறாள். டைரக்டருடன் வரும் அண்ணாச்சி, கையெடுத்துக் கும்பிட்டு,

அண்ணாச்சி:

நல்லாருக்கியாம்மா?

ஸ்நேகா:

(கையெடுத்துக் கும்பிட்டு) நீங்க எப்படி இருக்கீங்க?

அண்ணாச்சி:

நல்லாருக்கேன்... போன விளம்பரம் மாதிரியே, (கை காட்டி) இந்தத் தடவயும் நல்லா பண்ணிக்குடுக்கணும்மா...

ஸ்நேகா:

(சிரித்துக்கொண்டே) கண்டிப்பா, கண்டிப்பா

அண்ணாச்சி:

(கையெடுத்துக் கும்பிட்டு) நல்லது...

அண்ணாச்சி அங்கிருந்து கிளம்பி இந்தப் பக்கம் வர, உடன் கருங்காலி வருகிறான். கூலிங்க்ளாஸை தலையில் ஏத்திவிட்டு பலமாக சிரித்தபடி அண்ணாச்சியிடம்

டைரக்டர்:

(ஆடிக்கொண்டே) என்ன அண்ணாச்சி டேக் போயிரலாமா?

அண்ணாச்சி:

ஸ்நேகா சேலயே சரியில்லயேய்யா...

டைரக்டர்:

(நின்று கை காட்டி) ஸ்நேகா சேல சரியில்லயா, (வாய்விட்டுச் சிரித்துவிட்டு) **fine blind** அண்ணாச்சி, **beautifull color**... உங்க கடையில் எடுத்தது அண்ணாச்சி...

அண்ணாச்சி:

(கை காட்டி) நம்மகடையப் பத்தியே உங்களுக்கு எதுவும் தெரியல, வர்றவங்கல்லாம் பொடவ கலர் பளிச்சின்னு இருக்கணும்னு எதிர்பார்ப்பாங்க...

டைரக்டர்:

No...no...no... ad film is all about color combo... அந்த செட் கலரப் பாருங்க, உங்க கலருக்கு ஏத்தமாதிரி உங்க சட்ட, ஸ்நேகா கலருக்கு ஏத்த மாதிரி அவங்க ஸாரி...

அண்ணாச்சி:

டைரக்டரே நான் சொன்னத செய்யுங்க... எனக்கு நாப்பது வருஷத்து அனுபவம்...

அண்ணாச்சி மானிட்டர் முன்னால் உள்ள சேரில் போய் உட்காருகிறார். அவர் பின்னால் ஒழுங்குகாட்டியபடி வந்த டைரக்டர், அண்ணாச்சி உக்காந்து திரும்பியதும் இளித்துக்கொண்டு கையெடுத்து கூழைக் கும்பிடு போட்டு,

டைரக்டர்:

செஞ்சிரலாம் அண்ணாச்சி... (அண்ணாச்சியின் கன்னத்தை தொட்டு) சிரிங்க அண்ணாச்சி...

அண்ணாச்சி டைரக்டரின் கையைத் தள்ளிவிட்டு சிரிக்கிறார். டைரக்டர் திரும்பி கையைத் தூக்கியபடி

டைரக்டர்:

ஏய் காஸ்ட்யூம்... ப்ரைட்டா ஒரு கலர் எடு...

ஷூட்டிங் விளக்குகள் போடப்படுகின்றன. ஸ்நேகா ஒரு சிகப்புக் கலர் புடவையை பளிச்சென உடுத்திக்கொண்டு, மானிட்டர் முன்

அமர்ந்து அண்ணாச்சியுடன் பேசிக்கொண்டிருக்கும் டைரக்டரிடம் வந்து,

ஸ்நேகா:

டைரக்டர் ஓ.கே.வா?

டைரக்டர் எழுந்து ஆச்சர்யமாக ஸ்நேகாவைப் பார்த்து

டைரக்டர்:

ஓ... வாவ், **beutifull**, *(கைகளைக் குவித்து)* ப்ச்...

டைரக்டர் முத்தம் கொடுப்பதுபோல் உதட்டை குவித்து, ஸ்நேகாவை கை காட்டி

டைரக்டர்:

Go... go... *(அண்ணாச்சியிடம் திரும்பி)*

என்ன அண்ணாச்சி எப்படி இருக்கு?

அண்ணாச்சி:

(ஸ்நேகாவை கை காட்டி) இப்ப பளிச்சின்னு இருக்கு பாத்தியளா...

டைரக்டர்:

அப்ப என்ன, டேக் போயிரலாமா?

அண்ணாச்சி:

ஒரு மானிட்டர் பாத்துடலாம்...

டைரக்டர் முகத்தைக் கடுப்பாக சுளித்துக்கொள்கிறார். ஸ்நேகா குரூப் டான்ஸருடன் டான்ஸ் ஆடுகிறார்.

ஸ்நேகா:

அள்ளிக்கோ, அள்ளிக்கோ, அள்ளிக்கோ...

அதைப் பார்த்துக்கொண்டிருந்த கமலம், சோஃபியா, கனி, மாரி, லிங்கு அவர்களும் சேர்ந்து பின்பாட்டு பாடுகின்றனர். மாரி வாயைப் பிளந்தபடியே ஸ்நேகாவைப் பார்த்துக்கொண்டிருக்கிறான். ஸ்நேகா குரூப்புடன் டான்ஸ் ஆடுகிறார். அண்ணாச்சியிடம்

டைரக்டர்:

என்ன அண்ணாச்சி, டேக் போலாமா?

அண்ணாச்சி:

அய்யய்ய, டான்ஸ் மூவ்மென்ட்டே சரியில்லயே...

டைரக்டர் கோவமாகி எதுவும் சொல்ல முடியாமல் மென்று விழுங்குகின்றார்.

அண்ணாச்சி:

என்ன இப்படி மூடிக்கிட்டு வரா, சரோஜாதேவி மாதிரி நல்லா முந்திய விரிச்சி ஆடச்சொல்லுங்க டைரக்டரே...

டைரக்டர் சரி என்பதுபோல் கை காட்டுகிறார். டான்ஸ் மாஸ்டர் ஸ்நேகாவுக்கு ஒரு துப்பட்டாவை முந்தானைபோல் விரித்து ஆடிக்காட்டுகிறார். பின்னால் நின்று கொண்டிருந்த கருங்காலி, அண்ணாச்சியிடம் குனிந்து பணிவாக

கருங்காலி:

அண்ணாச்சி...

அண்ணாச்சி:

(திரும்பி) ம்...

கருங்காலி:

டைரக்டர் மாதிரி, புதுசு, புதுசா ஐடியா குடுக்குறீங்கலே... *(அண்ணாச்சி சிரிக்க)* பேசாம அடுத்த விளம்பரத்த, நீங்கலே டைரக்ட் பண்ணிடலாம்...

சொல்லிவிட்டு கருங்காலி சிரிக்க, அண்ணாச்சி சிரித்து விட்டுத் திரும்புகிறார். டைரக்டர் கையில் மைக்குடன் யோசித்துக்கொண்டிருக்கிறார். அவரிடம் திரும்பி

அண்ணாச்சி:

டைரக்டரே இவன் என்ன சொல்றான் கேட்டீயளா?

டைரக்டர்:

(என்ன என்பதுபோல்) ஆங்...

அண்ணாச்சி:

அடுத்த விளம்பரத்த நானே டைரக்ட் பண்ணலாம்னு சொல்றான்...

டைரக்டர்:

(பயந்து) அய்யோ அண்ணாச்சி...

அண்ணாச்சி:

பயப்படாதீங்க டைரக்டரே, நீங்களே பண்ணலாம்... அடுத்தவன் பொழப்புல மண்ணள்ளிப் போடுவனா...

டைரக்டர்:

(நிம்மதியடைந்து) ஓ... **thank god...** *(ஸ்நேகாவைப் பார்த்து)* **ready take...**

ஸ்நேகா குரூப் டான்ஸருடன் டான்ஸ் ஆடுகிறார்.

ஸ்நேகா:
அள்ளிக்கோ, அள்ளிக்கோ, அள்ளிக்கோ... அள்ளிக்கோ அடக்க விலையில் அள்ளிக்கோ,

ஸ்நேகா ஒரு மறைவிலிருந்து மடிசார் மாமிபோல புடவை கட்டி டான்ஸ் ஆடிக்கொண்டே

ஸ்நேகா:
புதுப்புது டிசைன்களில் அள்ளிக்கோ...

ஸ்நேகா ஆடிக்கொண்டிருக்கும்போது, ஸ்நேகாவின் நெத்திச்சுட்டி கீழே விழுந்துவிடுகிறது. மாரி இடையில் புகுந்து,

மாரி:
Cut... cut...

டைரக்டர்:
(மைக்கை காட்டி) Idiot...

அண்ணாச்சி கோபமாக எழுந்து மாரியைக் கை நீட்டி,

அண்ணாச்சி:
நீ எதுக்குலே cut சொன்ன, சவத்து மூதி...

மாரி:
அண்ணாச்சி...

மாரி கீழே வைக்கப்பட்டுள்ள லைட்டைத் தாண்டிப் போய் கீழே குனிந்து நெத்திச் சுட்டியை எடுத்து அண்ணாச்சியிடம் காட்டி,

மாரி:
ஸ்நேகாக்கா நெத்திச்சுட்டி கீழ விழுந்துடிச்சி அண்ணாச்சி...

ஸ்நேகா சிரிக்கிறாள்.

அண்ணாச்சி:
சரி குடுலே...

மாரி:
(ஸ்நேகாவிடம் கொடுத்து) இந்தாங்க அக்கா...

ஸ்நேகா:
(வாங்கிக்கொண்டு) thank you...

மாரி:
(பணிவாக) no mention...

ஸ்நேகா மறுபடியும் டான்ஸ் ஆடுகிறாள்.

G.வசந்தபாலன்

ஸ்நேகா:

நெஞ்சில் உள்ளத நீ அள்ளிக்கோ,

ஆஹா செந்தில் முருகனில் அள்ளிக்கோ...

அள்ளிக்கோ. அள்ளிக்கோ, அள்ளிக்கோ...

வெளியே படப்பிடிப்பு யூனிட் வண்டி நின்றுகொண்டிருக்கிறது. ஆட்கள் வேலை பார்த்துக் கொண்டிருக்கின்றனர். டான்ஸ் மாஸ்டர் குரூப் டான்ஸர்களுடன் ரிகர்ஸல் பண்ணிக்கொண்டிருக்கிறார். ஸ்நேகா ஒரு சேரில் அமர்ந்து விசிறியபடி புத்தகம் படித்துக்கொண்டிருக்கிறார். பின்னால் நின்று மாரி, கனி, லிங்கு அனைவரும் ஸ்நேகாவைப் பார்க்க முண்டியடித்துக்கொண்டிருக்க, செக்யூரிட்டி, மற்றும் ஸ்நேகாவின் உதவியாளன் அவர்களைத் தடுத்துக்கொண்டிருக்கிறார். அவரிடம் மாரி கெஞ்சியபடி,

மாரி:

எண்ணே... எண்ணே... ஒரே ஒரு தடவ சொல்லுண்ணே...

ஸ்நேகா அவர்களை திரும்பிப் பார்க்கிறார். ஸ்நேகாவைப் பார்த்து மாரி,

மாரி:

ஸ்நேகாக்கா, நான்தான் நெத்திச்சுட்டி...

ஸ்நேகா:

(உதவியாளனிடம்) **சரி அனுப்பு...**

மாரி:

ஏ அவிகளே சொல்லிட்டாவலே...

மாரி ஓடிவந்து கையில் வைத்திருந்த நோட்டை ஸ்நேகாவிடம் காட்டி

மாரி:

அக்கா, நான் உங்களோட பயங்கரமான ஃபேன்க்கா, *(ஸ்நேகா சிரிக்கிறாள்)* **இந்தக் கடையிலதான் வேல பாக்கேன்க்கா... அய்யோ, சிரிக்கியலே... சிரிக்கியலே... இந்த சிரிப்புக்கு தமிழ்நாட்டையே எழுதி வக்கலாம்க்கா...** *(ஸ்நேகா மீண்டும் வாய்பொத்திச் சிரிக்கிறாள்)* **அய்யோ சிரிக்கீயலே, எப்படி சிரிக்காக பாரு... அக்கா உங்ககிட்ட காட்டணும்னு இந்த ஆல்பத்த எடுத்துக்கிட்டு வந்திருக்கேன்க்கா...**

மாரி ஸ்நேகாவிடம் நோட்டைக் கொடுக்க, அதை வாங்கி ஸ்நேகா பிரித்துப் பார்க்கிறாள். ஒவ்வொரு படமாகப் பார்க்கிறாள். பின்னால் கனி, லிங்கு, மற்றும் பணியாளர்கள் வேடிக்கை பார்த்துக் கொண்டிருக்கின்றனர்.

மாரி:

இது உங்க மொத படத்தோட ஸ்டில், *(நோட்டில் நிறைய போட்டோக்கள் ஒட்டப்பட்டிருக்க)* தினத்தந்தில உங்க வாழ்க்க வரலாறு வந்துச்சுல்ல, அப்ப வெட்டி ஒட்டுனது...

ஸ்நேகா:

ஆஹாம்... ஆங்...

மாரி:

கொழந்தயில எப்படி சிரிக்கீய பாருங்க... *(ஒரு போட்டோவைக் காட்டி)* இது சார்ஜா க்ரவுண்ட்ல கவுன் போட்டு ஸ்டைலா போஸ் குடுத்தது... நீங்க ரொம்ப அழகா இருக்கீங்க சுஹாசினி அக்கா...

ஸ்நேகா:

சுஹாசினியா?

மாரி:

ஆங்... உங்களுக்கு வெச்ச பேரு சுஹாசினிதானே,

ஸ்நேகா:

ஆமா...

மாரி:

சுஹான்னு கூப்பிட்டாக்கூட உங்களுக்கு புடிக்குமே, எனக்குத் தெரியுமே...

ஸ்நேகா:

(ஆல்பத்தை பார்த்தபடி) தம்பி இந்த ஆல்பத்த நான் வச்சுக்கலாமா?

மாரி:

அய்யோ எடுத்துக்கிடுங்க, எடுத்துக்கிடுங்க... உங்களுக்கு இல்லாததா...

மாரி பின்னால் லிங்குவைப் பார்த்துவிட்டு ஸ்நேகாவிடம்,

மாரி:

அக்கா ஒரு ஸ்மால் ரிக்வஸ்ட்...

ஸ்நேகா:

சொல்லுங்க...

மாரி:

எங்க பயலுவோல்லாம் உங்ககிட்ட ஆட்டோ கிராஃப் வாங்கணும்னு நிக்கானுவோ... *(கெஞ்சியபடி)* க்கா, ப்ளீஸ்க்கா...

ஸ்நேகா:

ம், கூப்பிடுங்க...

மாரி லிங்குவை அழைத்து வர, உடன் கனியும் வருகிறாள். ஸ்நேகாவிடம் லிங்குவை அறிமுகப்படுத்தி

மாரி:

எக்கா, இது லிங்குக்கா என் ஃப்ரண்டுக்கா...

ஸ்நேகா:

(லிங்குவை பார்த்து) ஹாய்...

மாரி கனியைக் காட்டி ஸ்நேகாவிடம்,

மாரி:

இது கனி என் ஃப்ரண்ட்...

ஸ்நேகா:

(கனியைப் பார்த்து) ஹலோ...

சோஃபியாவைக் காட்டி,

மாரி:

இது சோஃபி, இவங்க எல்லாம் என் பெஸ்ட் ஃப்ரண்ட்க்கா...

ஸ்நேகா:

(சோஃபியாவைப் பார்த்து) ஹாய்...

அனைவரும் ஸ்நேகாவுடன் சேர்ந்து போட்டோ எடுத்துக் கொள்கின்றனர். இரண்டு செக்யூரிட்டி இரண்டு பக்கமும் நிற்கின்றனர். மீண்டும் டான்ஸ் ப்ராக்டிஸ் நடைபெற்றுக் கொண்டிருக்கிறது. டைரக்டர் மேற்பார்வையிடுகிறார். சேல்ஸ்மேன்கள் நின்று வேடிக்கை பார்க்கின்றனர். சேல்ஸ்மேன்களுக்கிடையில் கனியும், லிங்குவும் நின்று கொண்டிருக்கின்றனர். லிங்கு கனியின் தோளைத் தொட்டுக் கூப்பிட, கனி திரும்பிப் பார்க்கிறாள். அவளிடம் பின்னால் ஃப்ளோரைக்காட்டி மெதுவான குரலில்

லிங்கு:

வா...

கனி:

எதுக்கு?

லிங்கு:

ஏய் வாங்குறேன்ல...

கனி:

முடியாது போ...

லிங்கு கனியை இடித்துவிட்டு ஃப்ளோருக்குப் போகிறான். கனி திரும்பி கை காட்டி

கனி:
அங்கல்லாம் முடியாது...

கனி டான்ஸைப் பார்க்கிறாள். லிங்கு மாடிப்படியேறி திரும்பிப் பார்க்கிறான். கனியும் அவனைப் பார்க்கிறாள். கனி உதட்டில் கை வைத்து யோசிக்கிறாள்.

- cut to -

காட்சி: 89
செந்தில்முருகன் ஸ்டோர்ஸ்: NIGHT / INT

கனி மெதுவாகத் திரும்பி பார்த்துக்கொண்டே வந்து, மாடிப்படி வந்ததும் வேகமாக ஏறி ஃப்ளோருக்குள் வருகிறாள். ஒரே இருட்டாக இருக்கிறது. லிங்குவைத் தேடியபடியே

கனி:
லிங்கு... லிங்கு... லிங்...

லிங்கு பக்கவாட்டிலிருந்து கனியை இழுத்துக் கட்டிக்கொள்கிறான். லிங்கு கனியை கட்டிக்கொண்டு கன்னம், நெற்றி என இடத்திலும் முத்தம் கொடுத்து கடைசியாக உதட்டில் முத்தம் குடுக்கும்போது, கனி அவன் உதட்டைக் கையால் வைத்து தள்ளிவிட்டு ஓடுகிறாள். அவள் பின்னால் லிங்கு கெஞ்சியபடியே போகிறான்.

கனி:
ஸ்நேகாவப் பாத்து வழிஞ்சிக்கிட்டு இருந்த?

லிங்கு:
ஸ்நேகா அழகா இருந்தாங்கல்ல...

கனி கவுன்ட்டரின்மேல் அமர்கிறாள். லிங்குவும் அருகில் அமர்கிறான். அவன் கன்னத்தில் கையால் குத்தி,

கனி:
அழகா இருந்தா அவக் கூடவே பேச வேண்டியதுதானே... என்ன எதுக்கு கூப்பிட்ட...

லிங்கு:
(கனியின் கன்னத்தருகே வந்து) கனியிருப்ப காய்கவர்ந்தற்று...

கனி:
(முகத்தை சுளித்து) ஆங்... என்னது...

G.வசந்தபாலன்

லிங்கு:

கனி மாதிரி ஒரு அழகான புள்ள ஒட்டி ஓராசிக்கிட்டு இருக்கும்போது, காய் மாதிரி இருக்க ஸ்நேகாவ போய் பாப்பனா...

கனி:

(லிங்குவின் கன்னத்தில் செல்லமாக அடித்து) பொய் சொல்லாதலே...

கனி கவுன்ட்டரிலிருந்து இறங்கி நடந்து வருகிறாள். லிங்குவும் இறங்கி அவள் தோளில் கை போட்டு நடந்து வருகிறான்.

கனி:

என்னைவிட ஸ்நேகா அழகாதான் இருந்தாங்க...

என்று கனி லிங்குவின் கையை தன் தோளிலிருந்து எடுத்து விடுகிறாள்.

லிங்கு:

அதத்தான் நானும் சொன்னேன்...

கனி:

அத நீ சொல்லக்கூடாது...

என்று கனி லிங்குவை கன்னத்தில் பொய்க்கோபத்துடன் கிள்ள, கவுன்ட்ரில் சாய்ந்து

லிங்கு:

சரிப்பா நான் சொல்லலே...

கனி:

ம்...

கனி நடக்கிறாள்.

லிங்கு:

இந்த புள்ளவோளுக்கு இருக்குதே...

கனி கையை முறுக்கிக்கொண்டு அடிக்கப்போவது போல்

கனி:

என்ன இருக்கு, என்ன இருக்கு... என்ன இருக்கு?

லிங்கு:

(கவுன்ட்டரில் உள்ளே போய்) ஒன்னும் இல்ல... ஒன்னும் இல்ல...

கனி நடந்து போக, லிங்கு பின்னால் அவளை அடிப்பதுபோல் செய்கை காட்டிவிட்டு கனியின் தோளைத்தொட, கூச்சத்தால் கனி சிரித்துக்கொண்டு நெளிகிறாள். இருவரும் கவுன்ட்டரில்

அமர்கின்றனர். லிங்கு அவள் கன்னத்தருகே செல்ல, கனி கையால் லிங்குவைத் தடுத்து

கனி:

என்ன?

லிங்கு:

ஒன்னும் இல்ல...

லிங்கு மீண்டும் கனியை உரச,

கனி:

என்னலே உரசுற...

லிங்கு:

இல்ல வந்து,

கனி:

என்ன வந்து?

லிங்கு:

இல்ல...

கனி:

என்ன இல்ல...

லிங்கு கனியை நெருங்கி, நெருங்கி, நெருக்கமாகப் போகிறான். லிங்குவைத் தள்ளிவிட்டு

கனி:

ச்சீ...

கனி சிரிக்கிறாள்.

கருங்காலி voice over:

வாங்க வந்து என்ன வேணா எடுத்துக்குங்க...

கருங்காலியின் குரல் கேட்டுக் கனி திடுக்கிட்டு குரல் வந்த திசையைப் பார்க்கிறாள். லிங்குவும் பயந்துபோய் பார்க்கிறான். இருவரும் கவுன்ட்டரின் பின்னால் இறங்கி பதுங்கிக்கொள்கின்றனர். கருங்காலி இருட்டில் விளம்பரக் குழுவினரை அழைத்துக்கொண்டு ஃப்ளோரினுள் வருகிறார். அவர்களிடம்,

கருங்காலி:

சட்ட, பேன்ட்டு... அப்பறம் நீங்க கேட்ட பொம்மங்க, ஹேங்கர் கூட இருக்கு...

லிங்குவும், கனியும் மண்டியிட்டபடியே பயந்து பின்னால் போகின்றனர். கூட்டத்துடன் வந்த கருங்காலி ஒரு உதவியாளனிடம்,

கருங்காலி:

ஏலே மாரி,

மாரி:

அண்ணாச்சி...

கருங்காலி:

லைட்டெல்லாம் போடு...

மாரி:

சரி அண்ணாச்சி...

மாரி ஓடிவந்து கவுன்ட்டருக்கு அந்தப்பக்கம் இருந்த லைட்டைப் போடுகிறான். லைட்டைப் போட்டதும் ஃப்ளோர் வெளிச்சம் பெற, கனியும், லிங்குவும் கவுன்ட்டருக்கு கீழே பயத்தில் தவழ்ந்தபடியே போகின்றனர். வந்தவர்களிடம்,

கருங்காலி:

ஹலோ அசிஸ்டென்ட் சார், (ஃப்ளோரைக்காட்டி) உங்களுக்கு என்ன வேணுமோ எடுத்துக்குங்க சார்...

தனது உதவியாளர்களிடம்,

அசிஸ்டென்ட்:

முரளி,

முரளி:

சார்...

அசிஸ்டென்ட்:

(ஃப்ளோரின் ஒரு பக்கம் கை காட்டி) அந்த பிங்க் எடுத்துக்கோங்க...

முரளி:

ஓ.கே... சார்... (எடுக்கப்போகிறான்)

அசிஸ்டென்ட்:

சோபன்

சோபன்:

சொல்லுங்க சார்... அந்த yellow எடுத்துக்கோங்க...

சோபன்:

சரிங்க சார்... (எடுக்கப்போகிறான்)

அசிஸ்டென்ட்:

ரமேஷ்...

ரமேஷ்:

சார்...

அசிஸ்டென்ட்:

அந்த 'ரெட்'ட எடுத்துக்கோங்க... அந்த 'விக்'க சரிபண்ணி எடுத்துக்கிட்டுவாங்க...

கருங்காலி மெதுவாக மாரியைக் கூப்பிட்டு மெதுவான குரலில் அவனிடம்

கருங்காலி:

போய் என்ன எடுக்காங்கன்னு பாரு...

கருங்காலி தனது உதவியாளனை அனுப்பிவிட்டு, ஒன்னும் தெரியாததுபோல் நிற்கிறான். கனியும், லிங்குவும் கவுன்ட்டரில் வேகமாக ஒரு மூலைக்குச் சென்று பதுங்கிக்கொள்கின்றனர். கருங்காலி எட்டி கவுன்ட்டரைப் பார்க்கிறான். லிங்குவும் ஒரு இடத்தில், கனி ஒரு இடத்தில் வியர்த்துப் போய் பயந்து பதுங்கியிருக்கின்றனர். விளம்பரக் குழுவினர் அவர்களுக்குத் தேவையான உடையுடன் பொம்மைகளை எடுத்துக்கொள்ள,

அசிஸ்டென்ட்:

அவ்ளோதான் போலாம் சார்...

கருங்காலி:

சரி, லே மாரி லைட்டெல்லாம் ஆஃப் பண்ணு...

மாரி:

சரி அண்ணாச்சி...

மாரி கவுன்ட்டரில் எக்கி லைட்டை ஆஃப் பண்ணுகிறான். கருங்காலி ஃப்ளோரைச் சுற்றிப் பார்க்கிறார். லைட் ஆஃப் பண்ணி ஃப்ளோர் இருட்டாக இருக்கிறது. நடந்து கிழே வந்தபடியே மாரியிடம்

கருங்காலி:

அப்பறம் மாரி,

மாரி:

அண்ணாச்சி...

கருங்காலி:

ஷூட்டிங் நடந்துக்கிட்டு இருக்கு, கண்ட பயலும் வந்துக்கிட்டு இருப்பானுக... ரெண்டு ஸேரிய களவாண்டு போனாக்கூட தெரியாது... (மாடிப்படியை காட்டி) இங்க ஒரு செக்யூரிட்டி நிக்கச் சொன்னேன்னு சொல்லு...

மாரி:

சரி அண்ணாச்சி...

கருங்காலி தனது உதவியாளனுடன் சென்றபிறகு, பயந்து போய் வேகமாக ஓடிவந்து லிங்குவும், கனியும் தப்பிப்பதற்காக பார்க்கின்றனர். மாடிப்படி ஓரம் உள்ள ஒரு மூட்டையில் லிங்கு வந்து விழுகிறான், கனியும் பின்னால் பயத்தில் ஓடிவந்து லிங்குவுடன் விழுகிறாள். ஒரு செக்யூரிட்டி சேர் ஒன்றை எடுத்துக்கொண்டு வந்து மாடிப்படி நடுவே போட்டு உட்காருகிறார். லிங்கு மெல்ல எட்டிப்பார்க்கிறான். செக்யூரிட்டி உட்கார்ந்திருக்கிறார். கனியும் எட்டிப்பார்க்கிறாள். லிங்கு கனியைப் பிடித்துத் தள்ளி விடுகிறான். அவள்போய் ஒரு மூட்டையில் விழுகிறாள். அழுதபடியே கைகளை உதறிக்கொண்டு,

கனி:

மாட்டிக்கிட்டோம்...

கனியின் வாயைப்பொத்தி,

லிங்கு:

ஏய், ஏய்...

கனி:

(அவன் கையை தள்ளிவிட்டு அழுதபடி) நல்லா மாட்டிக்கிட்டோம்...

லிங்கு:

(கெஞ்சியபடி) கத்தாத... அழாத புள்ள...

கனி:

ச்சீ...

லிங்கு கனியின் வாயைப் பொத்துகிறான், அவள் தள்ளிவிடுகிறாள். (time lapse) சற்று நேரம் கழித்து லிங்கு பதற்றமாகப் பார்க்கிறான். கனி அழுது ஓய்ந்து நகம் கடித்தபடி யோசிக்கிறாள். லிங்கு மெதுவாக செக்யூரிட்டி உட்கார்ந்திருக்கும் இடத்தை எட்டிப்பார்க்கிறான். செக்யூரிட்டி கொட்டாவிவிடுகிறார். லிங்குவும் கனியும் அமைதியாக அதே இடத்தில் அமர்ந்திருக்கின்றனர். (time lapse shots) கனி உற்றுக் கவனிக்கிறாள். எதுவும் சத்தம் கேட்காததால் லிங்குவின் தொடையில் தட்டி

கனி:

லிங்கு பாறேன்...

லிங்கு:

ம்...

கனி:
> ஒரு சத்தத்தயும் காணும்...

லிங்கு:
> ஆமா...

லிங்கு எழுந்து போய் மெல்ல செக்யூரிட்டி உட்கார்ந்திருந்த இடத்தைப் பார்க்கிறான். அங்கு சேர் மட்டும் கிடக்கிறது. இருவரும் இறங்கி வேகமாக ஓடுகின்றனர். ஷூட்டிங் நடந்த ஃப்ளோர் காலியாக இருட்டாக இருக்கிறது. லிங்கு கனியின் கையைப் பிடித்துக்கொண்டு தரைத்தளத்திற்கு வருகிறான். அப்போதுதான் ஷட்டரை மூடிப் பூட்டுகின்றனர். பயத்தில் கத்தி

கனி:
> மாட்டிக்கிட்டோம்...

லிங்கு:
> ஏய்... ஷ்ஷ்ஷ்...கத்தாத...

கதவு வெளியில் பூட்டப்படும் சத்தம் கேட்கிறது. கனி அமைதியாக நிற்க, லிங்கு என்ன செய்வதென்று தெரியாமல் யோசித்து கனியின் கையைப்பிடித்து அழைத்து

லிங்கு:
> சரி வா, பின்னாடி போய் பார்ப்போம்...

லிங்கு கனியின் கையை பிடித்துக்கொண்டு ஷூட்டிங் நடந்த ஃப்ளோர் வழியாக, வேறொரு கதவைப் போய் தள்ள, அதுவும் பூட்டியிருக்கிறது. கனி அழுதுகொண்டே அங்கிருந்து ஷூட்டிங் நடந்த ஃப்ளோருக்குள் வந்து,

கனி:
> எல்லாம் உன்னாலதான்...

லிங்கு:
> (கெஞ்சியபடி) ஏய் கனி, கனி... அழாத கனி...

கனி ஷூட்டிங்க்காக வைத்திருந்த ஒரு தூணை கோவத்தில் அழுதபடி லிங்குவின்மேல் தள்ளிவிட, லிங்கு ஒதுங்கிக்கொள்ள

கனி:
> ச்சீ... என் மூஞ்சிலயே முழிக்காத...

லிங்கு பின்னால் கெஞ்சியபடி ஓடிவந்து

லிங்கு:
> ஏ அழாத புள்ள, ஏ அழாத புள்ள... ப்ளீஸ் கனி...

G.வசந்தபாலன்

கனி:

என் மானமே போப்போவுது... மாட்டுனோம்... நல்லா மாட்டுனோம்...

கனி பலூன் மாதிரி உள்ள ஒரு ஷூட்டிங் பல்ப் ஒன்றை எடுத்து லிங்குவின் தலையில் அடிக்கிறாள். லிங்கு கை வைத்து தடுத்துக்கொள்கிறான்.

கனி:

எல்லாம் உன்னாலதாண்டா...

லிங்கு:

(கெஞ்சியபடி) ப்ளீஸ் கனி, கனி, கனி, அழாத கனி...

கனி:

(கை நீட்டி) வேல போனா பிச்சதான் எடுக்கணும்...

லிங்கு:

(கெஞ்சியபடி) ப்ளீஸ் கனி, கனி, கனி, அழாத கனி...

கனி அழுதுகொண்டே ஓரிடத்தில் உட்காருகிறாள். லிங்கு அவளிடம் கெஞ்சுகிறான்.

கனி:

போ...

லிங்குவைக் கீழே தள்ளிவிடுகிறாள். லிங்கு போய் கீழேவிழுகிறான். அங்கிருந்த சிறிய மரத்துண்டுகளால் லிங்குவை அழுதுகொண்டே அடிக்கிறாள்.

கனி:

போ... போ... போய்த்தொல...

கனி கண்ணை மூடிக் கத்துகிறாள். லிங்கு எழுந்து அங்கிருந்து அமைதியாகப் போகிறான். கனி வாயைப்பொத்தி அழுகிறாள். போன லிங்கு திரும்பி கனியைப் பார்க்கிறான். அதைப்பார்த்த

கனி:

போடா...

கனி அதட்டலாக கத்துகிறாள். லிங்கு அமைதியாகப் போய்விடுகிறான். கனி தேம்பித்தேம்பி அழுகிறாள்.

- cut to -

பாடல் காட்சி

- cut to -

காட்சி: 90

செந்தில்முருகன் ஸ்டோர்ஸ்: DAY / EXT & INT

செந்தில்முருகன் ஸ்டோர்ஸ் ஷட்டர் திறப்பது காட்டப்படுகிறது. இருபுறமும் சூப்ரவைஸர்கள், மற்றும் வேலையாட்கள் நின்றுகொண்டிருக்க, ஒரு சாமியாரும் நின்றுகொண்டிருக்கிறார். காரிலிருந்து இறங்கிய அண்ணாச்சி கழுத்தில் கருங்காலி ஒரு சந்தன மாலையைப் போட்டு,

கருங்காலி:

பிறந்த நாள் வாழ்த்துகள் அண்ணாச்சி,

என்று அவர் காலில் விழுந்து

கருங்காலி:

ஆசீர்வாதம் பண்ணுங்க அண்ணாச்சி...

அண்ணாச்சி காலில் விழப்போன கருங்காலியைப் பிடித்து தடுத்து

அண்ணாச்சி:

ஏலே பவுனு... இரு, இரு...

ஒரு சூப்ரவைஸர் ஒரு மஞ்சப்பையை அண்ணாச்சியிடம் கொடுத்து

சூப்ரவைஸர்:

திருச்செந்தூர் பிரசாதம் அண்ணாச்சி...

அண்ணாச்சி:

(வாங்கிக்கொண்டு) அப்படியா...

எல்லோரும் அண்ணாச்சிக்கு வாழ்த்துகள் தெரிவிக்கின்றனர். அண்ணாச்சி வாழ்த்துகளை ஏற்றுக்கொண்டு உள்ளே வருகிறார். சாமியார் அண்ணாச்சியிடம் வாழ்த்துவதுபோல் கை காட்டி

சாமியார்:

வாழ்க வளமுடன்...

கனியை கையைப்பிடித்து அழைத்துக்கொண்டு மாடிப்படியேறி வந்த லிங்கு நின்று கனியிடம்

லிங்கு:

ஏ புள்ள, ஃப்ளோர் ஆள் வந்துட்டு, நீ போயிரு...

நான் படிக்கட்டு ஊட கீழ போயி,

குடோன் வழியா கடக்கி வந்துர்றேன்...

கனி:

(தலையாட்டி) ம்...

கனி படிக்கட்டு ஏற, லிங்கு இறங்கிப்போக, ஏறிய கனி நின்று திரும்பி லிங்குவைப் பார்த்து

கனி:

யோவ் இட்டமொழி...

லிங்கு:

(நின்று) என்ன புள்ள?

கனி வெட்கப்பட்டுக்கொண்டே ஆள்காட்டி விரலை லிங்குவை நோக்கி நீட்ட, லிங்கு நின்று சந்தோஷமாக ஏறிவந்து அவள் விரலுடன் தன் விரலை வைக்கிறான். இரு விரல்களும் தொட்டுக்கொள்கின்றன. லிங்கு இறங்கி கீழே போக, கனி ஏறி ஃப்ளோருக்கு வருகிறாள்.

- cut to -

காட்சி: 91

செந்தில்முருகன் ஸ்டோர்ஸ் மூன்றாவது ஃப்ளோர்: DAY / INT

சேல்ஸ்கேர்ள்ஸ் பேசிக்கொண்டிருக்க, கனி கவுன்ட்டருக்குள் தயக்கத்துடன் வர, பின்புலத்தில் ஒரு சேல்ஸ்கேர்ள் மற்றொரு சேல்ஸ்கேர்ளின் தலையில் கொட்டிவிட்டுப் போகிறாள். சோஃபியா க்ளீனரால் புடவைகளின் மேல் உள்ள தூசியை தட்டிக்கொண்டு இருக்கிறாள். கனி, சோஃபியா என்ன கேப்பாளோ என பயந்துகொண்டே, நகத்தைக் கடித்துக்கொண்டு கவுன்ட்டருக்குள் நுழைந்து உள்ளே வந்து தனது இடத்துக்குப் போகிறாள். அவளைப்பார்த்த

சோஃபியா:

ஏலா கனி நில்லு...

கனி:

(சாதாரணமாக முகத்தை சுளித்துக்கொண்டு) என்ன,

சோஃபியா:

நேத்து நைட்டு ஹோம்க்கு வந்தியாலா?

கனி:

(சோஃபியாவிற்கு தெரியாமல் விழிகளை உருட்டி) வந்தேனே...

சோஃபியா:

காலைலக்கூட பாக்கல...

கனி:

ஏய் லூஸு... காலைல பாத்ரூம்லருந்து துணி கேக்கும்போது (கை நீட்டி) நாந்தானே எடுத்துக் குடுத்தேன்...

சோஃபியா:

காலைல துண்டு கட்டிக்கிட்டுதானே பாத்ரூம் போனேன்...

ஒரு புடவையை எடுத்து கவுன்ட்டரில் வைத்து

கனி:

அது முந்தா நேத்துலா...

கனி சோஃபியா நம்பிவிட்டாள் என நினைத்து நாக்கைக் கடித்துக்கொள்கிறாள்.

சோஃபியா:

(வாயில் விரல்வைத்து யோசித்து) ஓ முந்தா நேத்தோ,

கனி:

ம்...ம்...

சோஃபியா:

இருக்கும்... இருக்கும்... நான்தான் மறந்துருப்பேன்...

கனி தனக்குள் சிரித்துக்கொள்கிறாள்.

- cut to -

காட்சி: 92

செந்தில்முருகன் ஸ்டோர்ஸ்: DAY / EXT

வாசலில் மாரி கூல்ட்ரிங்க் அடுக்கிக்கொண்டிருக்க, அங்கு வந்த லிங்கு சாதாரணமாக அங்கு இருந்த கூல்ட்ரிங் ட்ரேயை எடுத்து வைக்கிறான். அவனைப்பார்த்த,

மாரி:

(கை நீட்டி) மாப்ள நில்லு... நேத்து ராத்திரி நீ ஹோம்க்கு வந்தியா?

லிங்கு:

ஏலே, நீ மொதல்ல ஹோம்க்கு வந்தியாலே...

மாரி சிரித்துக்கொண்டே, கூல்ட்ரிங்க்ஸ் அடுக்கியபடி

மாரி:

இல்லலே, ஷூட்டிங் முடிஞ்சதும்... அப்படியே ஸ்நேகாக்கா கார ஃபாலோ பண்ணி, (சந்தோஷமாக) அவங்க வீட்டு அட்ரஸ கண்டு புடிச்சிட்டோம்ல...

லிங்கு:

அப்டியா...

மாரி:

(சட்டென சீரியஸாகி விரலைக்காட்டி) காலைலக்கூட உன்னய ஹோம்ல பாக்கலயே...

லிங்கு:

ஸ்நேகாவ பாத்த பெறவு எங்க மூஞ்செல்லாம் உனக்கு எப்படிலே தெரியும்...

மாரி:

ஆமாலே, யாரப்பாத்தாலும் ஸ்நேகாக்கா ஞாபகமாவே இருக்குலே,

லிங்கு:

இருக்கும், இருக்கும்...

கூல்டிரிங் ட்ரேயை எடுத்துப் பின்னால் வைத்துக்கொண்டே ஆடியபடி

மாரி:

அள்ளிக்கோ, அள்ளிக்கோ, அள்ளிக்கோ...

லிங்கு:

(ஃபிரிட்ஜைத் துடைத்தபடி)

உன் பேரைச் சொல்லும்போதே, உள் நெஞ்சில்...

லிங்கு பாட, மாரி உற்றுக் கவனித்து கை நீட்டி

மாரி:

இது என்ன பாட்டுலே...

லிங்கு:

(வெட்கப்பட்டு மாரியைத் தள்ளிவிட்டு) ஏலே போலே...

உள் நெஞ்சில் கொண்டாட்டம்...

கடைக்குள்ளிருந்து, முதல் நாள் இரவு ஷூட்டிங்குக்காக பயன்படுத்தப்பட்ட லைட்கள், ஹோர்டிங்க்ஸ், எல்லாம் (12 frameல்) எடுத்துச் செல்லப்படுகிறது. தரைத்தளத்தின் நடுவே பிள்ளையார் சிலை அலங்கரிக்கப்பட்டு, சாமியார் அமர்ந்திருக்க, அவர்முன் அண்ணாச்சி அமர்ந்து பூத்தூவி யாகம் செய்து கொண்டிருக்கின்றனர்.

- cut to -

காட்சி: 93

செந்தில்முருகன் ஸ்டோர்ஸ். மூனாவது ஃப்ளோர்: DAY / INT

கனி, சோஃபியா மற்றும் தோழிகள் கவுன்ட்டருக்குள் அமர்ந்திருக்கின்றனர். கிளீனரை கையில் வைத்துக்கொண்டு

கனி:

(நக்கலாக) கெழடு தட்டிப்போன வயசுல, அண்ணாச்சிக்கு பெறந்தநாளாம்...

அனைவரும் சிரிக்கின்றனர். குழந்தை அழும் சத்தம் கேட்கிறது. அதைக்கேட்டதும் இன்னும் சத்தமாக சிரிக்கின்றனர். மாராப்பிலிருந்து செல்ஃபோனை எடுத்தபடி

சோஃபியா:

ஒன்னும் இல்லலே, ரிங் டோன்...

ஒரு சேல்ஸ் கேர்ள்:

ரிங் டோன் வச்சிருக்குறத பாருலே...

சோஃபியா எடுத்து ஆன் பண்ணி

சோஃபியா:

ஹலோ...

நாகு **Phone voice:**

அக்கா! நான் நாகு பேசறேன்க்கா... எங்க அக்கா இருக்காங்களா?

சோஃபியா:

ஆங்... ஒரு நிமிஷம் இருலா...

சோஃபியா செல்ஃபோனை கனியிடம் கொடுத்து

சோஃபியா:

நாகு...

செல்ஃபோனை வாங்கிக்கொண்டு

கனி:

நாகு... (எழுந்து போனில்) ஹலோ சொல்லுப்பு...

கனி தனியாச் சென்றுவிட, அங்கு இருந்தவர்களிடம்

சோஃபியா:

எந்திரிச்சி போங்கலா, போய் வேலய பாருங்க...

தனியாக வந்த கனி போனில்,

கனி:

ஏய் என்னப்பு சொல்ற...

....

கனி:

ஏய் என்னலா?

கனி சோகமாக கவுன்ட்டரில் நின்று கொண்டிருந்த சோஃபியாவின் அருகில் செல்ஃபோனை வைக்க

சோஃபியா:

என்ன கனி?

கனி:

(சோகமாக) நாகு இன்னக்கே அஸ்ஸாம் போகப்போறாளாம்...

சோஃபியா:

அஸ்ஸாம்க்கா எதுக்கு?

கனி:

அந்த மாமியோட மவ அங்கதான் இருக்கா, அவளுக்கு அபார்ஷன் ஆயிட்டாம்... எல்லாரும் பாக்கப்போறாங்களாம்... அப்படியே நாகத்தையும் கொண்டுபோய், அங்கயே வீட்டு வேலைக்கு விட்டுட்டு வரப்போறாங்களாம்...

சோஃபியா:

(கவலையுடன்) அவ்ளோ தூரமா?

கனி:

எனக்கு பயமா இருக்கு சோஃபி... நான் எவ்ளோ சொல்லியும் கேக்க மாட்டேங்குறா... சின்ன புள்ள அவ்ளோ தூரம் போய்ட்டு என்ன பண்ணுவா... (அழுதபடி) எனக்கு ஒன்னுமே புரியல...

சோஃபியா:

பயப்புடாத புள்ள, அண்ணாச்சி பர்த்டே கொண்டாட்டமா இருக்கு, மொதல்ல போய் நீ அவளக் கூட்டிட்டு வா, மத்தத பெறவு பாத்துக்கலாம்...

கனி யோசிக்க,

சோஃபியா:

கௌம்பு, என்ன யோசிக்க... போ... போலா...

கனி:

(முடிவுக்கு வந்து கிளம்பி) சரி இப்ப என்னை யாரு கேட்டாலும் குடோன்ல இருக்கேன்னு சொல்லு,

கனி வேகமாக புறப்பட்டுப் போகிறாள்.

சோஃபியா:
சரி... நான் பாத்துக்கறேன்...

- cut to -

காட்சி: 93A

ரோடு: DAY / EXT

கனி ஆட்டோவில் போய்க்கொண்டிருக்கிறாள். டிரைவரிடம்
கனி:
அண்ணாச்சி கொஞ்சம் சீக்கிரமா போங்க,
சென்ட்ரல் ரயில்வே ஸ்டேஷன் காட்டப்படுகிறது.

- cut to -

காட்சி: 94

இரயில்வே ஸ்டேஷன்: DAY / EXT

இரயில்வே அறிவிப்புகள் கேட்டுக் கொண்டிருக்கிறது. எங்கும் ஒரே கூட்டமும் இரைச்சலுமாக இருக்க, கனியின் கண்கள் அங்கும் இங்குமாக அலைந்தபடியே இருக்கிறது. ரயில் ஒன்று கிளம்புவதற்கான ஹாரன் அடிக்க, கனி எந்த பயணப்பெட்டி என தெரியாமல் தவிக்க, கனிக்கு கண்கள் கலங்க ஆரம்பித்தன. கனிக்குப் பின்னாலிருந்து திடீரென நாகுவின் குரல்

நாகு voice over:
அக்கா...

கனி திரும்பிப் பார்க்க, நாகு ஒரு கவரையும் வாட்டர் பாட்டிலையும் கையில் வைத்துக்கொண்டு நிற்கிறாள்.

கனி:
நாகு, நல்லவேளை கரெக்டான நேரத்துல வந்துட்டேண்டி...

நாகு முகத்தில் பெரும் மகிழ்ச்சி, புன்னகையோடு,

நாகு:
வாக்கா, நல்லவேளை உன்ன பாத்துட்டேன்...

கனி:
(நாகுவின் கன்னத்தைப் பிடித்து) குட்டி, நீ எங்கேயும் போக வேண்டாம்டி... அக்காகூட வந்திருலா...

நாகு:
இல்லக்கா, நா பிரியப்பட்டுதான் போறேன்...

G.வசந்தபாலன்

கனி:

என்னட்டி சொல்லுறே, பேசாம வா...

கனி நாகுவின் கையைப் பிடித்து இழுக்க, நாகு வர மறுத்து அங்கேயே நிற்கிறாள்.

நாகு:

இல்லக்கா, அசாமில இருக்கிற காயத்ரி அக்கா, எம்மேல ரொம்ப பாசமா இருப்பாங்க... உடம்புக்கு முடியலையாம், எந்திரிக்கவே கூட முடியலையாம், ரெண்டு வயசுல ‘அகில்’னு ஒரு பையன் இருக்கான்... நான் போலேன்னா வேற என்ன செய்வாங்க அக்கா?

கனி:

அதுக்காக அவ்வளவு தூரம் போகணுமாடி?

நாகு:

ஏன்? போனா என்னக்கா? அன்னிக்கு லிங்கு அண்ணன் சொன்னாங்கல்ல, பொம்பளைங்க தைரியமா இருக்கணும்னு... நா உன்ன மாதரி அக்கா...இனிமே நான் எதுக்கும் பயப்படமாட்டேன்க்கா... இருந்துக்கிடுவேன் அக்கா...

கனி நாகுவின் தலையைத் தடவி அவள் கைகளை இறுகப் பிடித்து

கனி:

(கலங்கியபடி) என்னடி சொல்ற?

நாகு:

பயப்படாதேக்கா, நான் இருந்துகிக்டுவேன்க்கா...

ரயில் பெட்டியிலிருந்து மாமி எட்டிப் பார்க்கிறாள். நாகுவை பார்த்து கையசைக்கிறாள். நாகுவும் கனியும் திரும்பிப் பார்க்கிறார்கள். நாகுவைப் பார்த்தும்

மாமி:

ஏட்டி, மாமாவுக்கு சரவணபவன்ல தயிர் சாதம் வாங்கினியோ?

கனியும் திரும்பிப் பார்க்க, கனியை பார்த்ததும்

மாமி:

வந்துட்டியா? உன்னைத்தான் ரெண்டு நாளா கூப்பிட்டிட்டு இருந்தேன்... இவள அவசரமா கூப்பிட்டுட்டு போக வேண்டிருக்கு... எம் பொண்ணு கவுகாத்தில இருக்கா... இவ சொல்லியிருப்பாளே?

கண் கலங்கியபடி எச்சில் விழுங்கி,

கனி:

நான் நாகுவை பிரிஞ்சதே இல்லை... அவ்வளவு தூரம் எப்படி அனுப்பறது?

மாமி:

அவ என்ன சின்னக் கொழந்தயா?

பெரிய மனுஷியாயிட்டாலடி, எட்டூர கட்டிக் காப்பா...

அப்பறம் ஒரு விஷயம், வெளியூர் போறதனால,

சம்பளத்தில் ஒண்ணும் ஜாஸ்தி பண்ணிக்க முடியாது...

அங்கன ப்ளாட் வீடு, நாலே நாலு ரூம்,

கூட்ட பெருக்க ஒண்ணும் வேல பெருசா இல்லை...

சும்மா கொழந்தய பாத்துண்டு, ராணி மாதிரி உக்காந்து

டிவி பாத்துண்டு இருக்க வேண்டியதுதான்...

பேசிக்கொண்டே மாமி தயிர் சாதத்தையும் வாட்டர் பாட்டிலையும் வாங்கிக்கொண்டு உள்ளே நகர ஆரம்பிக்கிறாள். கனி தயங்கி ஏதோ சொல்ல,

கனி:

இல்ல, அவ்ள... நான்...

அதற்குள் மாமி உள்ளே சென்று விடுகிறாள். கனி கண்ணீருடன் நாகுவின் கையைப் பிடித்துக்கொண்டிருக்க,

நாகு:

இல்லக்கா, இப்ப நா போகலைன்னா, அந்தக்கா ரொம்ப கஷ்டப்படுவாங்க,

நீ கவலப்படாம இருக்கா, நான் போயிட்டு வரேன்... அடிக்கடி போன் பண்றேன்கா... மாமி மீண்டும் வந்து எட்டிப்பார்த்து வாட்டர் பாட்டிலை வாங்கிச் சென்றபடி,

மாமி:

ஏறுடி, சிக்னல் போட்டாச்சு...

ரயில் சிக்னல் போடப்படுகின்றது. ஹாரன் சத்தம் கேட்க, நாகு சிரித்தபடி கைகாட்டுகிறாள். கனிக்கு கண்கள் கலங்குகின்றன. ரயிலில் அவள் ஏறிக்கொள்ள, கனியின் கண்கள் கலங்க கை ஆட்டுகிறாள். ரயில் சிறிது சிறிதாய் கனியை விட்டு நகர ஆரம்பிக்கிறது. சென்ட்ரல் ஸ்டேஷனின் அடுத்த அறிவிப்பு வெளியாக ப்ளாட்பாரம் காலியாக மாறுகிறது.

- cut to -

காட்சி: 94A

ரோடு: Day / Ext

ஷேர் ஆட்டோவில் பெண்கள் அமர்ந்திருக்கிறார்கள். கனி ஆட்டோவின் ஓரமாக உட்கார்ந்து ரோட்டைப் பார்த்தவாறு கம்பியைக் கையால் பிசைந்தபடி வருகிறாள்.

- cut to -

காட்சி: 95

செந்தில்முருகன் ஸ்டோர்ஸ்: Day / Int

அண்ணாச்சி ரூமில் ஆறு டி.வி.களில் சி.சி.டி.வி. கேமரா மூலம் பதிவாகும் சம்பவங்கள் ஓடிக்கொண்டிருக்கிறது. அண்ணாச்சி இன்டர்காமில்

அண்ணாச்சி:
நேத்து ஸ்நேகா ஷூட்டிங் நடந்துச்சுல்ல, அந்த கேசட்ட போட்டு விடுலே,

அண்ணாச்சி ஏதோ எழுதிக்கொண்டிருக்க, பின்புலத்தில் ஆறு டி.வி.கள் ஓடிக்கொண்டிருக்கிறது. அதில் முதல் நாள் நடந்த ஸ்நேகா ஷூட்டிங் காட்சிகள் ஓட ஆரம்பிக்கிறது. எழுதிக்கொண்டிருந்த அண்ணாச்சி திரும்பி டி.வி.யில் ஓடும் ஷூட்டிங் காட்சிகளைப் பார்க்கிறார்.

- cut to -

காட்சி: 96

மூன்றாவது மாடி: Day / Int

சோஃபியா கண்கள் கலங்கி அழமுடியாமல் திரும்பிப் பார்க்கிறாள். கஸ்டமர்கள் துணிகளை பார்த்துக்கொண்டிருக்கும் கூட்டத்திற்கு நடுவே கனி அவசர அவசரமாக உள்ளே வருகிறாள். உள்ளே வந்த கனி அதிர்ச்சியாகி நிற்கிறாள். கருங்காலி அமைதியாக கோபத்தை அடக்கிக்கொண்டு கனியை முறைத்துப்பார்க்கிறார். கனி பயத்தில் மேல்மூச்சு கீழ்மூச்சு வாங்குகிறாள். கருங்காலி எதுவும் பேசாமல் முறைத்தபடி இருக்கிறார். கனி பயந்து போய்ப் பார்க்கிறாள். கனியின் தலைமுடியைக் கொத்தாகப் பிடித்து கருங்காலி இழுத்துக்கொண்டு ஒரு மறைவிடத்திற்குள் அழைத்துச் செல்கிறான்.

கருங்காலி:
ஒரு மணி நேரமா தேடிக்கிட்டு இருக்கேன் எங்கலா போன...

கனி பின்னால் தலைமுடியை பிடித்திருக்கும் கருங்காலி கையைப்பிடித்தபடி வலி தாங்காமல்

கனி:

சத்தியமா குடோன்லதான் இருந்தேன்...

கருங்காலி:

பொய்யாலே சொல்ற... உன்ன...

கருங்காலி வேகமாக கனியை தனியிடத்தில் உள்ளே தள்ளிவிட்டு நீல நிற ஸ்கிரீனை பின்னால் கையை தூக்கி மூடுகிறான். அண்ணாச்சி ஏதோ டேபிளில் பார்த்துக்கொண்டிருக்க, பின்புலத்தில் ஆறு டி.வி.க்களில் ஒன்றில் கனியும், லிங்குவும் டான்ஸ் ஆடுவது ஓடுகிறது. லிங்கு கனி இருவரும் டி.வி.யில் ஒருவர்மீது ஒருவர் சாய்ந்து டான்ஸ் ஆடுகின்றனர். அண்ணாச்சி டி.வி.யைத் திரும்பிப் பார்க்கிறார். லிங்குவும், மாரியும் கையில் ஒரு பெரிய ப்ளேட்டில் லட்டு கொண்டுவருகின்றனர். இருவரும் கஸ்டமர்களுக்கு லட்டு கொடுக்கின்றனர். லிங்கு ஒரு பெண்ணிடம் லட்டை நீட்டி

லிங்கு:

எக்கா! எங்க அண்ணாச்சிக்கு பெறந்தநாளு லட்டு எடுத்துக்கிடுங்க...

மாரி ஒரு பாட்டியிடம் லட்டைக் கொடுத்து

மாரி:

பாட்டிம்மா லட்டு எடுத்துக்கிடுங்க...

சோஃபியா ஒரு கஸ்டமருக்கு டிரஸ் டிசைன்களை காட்டிக்கொண்டிருக்க, அங்குவந்த லிங்கு நின்ற கஸ்டமரிடம் லட்டை நீட்டி

லிங்கு:

எக்கா எங்க அண்ணாச்சிக்கு பெறந்தநாளு லட்டு எடுத்துக்கிடுங்க...

லிங்கு லட்டை கஸ்டமருக்கு கொடுத்துவிட்டு சோஃபியாவிடம் குனிந்து மெதுவான குரலில்

லிங்கு:

கனி எங்க?

சோஃபியா:

(அழுது ஓய்ந்திருக்க) குடோன்க்கு போயிருக்கா, (அர்த்தத்துடன்) குடோன்க்கு...

லிங்கு யோசித்தவாறு அங்கிருந்து கிளம்பிப் போகிறான். கஸ்டமர் கூட்டத்தின் நடுவே மாரி லட்டைக் கொடுத்துக்கொண்டே

G.வசந்தபாலன்

மாரி:

லட்டு எடுத்துகிடுங்க... எங்க அண்ணாச்சிக்கு பெறந்தநாளு லட்டு எடுத்துக்கிடுங்க...

அண்ணாச்சி டி.வி.யில் லிங்குவும், கனியும் ஆடுவதைப் பார்த்துக்கொண்டே இன்டர்காமில்

அண்ணாச்சி:

எலே தனபாலு, அந்த டான்ஸ் ஆடுற பயபுள்ளய யாருலே?

அண்ணாச்சி ஆத்திரத்துடன் போனில் கேட்கிறார். லிங்கு கஸ்டமர் கூட்டத்தின் நடுவே லட்டு கொடுத்துக்கொண்டே,

லிங்கு:

அக்கா லட்டு எடுத்துக்கிடுங்க, அக்கா லட்டு எடுத்துக்கிடுங்க... எங்க அண்ணாச்சிக்கு பொறந்தநாளு லட்டு எடுத்துக்கிடுங்க...

லிங்கு லட்டு கொடுத்துக்கொண்டிருக்கிறான். கனி நீலநிற ஸ்கிரீனை விலக்கிவிட்டு அழுதுகொண்டே உள்ளிருந்து வெளியே ஃப்ளோருக்கு ஓடிவந்து அழுகையை அடக்கிக்கொண்டு, ஃப்ளோரைப் பார்க்கிறாள். கனி வாயில் கைவைத்து அழுகையை அடக்கிக்கொண்டு நிற்பதை, லட்டு கொடுத்துக்கொண்டிருக்கும் லிங்கு பார்க்கிறான். கனி சுற்றும்முற்றும் பார்த்து, லிங்குவைப் பார்த்ததும்,

கனி:

லிங்கு...

அழுதுகொண்டே ஓடிவந்து அவனைக் கட்டிக்கொள்கிறாள். அவளிடம்,

லிங்கு:

என்னாச்சு கனி ?

கனி:

(தன்னை விலக்கிக்கொண்டு, அழுதுகொண்டே) கண்ட எடத்துல கை வைக்கிறாம்லே, இதெல்லாம் ஓதறிட்டு போயிடுவேன், இப்ப முடியல...

கனி தேம்பித்தேம்பி அழுகிறாள். கருங்காலி தலையிலும், தோள்பட்டையிலும் தூசியுடன் ஸ்கிரீனைக் காலால் விலக்கிக்கொண்டு வெளியே ஃப்ளோருக்கு வந்து நின்று மேல் உள்ள தூசியைத் தட்டிவிடுகிறான். லிங்கு கருங்காலியைப் பார்க்கிறான். தலையில் தூசியை தட்டிவிட்டுக் கருங்காலி நிமிர்ந்து பார்க்கிறான். கனி பயந்து லிங்குவின் அருகில், அவனை ஒட்டிக்கொண்டு நிற்கிறாள். லிங்கு அமைதியாக கருங்காலியை பார்க்கிறான். அவர்களை பார்த்த

கருங்காலி:

(ஆத்திரத்துடன்) களவாணி மூதி, விஷயம் இப்பபடிப்போகுதா? (பல்லைக் கடித்துக்கொண்டு) அடுத்த காதல் பிறாவா...

கனி பயத்தில் நடுங்கிக்கொண்டே லிங்குவைப் பிடித்திருக்கிறாள்.

கருங்காலி:

இவன்கூடத்தான் ஊர் மேஞ்சிட்டு வந்தியா?

கனி பயந்து நடுங்க, லிங்கு கருங்காலியை முறைக்கிறான். லிங்குவிடம் கோவமாக வந்தபடியே

கருங்காலி:

என்னலே மொறக்க, எலே, என்னலே மொறக்க...

லிங்கு:

ஏய்........

லிங்கு கையில் வைத்திருந்த லட்டுத் தட்டால் சரமாரியாக, கடுங்கோபத்துடன் கருங்காலியை அடிக்கிறான். கனி கருங்காலியை லிங்கு அடிப்பதை ஆங்காரமாகப் பார்க்கிறாள். லிங்கு சரமாரியாக கருங்காலியை அடிக்கிறான். கருங்காலி வலியால் கத்துகிறான். கூட்டத்தில் லட்டு கொடுத்துக்கொண்டு வந்த மாரி லிங்கு அடிப்பதைப் பார்த்து ஆச்சர்யப்பட்டு, சந்தோஷப்படுகிறான். லிங்கு கருங்காலியை ஒரு சுவரோரத்தில் கொண்டு போய் வைத்து அடித்தபடியே

லிங்கு:

இனிமே பொம்பள புள்ள மேல கை வப்பியாடா...

லிங்கு கருங்காலியை அடிப்பதை அண்ணாச்சி தனது ரூமில் உள்ள டி.வி.யிலிருந்து பார்க்கிறார். லிங்கு கருங்காலியை கண்ணுமண்ணு தெரியாமல் வெறித்தனமாக அடிக்கிறான். அண்ணாச்சி இன்டர்காமில்

அண்ணாச்சி:

அந்த மூனாவது ஃப்ளோர்ல என்ன எழவுலே நடந்துக்கிட்டு இருக்கு...

லிங்கு கருங்காலியை அடித்துக் கீழே தள்ளிவிடுகிறான். கருங்காலி கனியின் காலில் வந்து விழுகிறான். கனி மேல்மூச்சு கீழ்மூச்சு வாங்கி சந்தோஷப்படுகிறாள். லிங்குவின் கோபத்தை பார்த்துப் பயந்துபோக, லிங்கு ஒரு உடைந்த கண்ணாடித்துண்டை எடுத்து கருங்காலியின் காலில் குத்துகிறான். கருங்காலி வலியால் கத்துகிறான். மற்ற ஃப்ளோரிலிருந்து நாலைந்து சூப்ரவைஸர்கள் வந்து லிங்குவை பிடிக்கின்றனர்.

லிங்கு:

விடுங்கடா...

லிங்கு திமிறிக்கொண்டு அவர்களையும் தள்ளிவிட்டு கருங்காலியை அடிக்கிறான். சண்டைக்காட்சி... கடைசியாக நாலைந்து சூப்ரவைஸர்கள் போட்டு லிங்குவை மிதிக்கின்றனர். கருங்காலியும் சேர்ந்து மிதிக்கிறான். லிங்குவை அடித்து இழுத்துச் செல்கின்றனர்.

- cut to -

காட்சி: 97

குடோன்: DAY / INT

லிங்குவும், கனியும் கைகள் பின்னால் கட்டப்பட்ட நிலையில் முட்டிபோட்டு சுவர் ஓரமாக நிற்கின்றனர். லிங்குவின் சட்டை ரத்தத்தால் நனைந்திருக்க, வாயிலிருந்து ரத்தம் வந்து உறைந்திருக்கிறது. அண்ணாச்சி இரண்டு சூப்ரவைஸர், மற்றும் ஒரு ஆள் படைசூழ கடுங்கோபத்துடன் வேட்டியைக் கையில் பிடித்துக்கொண்டு வேகமாக அவர்களை நோக்கி நடந்துவருகிறார். லிங்குவும், கனியும் அண்ணாச்சி வருவதைப் பார்க்கின்றனர். லிங்கு, கனிக்கு முன்னால் இரண்டு சூப்ரவைஸர்கள் மற்றும் இரண்டு செக்யூரிட்டிகள் நின்றுகொண்டிருக்கின்றனர். அங்கு தலையில் அடிபட்டு நின்றுகொண்டிருக்கும் கருங்காலியிடம் வேகமாக வந்த,

அண்ணாச்சி:

என்னலே செஞ்சான் அந்த களவாணிப்பய மவன்?

கருங்காலி:

(லிங்குவையும், கனியையும் கை காட்டி) அண்ணாச்சி, அந்த ரெண்டு வேசி மக்களும் கட்டி ஒரசிக்கிட்டு இருந்துச்சுங்க...*(அழுதுகொண்டே)* அண்ணாச்சிட்ட வாங்கன்னதும், அடிக்க ஆரம்பிச்சிட்டான் அண்ணாச்சி...

லிங்கு:

இல்ல அண்ணாச்சி இந்த நாய்தான் கனிய.....

அண்ணாச்சியும், கருங்காலியும் லிங்குவைக் கோபமாகப் பார்க்கின்றனர்.

லிங்கு:

(பல்லைக் கடித்துக்கொண்டு) பொம்பளப் புள்ள மேல கை வைக்கான்...

அண்ணாச்சி கோவமாக வந்து லிங்குவின் கன்னத்தில் அறைந்து

அண்ணாச்சி:

அவன் அப்படிதாம்லே செய்வான்... *(கனி லிங்குவைப் பரிதாபமாகப் பார்க்கிறாள்)* நீ மட்டும் யோக்கியமாலே... ராத்திரி கடையில அவ கூட அடிச்ச கூத்த பாத்தேன்ல...

(அண்ணாச்சி கனியிடம் வந்தபடியே கோவத்தில் பல்லைக் கடித்துக்கொண்டு) பலவற்றைக்குப் பொறந்த வீச மவளே, உனக்கு ஆம்பள சொகமாலா கேக்குது... ரெண்டு பேரும் டான்ஸா ஆடுறியே கடைக்குள்ள...

அண்ணாச்சி பளார் என கனியின் கன்னத்தில் அடிக்க, கனி வலியால் கத்துகிறாள். அண்ணாச்சியைப் பார்த்து ஆத்திரத்துடன்,

லிங்கு:

பொட்டப்புள்ள அடிக்கிறீங்க, தப்புன்னா கடயவிட்டு அனுப்புங்க... எதுக்கு அடிக்கீங்க...

லிங்குவைப் பார்த்து

அண்ணாச்சி:

வாய மூடுலே...

அண்ணாச்சி கனியின் கன்னத்தில் மாறிமாறி பளார்... பளார் என அறைகிறார்.

கனி:

ஆங்... ஆங்... ஆங்...

கனி வலியால் கத்துகிறாள். கருங்காலி உள்ளூர சந்தோஷத்துடன் பார்க்கிறான். அண்ணாச்சியைப் பார்த்து,

லிங்கு:

அவள அடிக்காதீங்க, அவள அடிச்ச கைய வெட்டாம விடமாட்டேன்...

அண்ணாச்சி கனியை அடிப்பதை நிறுத்திவிட்டு லிங்குவைக் கோபமாகப் பார்க்கிறார்.

லிங்கு:

கடயா நடத்துறீங்க, ஜெயில் மாதிரி நடத்துறீங்க... *(கருங்காலியை பார்த்து)* ஒரு நாளாவது ஒழுங்கா சாப்பாடு போட்டுருப்பீங்களா...

தூரத்தில் நின்ற ஒரு சூப்ரவைஸர் லிங்குவைப் பார்த்து ஒரு அடி எடுத்துவைத்து

சூப்ரவைஸர்:

ஏலே...

G.வசந்தபாலன்

லிங்கு:
என்னலே... என்னக்காவது நிம்மதியா தூங்க விட்ருப்பியளாலே,
(அழுதுகொண்டே) அடிச்சே எழுப்புறீங்கல்ல...
அண்ணாச்சி லிங்குவைக் கைகாட்டி அங்கிருந்து வந்தபடியே

அண்ணாச்சி:
இந்த நாய் ரொம்ப பேசுதுலே, இந்த நாய அடிச்சே கொல்லுங்கலே...
அண்ணாச்சி சொல்லிவிட்டு அங்கிருந்து வந்ததும், ஒரு செக்யூரிட்டி மற்றும் ரெண்டு சூப்ரவைஸர்கள் ஓடிப்போய் லிங்குவைக் கீழே தள்ளி உதைக்கின்றனர். கருங்காலியிடம்

அண்ணாச்சி:
ஏலே பவுனு, போலீஸ்க்கு போன் பண்ணுலே...
கருங்காலி பாக்கெட்டிலிருந்து போனை எடுக்கிறான். லிங்குவை சூப்ரவைஸர் மற்றும் செக்யூரிட்டி அடித்துக்கொண்டிருக்க, அடிவாங்கும் லிங்கு மீது, கனி துடித்துக்கொண்டே

கனி voice over:
(அலறிக்கொண்டே) அய்யோ, அடிக்காதீங்க... அய்யோ...
பின்புலத்தில் லிங்குவை அடித்துக்கொண்டிருக்க, அண்ணாச்சி காதில் போனை வைத்துக்கொண்டு,

அண்ணாச்சி:
ம்...ம்ம்...
லிங்கு வலியால் அய்யோ, அம்மா என கத்த, விடாமல் அடிக்கின்றனர். அங்கு வந்த இன்ஸ்பெக்டரிடம் அண்ணாச்சி லிங்குவைக் கை காட்டி,

அண்ணாச்சி:
அம்பதாயிரம் ரூவா பட்டுப்பொடவய திருடிட்டான்...
இன்ஸ்பெக்டர் கருங்காலியைப் பார்க்க, கருங்காலி ஆமாம் என்பது போல் தலையாட்டுகிறான். இன்ஸ்பெக்டரிடம்

அண்ணாச்சி:
(பல்லைக் கடித்துக்கொண்டு) கேட்டா இல்லே, நொல்லேங்கான்... ஒரு நாள் இல்ல பலநாள்... இதே சோலியாவே திரிஞ்சிருக்கான்...
அண்ணாச்சியும், இன்ஸ்பெக்டரும் லிங்குவைப் பார்க்கின்றனர்.
- cut to -

காட்சி: 97A

செந்தில்முருகன் ஸ்டோர்ஸ்: DAY / EXT

ரத்தக்காயத்துடன் லிங்குவை ஒரு போலீஸ்காரர் சட்டையை பிடித்து இழுத்துக்கொண்டு வருகிறான். கூட்டம் கூடி நின்று வேடிக்கை பார்க்கிறது. கூட்டத்தை கையில் உள்ள சிறிய தடியால் விலக்கியபடியே இன்ஸ்பெக்டர் முன்னால் வருகிறார்.

இன்ஸ்பெக்கடர்:

போ... போ... தள்ளு, வழியவிடு... போ, போ... அந்தப்பக்கம்...
ஏய் போ...

இன்ஸ்பெக்டர் கூட்டத்தை விலக்கிக்கொண்டு போக, பின்னால் ஒரு போலீஸ்காரர் லிங்குவை இழுத்துவருகிறார்.

- cut to -

காட்சி: 98

போலீஸ் ஸ்டேஷன்: NIGHT / EXT & INT

ஆர் – 1 மாம்பலம் போலீஸ் ஸ்டேஷனிலிருந்து ஒரு வெள்ளை, நீல கலர் போலீஸ் பேட்ரோல் கார் சைரன் சத்தத்துடன் வெளியே போகிறது. ஒருவன் பைக்கில் ஸ்டேஷனுக்குள் செல்கிறான். உள்ளே கைதிகள் பெஞ்சில் சட்டையில்லாமல் அமர்ந்திருக்க, ரைட்டர் ஏதோ எழுதிக்கொண்டிருக்கிறார். ஒரு மூலையில் லிங்குவைக் கீழே போட்டு இன்ஸ்பெக்டர் அடித்து மிதிக்கிறார். லிங்கு வலியால் கத்துகிறான்.

இன்ஸ்பெக்டர்:

சொல்லே, சொல்லே...

லிங்கு:

(வலி தாங்கமுடியாமல் அழுதபடி) சார் நான் எடுக்கவே இல்ல சார்...

இன்ஸ்பெக்டர்:

(அடித்தபடியே) எங்க வச்சிருக்க பட்டுப்புடவைய...

லிங்கு:

(அழுதபடி) சார் நான் எடுக்கவே இல்ல சார்... சத்தியமா நான்
எடுக்கல சார்...

இன்ஸ்பெக்டர்:

(அடித்தடிபயே) பொய் சொல்லாத, பொய் சொல்.......லாத...

லிங்கு:

சார் அடிக்காதீங்க சார்...

இன்ஸ்பெக்டர் அடித்து முடித்துவிட்டு அருகில் தனது டேபிளில் அமர்ந்திருந்த ரைட்டரையும், நின்றுகொண்டிருந்த ஏட்டையும் பார்த்து

இன்ஸ்பெக்டர்:

(லிங்குவை காட்டி) அம்பதாயிர ரூவா பட்டுப்பொடவய திருடியிருக்கான், அண்ணாச்சி கடயிலருந்து இந்த நாய்...

இன்ஸ்பெக்டர் குனிந்து டேபிளுக்கு கீழிருந்த வாட்டர் பாட்டிலை எடுத்துக்கொண்டு லிங்குவைப் பார்த்து,

இன்ஸ்பெக்டர்:

இந்த நாய், திருட்டு நாய்... சொல்றா... அண்ணாச்சின்னா யாருன்னு தெரியுமாடா உனக்கு...

இன்ஸ்பெக்டர் வாட்டர் பாட்டிலை திறந்து தண்ணீர் குடிக்கிறார்.

லிங்கு:

அண்ணாச்சி என்னென்ன அட்டூழியம் பண்றாருன்னு எனக்கும் தெரியும் சார்... டூப்ளிகேட் பிராண்ட் விக்கிறாரு... சேல்ஸ் டேக்ஸ் பில்லு போடுறதில்ல... வெறும் கம்ப்யூட்டர் பில் போடுறாரு... வேல செய்யிற யாருக்குமே...

இன்ஸ்பெக்டர்:

வாய மூடுறா...

லிங்கு சொல்லிக்கொண்டிருக்கும்போதே இன்ஸ்பெக்டர் ஓடிவந்து லிங்குவை உதைக்கிறார். லிங்கு முகத்தை மூடிக்கொண்டு தரையில் கவிழ்ந்து கொள்கிறான். அவனை சரமாரியாக அடித்து,

இன்ஸ்பெக்டர்:

வாய மூடு, வாய மூடு... கொன்றுவேன், வாய மூடு...

லிங்கு:

அடிக்காதீங்க சார்...

இன்ஸ்பெக்டர்:

கொன்றுவேன்...

லிங்குவை ஓங்கி ஒரு உதை உதைத்துவிட்டு வந்து தனது சேரில் இருந்த டர்க்கி டவலை எடுத்து முகத்தைத் துடைத்துக்கொள்கிறார். எழுந்து உட்கார்ந்து,

லிங்கு:

என் கூட வேல பாத்த பொண்ண கீழ தள்ளி கொன்னுட்டாவ... அத நான் என் கண்ணால பாத்தேன்... அந்த கொலய மறச்சி, ஆக்ஸிடென்ட்டுன்னு எழுதுனது நீங்கதானே...

இன்ஸ்பெக்டர்:

வாய் மூடுறா...

இன்ஸ்பெக்டர் டர்க்கி டவலை லிங்குவின்மேல் கோவமாக விட்டெறிந்து, மீண்டும் சரமாரியாக அடிக்கிறார்.

- cut to -

காட்சி: 99

செ.முருகன் ஸ்டோர்ஸ் குடோன்/போலீஸ் ஸ்டேஷன்: DAY / INT

அண்ணாச்சி குடோனில் அமர்ந்து, பில்களை பார்த்துக் கொண்டிருக்கிறார். அண்ணாச்சியின் மொபைல் போன் “காக்க காக்க கனகவேல் காக்க” என்ற பாடல் ரிங்டோனாக அடிக்கிறது. அண்ணாச்சி போனை ஆன் பண்ணி

அண்ணாச்சி:

சொல்லுலே...

மறுமுனையில்...

போலீஸ் ஸ்டேஷனிலிருந்து

இன்ஸ்பெக்டர்:

அண்ணாச்சி, பய ரொம்ப வில்லங்கமா பேசுறான்... ஏற்கனவே நம்ம பேர்ல ஏகப்பட்ட கேஸ் பெண்ட்டிங்ல இருக்கு.

அண்ணாச்சி:

(எரிச்சலுடன்) இப்ப என்னலே செய்யலாங்குறே...

ஸ்கிரீன் split ஆகிறது. ஒரு பக்கம் அண்ணாச்சி எரிச்சலுடன் கேட்டுக்கொண்டிருக்க, மறுபக்கம்,

இன்ஸ்பெக்டர்:

என்ன, சும்மா மெரட்டிட்டு விட்ருவோம் அண்ணாச்சி... நாளைக்கு என்னதான் அவன் தெருவுல போய் கூப்பாடு போட்டாலும், நம்ம கடையிலயே வேல பாக்கலன்னு சொல்லிருவோம்... என்ன சொல்றீங்க...

ஸ்கிரீன் single ஆகிறது.

அண்ணாச்சி:

(எரிச்சலுடன்) சரி, எதாவது செஞ்சு தொலலே...

அண்ணாச்சி போனை கட்பண்ணிவிட்டு பில் புத்தகத்தைப் பார்க்கிறார்.

- cut to -

காட்சி: 100

போலீஸ் ஸ்டேஷன். DAY / EXT

லிங்கு சட்டையெல்லாம் ரத்தக்கறையுடன் நடக்க முடியாமல் நடந்து ஸ்டேஷனை விட்டு வெளியே வருகிறான். கையில் ஒரு பெரிய பாலிதீன் பையுடன் மாரி ஓடிச்சென்று லிங்குவைப் பிடித்துக்கொண்டு அழுதுவிடுவதுபோல்,

மாரி:

மாப்ள ரொம்ப அடிச்சிட்டாங்களாலே...

லிங்கு பதில் சொல்லாமல் வெளியே நடந்து வந்தபடியே மாரியிடம்

லிங்கு:

கனி எங்கலே?

மாரி:

பையக்கூட எடுக்க விடலலே... *(பையை கண்ணால் காட்டி)* கெடச்ச துணிய எடுத்துட்டு ஓடி வந்துட்டேன்...

லிங்கு:

கனி எங்கலே?

மாரி:

வேண்டாலே, உட்ருலே... ஊருக்கே போயிருவோம்லே...

லிங்கு:

(அதட்டலாக) சொல்லுலே, கனி எங்கலே?

மாரி:

குடோன்ல கட்டி வச்சிருக்கானுவோ மாப்ள...

லிங்கு யோசித்து ஆத்திரமடைகிறான்.

- cut to -

காட்சி: 101

செந்தில்முருகன் ஸ்டோர்ஸ்: DAY / EXT & INT

கடையின் வெளியே தெருவில் மக்கள் நடமாட்டம் அதிகமாக இருக்கிறது. வாசலில் ஒரு செக்யூரிட்டி நின்றுகொண்டிருக்கிறார். உள்ளே வாசலில் பெண்கள் வாடிக்கையாளர்களை வரவேற்க பூத்தட்டுடன் வரிசையாக நிற்கின்றனர். கடையிலிருந்து ஒருவர் கேரம் போர்டு வாங்கிக்கொண்டு வெளியே செல்கிறார். லிங்கு ஆவேசமாக உள்ளே நுழைகிறான். லிங்கு பின்னால் மாரி ஓடிவந்தபடியே,

மாரி:

மாப்ளே, சொன்னா கேளுலே, லிங்கு...

செக்யூரிட்டி லிங்குவின் கையைப் பிடிக்க, உதறிக்கொண்டு லிங்கு வேகமாக உள்ளே வருகிறான். மற்றொரு செக்யூரிட்டி லிங்குவை ஓடிவந்து பிடிக்க,

லிங்கு:

தூரப்போலே...

அந்த செக்யூரிட்டியை தள்ளிவிட்டு உள்ளே வருகிறான். ஒரு சூப்ரவைஸர் வந்து லிங்குவைப் பிடித்து,

சூப்ரவைஸர்:

எங்கலே போற?

மாரி:

லிங்கு சொன்னா கேளு, வாலே

லிங்கு:

வழிய விடுலே அண்ணாச்சிய பாக்கணும்...

இரண்டு சூப்ரவைஸர்கள் மற்றும் ஒரு செக்யூரிட்டி ஓடிவந்து லிங்குவைப் பிடிக்கின்றனர். அவர்களிடம்

லிங்கு:

வழிய விடுலே நான் அண்ணாச்சிய பாக்கணும்...

சூப்ரவைஸர்:

ஏ உன்னய வேலய விட்டு தூக்கியாச்சு...

லிங்கு:

(ஆத்திரமாக விழிகளை விரித்தபடி) பெரிய இந்த வேல விடுறா...

சூப்ரவைஸர்:

போடா வெளிய...

சத்தம் கேட்டு அண்ணாச்சி தனது ரூமிலிருந்து ஜன்னல் திரையை விலக்கி பார்க்கிறார். அண்ணாச்சி பார்க்க, லிங்குவை செக்யூரிட்டி ஒருவன் அறைகிறான். லிங்கு திமிறிக்கொண்டிருக்கிறான். அடித்த சூப்ரவைஸரைப் பார்த்து

லிங்கு:

அடிக்கிற வேல வச்சிக்கிட்ட கொன்றுவேன்...

தள்ளுமுள்ளு நடப்பதை உள்ளிருந்து அண்ணாச்சியும், கருங்காலியும் பார்க்கின்றனர். அண்ணாச்சி அமைதியாகப் பார்த்துக்கொண்டிருக்க,

கருங்காலி அண்ணாச்சியை பார்த்துவிட்டு கோபத்துடன் வெளியே வருகிறான். வெளியே லிங்குவை சூப்ரவைஸர்கள் பிடிக்க, மாரி தடுக்க, மாரியை ஒரு சூப்ரவைஸர் அறைகிறான். திமிறிக்கொண்டே,

லிங்கு:

ஏலே விடுறா... அண்ணாச்சிய பாத்து கேக்காம விடமாட்டேன்...

வெளியே வந்த கருங்காலி சூப்ரவைஸரைப் பார்த்து,

கருங்காலி:

ஏ மணி விடு...

மணி சூப்ரவைஸர்:

(லிங்குவை விட்டுவிட்டு) பாருங்க அண்ணாச்சி...

கருங்காலி:

விடுலே... *(லிங்குவை பிடித்திருந்தவர்களைப் பார்த்து)* விடுலே... ஜோதி விடு...

அனைவரும் லிங்குவை விட்டு விலகிச் செல்கின்றனர்.

கருங்காலி:

அனுப்பு, கூட்டத்த அனுப்பு...

வேடிக்கை பார்த்துக்கொண்டிருந்த கூட்டத்தை பார்த்து

செக்யூரிட்டி:

போங்க, போங்கம்மா...

கருங்காலி:

அனுப்பே...

பின்புலத்தில் அண்ணாச்சி தனது ரூமிலிருந்து அனைத்தையும் பார்த்துக்கொண்டிருக்கிறார். கூட்டத்தை அனுப்பச் சொல்லிவிட்டு கருங்காலி லிங்குவைப் பார்க்கிறான். லிங்கு கருங்காலியை முறைத்தபடி நிற்கிறான். பின்னால் மாரி பயந்தபடி நிற்கிறான். லிங்குவிடம் நெருங்கி வந்து,

கருங்காலி:

என்னலே வேணும் உனக்கு? கடக்கி கஸ்டமர் வர நேரம் கொடச்ச குடுத்துக்கிட்டு இருக்க...

லிங்கு:

அண்ணாச்சிய பாக்கணும் வழிய விடு...

லிங்கு முன்னால் வந்து கை காட்டி பல்லைக் கடித்துக்கொண்டு

கருங்காலி:

கொற உசுரோட ஊரு போய்ச்சேருலே... அப்பறம் முண்டமாத்தான் பீச்சுல கெடப்ப...

லிங்கு:

யோவ் குடோன்ல இருக்க கனிய அனுப்புயா,

நான் போய்க்கிட்டே இருக்கேன்...

மாரி பயந்து போய் லிங்குவின் தோளைத் தொடுகிறான்.

கருங்காலி:

(பல்லைக் கடித்துக்கொண்டு) அதெல்லாம் உட முடியாது, உன் சோலிய பாத்துக்கிட்டு போலே...

பின்புலத்தில் அதையெல்லாம் பார்த்துக்கொண்டிருந்த அண்ணாச்சி தனது மொபைலை எடுத்து டயல் பண்ணி காதில் வைக்கிறார். கருங்காலியிடம் எச்சரிப்பதுபோல் கை காட்டி

லிங்கு:

நீ உடலன்னா கத்துவேன், கடக்கி முன்னாடி நின்னு கத்துவேன்... நீங்க பண்ண அட்டூழியம்ல்லாம் எல்லாரும் கேக்குற மாதிரி கத்துவேன்...

ஒரு செக்யூரிட்டி லிங்குவைப் பிடித்து வலுக்கட்டாயமாக இழுக்கிறான். மாரி வாடா போயிடலாம் என்பதுபோல் இழுக்கிறான். கருங்காலி கடுங்கோவத்துடன்,

கருங்காலி:

என்னடா... உன்னய...

லிங்குவின் சட்டையை கருங்காலி பிடிக்க, கருங்காலியின் மொபைல் ரிங்காகிறது. கருங்காலி லிங்குவின் சட்டையை பிடித்தபடியே போனை எடுத்து பார்த்து, ஆன் பண்ணி காதில் வைத்து பின்னால் திரும்பி அண்ணாச்சியை பார்த்தபடியே

கருங்காலி:

அண்ணாச்சி...

நடப்பவைகளை பார்த்துக்கொண்டே அண்ணாச்சி போனில்

அண்ணாச்சி phone voice:

ஏலே பவுனு அவன விடுலே... அவன விடுலே...

லிங்கு அண்ணாச்சியை முறைத்துப் பார்க்கிறான்.

கருங்காலி:

(சட்டையை விடாமல்) அண்ணாச்சி இவனுக்கு பயந்துக்கிட்டு...

அண்ணாச்சி **phone voice:**

மொதல்ல சட்டய விட்டு கைய எடு...

கருங்காலி:

இவனையெல்லாம் சங்க அறுக்கணும் அண்ணாச்சி...

அண்ணாச்சி **phone voice:**

அவனோட மல்லு கட்டுறது நமக்குதாலே அசிங்கம்...

கருங்காலி:

(லிங்குவின் சட்டையை விட்டுவிட்டு தயங்கியபடி) அதுக்குல்ல அண்ணாச்சி...

அண்ணாச்சி **phone voice:**

எலே பவுனு... (கருங்காலி திரும்பி அண்ணாச்சியை பார்க்க) குடோன்லேருந்து அந்த சிறுக்கியயும் அனுப்ச்சுடுலே...

கருங்காலி:

(எதுவும் பேச முடியாமல்) சரிங்க அண்ணாச்சி...

கருங்காலி போனை கட் பண்ணிவிட்டு லிங்குவை முறைக்கிறான். லிங்கு அனுப்புடா என்பதுபோல் தலையாட்டுகிறான். மாடிப்படியிலிருந்து கஸ்டமர்கள் இறங்கி வருகின்றனர். லிங்கு மாடிப்படியைப் பார்த்தபடி நிற்கிறான். கஸ்டமர்களுக்கு நடுவே கனி துவண்டு போய், நடக்க வலுவிழந்து மாடிப்படியில் இறங்கி வந்து நின்று லிங்குவைப் பார்க்கிறாள். லிங்கு வாயில் ரத்தக்கறையுடன் கனியைப் பார்க்கிறான். கனி மெதுவாக நடக்க முடியாமல் இறங்கி வருகிறாள். லிங்கு அவளைப் பார்த்தபடியே நிற்கிறான். லிங்குவிடம் வந்து நின்ற கனி, கண்கள் கலங்கியபடி அவனை மேலும்கீழும் என்ன சொல்வதென்று தெரியாமல் பார்க்கிறாள். லிங்கு கனியை ஆறுதலாகப் பார்க்கிறான். கனி லிங்குவின் கையோடு தன் கையை கோர்த்துக்கொள்கிறாள். இருவரும் கை கோர்த்துக்கொள்கின்றனர். இருவரையும் பக்கத்தில் நின்று கொண்டிருந்த மாரி பார்க்கிறான். மாரி முன்னால் நடக்க, லிங்குவும், கனியும் கடையை முழுவதும் பார்வையிட்டபடி அமைதியாக கடையைவிட்டு வெளியே செல்கின்றனர்.

கருங்காலி **voice over:**

ஏலே...

குரல் கேட்டு கனி, லிங்கு, மாரி மூவரும் திரும்பிப் பார்க்கின்றனர். அவர்கள் முன்னால் வந்து நின்று லிங்குவிடம்

கருங்காலி:

திருட்டுப் பயலுக்கு இந்தத் தெருவுல எவம்லே வேல குடுப்பான்... (பல்லை கடித்துக்கொண்டு) தெருவுல நின்னு பிச்சை எடு...

லிங்கு:

(ஆவேசமாக கை காட்டி) நான் எதுக்குயா பிச்சையெடுக்கணும்... இந்த உலகத்துல உன் கட மட்டுந்தான் இருக்கா, (கனி மேல்மூச்சு கீழ்மூச்சு வாங்கி தன்னம்பிக்கையுடன் திமிராக கருங்காலியை பார்க்கிறாள்) ஆயிரம் கட இருக்குலே... யான வாழுற காட்டுலதான் எறும்பும் வாழுது... இதே தெருவுல நானும் வாழ்ந்து காட்டுறன்லே...

மாரி ஆமாம் என்பதுபோல் கருங்காலியைப் பார்த்துத் தலையாட்டுகிறான்.

கருங்காலி:

(கேவலமாக கைகாட்டி) லே, நீ எப்படி வாழுறன்னு பாக்குறேம்லே... போலே...

லிங்கு:

(கை காட்டி) எப்படி வாழுறோம்னு பாருய்யா...

கருங்காலி:

ச்சீ போலே... (பல்லைக் கடித்துக்கொண்டு) உன்ன மாதிரி ஆயிரம் பேர பாத்துருக்கன்லே...

கனி கையைப்பிடித்து லிங்கு அழைத்துப்போகிறான். கனி திரும்பி கருங்காலியை முறைத்துவிட்டுப் போகிறாள். மாரி பாலிதீன் பையை முதுகில் போட்டு

மாரி:

அவன் கெடக்குறான் விடுலே...

அங்கிருந்து கிளம்பி நடந்து சென்று ரெங்கநாதன் தெரு கூட்டத்தில் கலக்கின்றனர். குப்பைத் தொட்டியில் கனியின் யூனிஃபார்ம் வந்து விழுகிறது. உடனே லிங்குவின் ரத்தக்கறை படிந்த யூனிஃபார்மும் வந்துவிழுவது காட்டப்படுகிறது. மாரி, லிங்கு, கனி மூவரும் நின்று ரெங்கநாதன் தெரு கூட்டத்தையும், கடைகளையும் பார்க்கின்றனர். மூவரும் எங்கு போவது எனத் தெரியாமல் ஆதரவற்று நிற்கின்றனர். கனியிடம் நம்பிக்கையுடன்

லிங்கு:

எதாவது ஒரு கடையில வேல கெடக்கும் புள்ள... (மாரியை பார்த்து) வாலே...

மூவரும் நடந்து வருகின்றனர்.

- cut to -

காட்சி: 102

ரெங்கநாதன் தெரு: DAY & NIGHT / EXT

ரெங்கநாதன் தெருவின் கூட்டம் காட்டப்படுகிறது. கூட்டத்தின் நடுவே அலங்காரத் தோரணங்கள், சாக்ஸ், சோளக்கருது, புல்லாங்குழல், பலூன், பேக் விற்பது என நடைபாதை வியாபாரிகளின் வியாபாரம் காட்டப்படுகிறது. கனியும், லிங்குவும் சோகமாக எதிரெதிரே வந்து ஒருவரை ஒருவர் பார்த்துக் கொள்கின்றனர். கனியும், லிங்குவும் முழங்காலைக் கட்டிக்கொண்டு கண் தெரியாத பெரியவரின் அருகில் அமர்ந்திருக்கின்றனர். அவர்களிடம் பெரியவர் தன்னம்பிக்கையுடன்

பெரியவர்:

மனசத் தளரவிடாத லிங்கு... (தனது பொருட்களை காட்டி) இந்த ஐட்டத்த கொஞ்சம் அள்ளிக்கிட்டு போயி, அந்த கூட்டத்துல கூவி வித்துப் பாருங்க... உருப்படிக்கு (ஒரு விரலைக்காட்டி) ஒரு ரூவா லாபம்... விக்கத்தெரிஞ்சவன்தான்யா, வாழத்தெரிஞ்சவன்... ம்...

லிங்கு அமைதியாக யோசித்து கனியைப் பார்க்கிறான். கனியும் லிங்குவைப் பார்க்கிறாள். ரிமோட் கவர்களை வைத்துக்கொண்டு கூவி விற்றபடியே,

லிங்கு:

பத்து ரூவா, பத்து ரூவா, ரிமோட் கவரெல்லாம் பத்து ரூவா... ரிமோட் கவரெல்லாம் பத்து ரூவா...

கனி கையில் சடையில் போட்டுக்கொள்ளும் கிளிப்பை கையில் வைத்துக்கொண்டு கூவி விற்றபடியே

கனி:

ஒன்னு அஞ்சு ரூவா, மூனு பத்து ரூவா... ஒன்னு அஞ்சு ரூவா, மூனு பத்து ரூவா...

ஒரு பெண் நின்று பார்க்க, அவளிடம் கனி கிளிப்பைக் காட்டி

கனி:

அம்மா, அம்மா...

அந்த பெண்மணி வாங்காமல் போய்விடுகிறாள். லிங்கு ரிமோட் கவரை விற்றபடியே

லிங்கு:

ரிமோட் கவர் பத்து ரூவா சார்... ரிமோட் கவர் பத்து ரூவா சார்...

கனி:

(கிளிப்பை நீட்டி) அக்கா, வாங்கிக்குங்க அக்கா...

- cut to -

காட்சி: 103

ரோடு: NIGHT / EXT

கனியும், லிங்குவும் இரவு ரோட்டோரக்கடையில் சாப்பிடுகின்றனர். ஒருவன் ட்ரை சைக்கிளில் கடை முடிந்து சாமான்களை ஏற்றிக்கொண்டு போகிறான். கனியும், லிங்குவும் ரோட்டில் நடந்து வருகின்றனர். லிங்கு கையில் ஒரு பெரிய நீல கேரி பேக் இருக்கிறது. ரோட்டோரத்தில் கனியும், லிங்குவும் சோர்வாக அமர்ந்திருக்கின்றனர். அங்கு குப்பை பொறுக்குபவன் வந்து அவர்களிடம்

குப்பை பொறுக்குபவர்:

யாருப்பா இது? *(இருவரும் அமைதியாக அவரைப் பார்க்க)* இன்னா பண்ற இங்க?

லிங்கு:

(கை காட்டி) இங்க தான் யாவாரம் பாக்கோம் அண்ணாச்சி, படுக்கலாம்னு வந்தோம்...

குப்பை பொறுக்குபவர்:

இங்கருக்ற பொறுக்கிப் பசங்க, பிச்சகாரச்சியக்கூட உட்டு வக்க மாட்டானுங்க...

லிங்கு குப்பை பொறுக்குபவரைப் பார்க்க, கனி லிங்குவைப் பார்க்கிறாள். அவர்கள்மீது

குப்பை பொறுக்குபவர் voice over:

நீ அறியாப்பொண்ண இட்டாந்துருக்குற... (லிங்கு கனியை பார்க்கிறான்) இங்கல்லாம் படுக்க முடியாது, கௌம்பு, கௌம்பு...

- cut to -

காட்சி: 104

ரோடு, பேஸ்கட் பால் கிரவுண்ட்: NIGHT / EXT

லிங்கு தோளில் நீலப் பையை மாட்டிக்கொண்டு நடந்துவர, கனி லிங்குவின் கையை கோத்து பிடித்தபடி நடந்து வருகிறாள். இருவரும் ஒரு பேஸ்கட் பால் போன்ற ஒரு கிரவுண்டின் பக்கத்தில் உள்ள படிக்கட்டில் ஏறி சமதளம் ஒன்றில் உட்காருகின்றனர். கனி உட்கார்ந்து

நடந்து வந்த அசதியால் காலை வலியால் அழுத்திக்கொள்கிறாள். லிங்கு அந்த இடத்தைச் சுற்றிலும் பார்க்கிறான். இருவரும் தலையை ஒரு பக்கம் வைத்து காலை எதிரெதிர் பக்கமாக நீட்டிப் படுத்திருக்கின்றனர். லிங்குக்கு அசதியால் கண்கள் தூக்கத்தில் சொருகுகின்றன. கனி விழித்து பார்த்துக்கொண்டு படுத்திருக்கிறாள். கனி முகத்தில் ஒரு டென்னிஸ் பந்து வந்து அடிக்கிறது. கனி அலறியடித்துக்கொண்டு எழுகிறாள். லிங்குவும் எழுந்து உட்கார்ந்து கனியிடம்

லிங்கு:

என்னாச்சு கனி?

கனி அவனிடம் உட்கார்ந்தபடியே பயந்து வந்து

கனி:

என்னமோ பட்டுட்டுலே...

சுற்றும் முற்றும் பார்த்த லிங்கு, பந்தைப் பார்த்துவிட்டு ஆறுதலாக கனியிடம்

லிங்கு:

ஒன்னும் இல்ல, ஒன்னும் இல்ல பந்துதான்...

கனி லிங்குவை ஒட்டிக்கொண்டு அழுதபடி

கனி:

பயமா இருக்கு லிங்கு...

இருவரும் எழுந்துநின்று பார்க்கின்றனர். ஆட்டோக்கள் நிற்கிறது. ஆட்டோ டிரைவர் ஐந்து பேர் கிரிக்கெட் பேட்டை வைத்துக்கொண்டு நீ நான் என்று போட்டி போட்டுக்கொண்டிருக்கின்றனர்.

ஆட்டோ டிரைவர் voice over:

ஓய்...

கனியும், லிங்குவும் திடுக்கிட்டு திரும்பிப் பார்க்கின்றனர். ஒரு ஆட்டோ டிரைவர் படியேறி வந்தபடியே,

ஆட்டோ டிரைவர்:

பந்தத் தூக்கி போர்றா...

லிங்கு அவனைப் பார்க்க, கனி லிங்குவைப் பார்க்கிறாள். லிங்கு குனிந்து பந்தை எடுத்து ஆட்டோ டிரைவரிடம் போடுகிறான். பந்தைப் பிடித்துக்கொண்டு மீண்டும் அவர்களை நோக்கி வருகிறான். கனி பயத்தில் லிங்கு பின்னால் பதுங்க

ஆட்டோ டிரைவர்:

யார்ரா நீங்க... இங்க என்னா பண்றீங்க?

லிங்குவும் , கனியும் பின்வாங்க, அவர்களை நோக்கி வந்தபடியே லிங்குவிடம்

> ஆட்டோ டிரைவர்:
> எங்க தள்ளிட்டு வந்த? ஆங்...

கனி பயந்து லிங்குவின் கைகளைக் கோர்த்துப் பிடித்துக்கொள்ள, ஆட்டோ டிரைவரிடம்

> லிங்கு:
> இல்லண்ணே...

> ஆட்டோ டிரைவர்:
> ஆங்... யாரும்மா நீ?

ரோட்டில் ஆட்டோ டிரைவர்கள் பேட்டை வைத்துக்கொண்டு போட்டி போட்டுக்கொண்டிருக்க, அவர்களைப் பார்த்து கை காட்டி

> ஆட்டோ டிரைவர்:
> ஏ குமாரு...

கீழிருந்து ஐந்து ஆட்டோ டிரைவரில் ஒருவன்

> குமார்:
> ஃபிகரு வந்திருக்குடா... ஐட்டம் அமோகமா இருக்கு
> (கை காட்டி) வா...

லிங்குவும், கனியும் பயந்து பின்னால் போனபடியே

> லிங்கு:
> ண்ணே, இல்லண்ணே...

ஆட்டோக்காரன் லிங்குவின் கைகளைப் பிடித்து இழுத்துவிட்டு

> ஆட்டோக்காரன்:
> டேய் தள்ளுடா...

கனியை தொடவரும் ஆட்டோக்காரனின் கையைத் தடுத்து

> லிங்கு:
> ண்ணே, இல்லண்ணே...

> ஆட்டோக்காரன்:
> டேய் தள்ளுடான்னா...

சட்டென லிங்கு ஆட்டோக்காரனை முட்டித் தள்ள, அவன் படியில் உருண்டு ஓடுகிறான்.

> கனி voice over:
> (பயத்தில்) லிங்கு...

G.வசந்தபாலன்

லிங்கு ஓடிவந்து நீல கேரிபேக்கை எடுத்துக்கொண்டு,

லிங்கு:

வா கனி

என கனியை கையைப்பிடித்து அழைத்துக்கொண்டு படியில் இறங்கி ஓடுகிறான். மற்ற ஆட்டோ டிரைவர்கள் துரத்துகின்றனர். ஒரு கட்டத்தில் ஆட்டோ டிரைவர்கள் நின்று விடுகின்றனர். லிங்குவும், கனியும் ஓடிக்கொண்டே இருக்கின்றனர்.

- cut to -

காட்சி: 105

கட்டணக் கழிவறை. ரோடு: DAY / EXT

லிங்கு கையில் நீல பேக்குடன் கட்டணக் கழிவறையின் வாசலில் காசு வாங்குபவரிடம் காசு கொடுக்கிறான். கனி லேடீஸ் பகுதியிலிருந்து வெளியே வருகிறாள். இருவரும் அமைதியாக நடந்து வருகின்றனர். இருவரும் ரோட்டைக் கடக்கின்றனர். ஒரு ஃபோர்டு என்டோவர் கார் அவர்கள்மேல் மோதுவதுபோல் வந்து நிற்கிறது. கனி பயந்து போய் கத்தி பின்னால் நகர்ந்துகொள்ள, லிங்கு காரில் உள்ளவனை பார்த்து கைகாட்டி

லிங்கு:

எவன்ளே அவன் அறிவுகெட்ட கூ...

காரின் முன் இருக்கையின் கதவைத் திறந்துகொண்டு மாரி இறங்கி

மாரி:

ஏ மாப்ள நாந்தான்...

என்று இறங்கி கதவைச் சாத்திவிட்டு வர, அவனைப் பார்த்து ஆச்சர்யமாக

லிங்கு:

என்னலே, கார்ல வந்திருக்க?

மாரி:

மாப்ள எங்கயுமே வேல கெடக்கல, ஊருக்குப் போலாம்னு இருந்தப்ப, ஸ்நேகாக்கா ஞாபகம் வந்துச்சு, அவிய வீட்டுக்குப் போயி, ஏதாவது வேல குடுங்கன்னு பொத்துன்னு கால்ல விழுந்துட்டேன்லே... அவியலும் டச்சப் பாயா சேத்துக்கிட்டாவ... வீட்லயே தங்கிக்கிடச் சொல்லிட்டாவே... (கார் பக்கம் பார்த்துவிட்டு) பெட்ரோல் போடுறதுக்கு டிரைவர் வந்தாரு... அதான் உங்கிட்ட சொல்லிட்டு போலாம்னு வந்தேன்லே... சரி நீங்க என்ன பண்றீங்க?

லிங்கு என்ன சொல்வதென்று தெரியாமல் அமைதியாக நிற்க, கனி லிங்குவைப் பார்க்கிறாள். மாரியிடம்,

லிங்கு:

நம்ம குமாரசாமி அய்யா, யாவாரம் பாக்குறதுக்கு பொருள் குடுக்காருலே... இப்ப ஒன்னும் பிரச்சன இல்ல...

மாரி சட்டென ஞாபகம் வந்தவனாய் சட்டைப் பையில் கை விட்டு ஒரு பேப்பரை எடுத்துக் கொடுத்து

மாரி:

மாப்ள, இதான்லே நான் இருக்க எடத்து நம்பரு... (மாரிக்கு பின்னால் ஹார்ன் சத்தம் கேட்க) எதாச்சுனா போன் பண்ணுலே... (கிளம்பியபடியே) கனி வரேன் கனி... மாப்ள வரேன்லே...

லிங்கு:

சரிலே...

மாரி கொடுத்த பேப்பரை பையில் வைத்துக்கொண்டு லிங்கு, கனி நகர, மாரி காரில் ஏறிப் புறப்படுகிறான்.

- cut to -

காட்சி: 106

ரெங்கநாதன் தெரு. DAY & NIGHT / EXT

ரெங்கநாதன் தெருவில் நிரம்பி வழியும் கூட்டத்திற்கு நடுவில் லிங்கு கழுத்தில் ஒரு ட்ரேயை மாட்டிக்கொண்டு கையில் ரிமோட் கவரை வைத்துக்கொண்டு கூவி விற்கிறான்.

லிங்கு:

ரிமோட் கவர் பத்து ரூவா சார்... டி.வி.ரிமோட் கவர் பத்து ரூவா சார்...

கனி ஒரு பொருளை கையில் வைத்துக்கொண்டு கூவி விற்கிறாள்.

கனி:

பேக்கெட் பத்து ரூவா... பேக்கெட் பத்து ரூவா... அம்மா வாங்க, அம்மா வாங்க...

லிங்கு இப்பொழுது சாக்ஸ்களை கையில் வைத்துக்கொண்டு

லிங்கு:

சாக்ஸெல்லாம் பத்து ரூவா சார்,

கனி:

பாக்கெட் பத்து ரூவா, வாங்க, வாங்க...

கனி கூவிக்கூவி விற்கிறாள். கண் தெரியாத பெரியவர் நானூறு ரூபாயை லிங்கு, கனியிடம் கொடுத்து

பெரியவர்:

தம்பி உங்க கமிஷன்...

லிங்கு பணத்தை கையில் வாங்க, கனி சந்தோஷப்பட, லிங்கு பணத்தை வாங்கிப் பார்த்துவிட்டு சிரித்தபடி கனியைப் பார்க்கிறான். கனி முகத்தில் சந்தோஷத்துடன் லிங்குவைப் பார்க்கிறாள்.

பெரியவர்:

ஆமா, கேக்கணும்னு நெனச்சேன், நேத்து ராத்திரி எங்க படுத்துருந்தீங்க?

பணத்தைப் சட்டைப்பையில் வைத்துவிட்டு,

லிங்கு:

எங்கயுமே படுக்குறதுக்கு இல்லீங்கய்யா... (கனி அமைதியாக லிங்குவைப் பார்க்கிறாள்) நைட்ல்லாம் தூங்கவே இல்ல...

பெரியவர்:

என் குடிசைல தங்க இடம் இல்ல தம்பி... இல்லாட்டி நான் நேத்தே கூட்டிக்கிட்டு போயிருப்பேன்...

நடைபாதை வியாபாரிகள் தங்கள் கடைகளை எடுத்து வைத்துக்கொண்டிருக்கின்றனர். லிங்கு, கனி பெரியவர் கடை முன்பு முட்டி போட்டபடி இருக்க, பெரியவர் பக்கத்தில் ஜட்டி, பனியன் விற்று முடித்து மடித்து வைத்துக்கொண்டிருக்கும் ஒரு பெண்ணிடம்,

பெரியவர்:

ராணி...

ராணி:

என்னங்கய்யா...

பெரியவர்:

உன் ஆளுங்க கொளுத்து வேல செய்யிறவங்க, உதயம் தியேட்டர் பக்கத்துல படுத்துருக்குறதா சொன்னேல்ல...

ராணி:

ஆமாங்கய்யா...

பெரியவர் லிங்குவிடம் திரும்பி

பெரியவர்:

தம்பி, இன்னக்கி ராத்திரி அங்க போய் படுத்துக்க வேண்டியது தானே...

லிங்கு சந்தோஷப்பட்டு கனியைப் பார்க்க, கனியும் சந்தோஷத்துடன் லிங்குவைப் பார்த்து, போகலாம் என்பதுபோல் மெதுவாக தலையாட்டி சம்மதம் சொல்கிறாள்.

- cut to -

காட்சி: 107

ரோடு. NIGHT / EXT

பஸ் ஸ்டாப்பில் கூட்டம் நின்றுகொண்டிருக்கிறது. கனியும், லிங்குவும் ஒருவர்காலை ஒருவர் மிதித்து விளையாடுகின்றனர். லிங்குவின் கையில் ஒரு நீலக் கலர் பெரிய கேரி பேக் இருக்கிறது. பஸ் வந்ததும் லிங்கு ஏறப்போக, அவனை கனி பின்னால் இழுத்துவிட்டு கனி முன்னால் ஓடுகிறாள். பஸ்ஸில் கனியின் கைமேல் லிங்கு கையை வைத்து அழுத்துகிறான். லிங்குவைப் பார்த்துவிட்டு பின் கனி வெளியே பார்க்கிறாள். லிங்குவும், கனியும் ஒரு சப்வேயில் ஓடிவருகின்றனர். பார்க் ஊஞ்சலில் கனியும், லிங்குவும் ஆடுகின்றனர். உதயம் தியேட்டர் முன் கனியும், லிங்குவும் ஓடி வருகின்றனர். கொளுத்து வேலை செய்பவர்கள் தூங்கிக்கொண்டிருக்க, கனி கொசுவலையின்மேல் கையால் நீவியபடி விளையாடிக்கொண்டிருக்க, லிங்கு அவளை இழுத்து உதட்டில் முத்தமிடப் போக, கனி எதிர்க்காமல் அவனை அனுமதித்து கண்கள் மூடுகிறாள். அதே ரோட்டில் ஒரு லாரி வந்து கொண்டிருக்க, அதன் பக்கவாட்டில் வந்த சுமோ கட்டுப்பாட்டை இழந்து அதன் பக்கவாட்டில் மோதி, சுமோ தலைகீழாகக் கவிழ... லாரி ஒரு ஆட்டோவின் மோதுகிறது. ஆட்டோ இரண்டுமுறை உருண்டு போய் நடு ரோட்டில் சாய்ந்து கிடப்பது... கட்டுப்பாட்டை இழந்த லாரி படுத்திருப்பவர்கள்மேல் ஏறுகிறது... ஒரே ஓலச்சத்தம்... frame சுழன்று ரத்தக்களறியாக மாறுவது...

- cut to -

காட்சி: 108

பொது மருத்துவமனை: DAY / EXT & INT

பொது மருத்துவமனையின் ''அறுவை மருத்துவப் பிரிவு'' உள்ளே நோயாளிகள் படுத்திருக்க, நர்ஸ்கள் பரபரப்பாக வேலை பார்த்துக்கொண்டிருக்கின்றனர். லிங்கு இடது கால் முழுவதும் தொடை வரை பேன்டேஜ் துணி சுற்றப்பட்டு, தலையில் கட்டுப் போட்டுப் படுத்திருக்கிறான். இடது கையில் சலேன் பாட்டில் போடுவதற்காக வென்ஃப்லான் போட்டு ப்ளாஸ்திரி ஒட்டப்பட்டிருக்கிறது. லிங்கு

லேசாக கண்களைத் திறந்து பார்க்கிறான். அவனிடம் மாரி வந்து பெட்டில் அமர்ந்து,

மாரி:
லிங்கு... *(லிங்குவின் கையை எடுத்து தன் கையுடன் வைத்துக்கொண்டு)* எப்புடிளே இருக்கு?

லிங்கு:
மாப்ள கனி எங்கலே?

மாரி எதுவும் சொல்லாமல் கண் கலங்கிச் செருமுகிறான். அதைப்பார்த்த

லிங்கு:
(அழுதுவிடுவதுபோல்) மாப்ள, கனிக்கு என்ன ஆச்சு? சொல்லுளே...

மாரி:
(அழுதபடி) ஒன்னும் இல்லலே... எப்படிலே இருக்கு...

லிங்கு:
(தலையைத் தூக்கி) மாப்ள கனி செத்... ம்...

மாரி:
இல்லலே...

லிங்கு:
(சத்தமாக) அப்பறம் எங்கலே...

லிங்கு பக்கவாட்டுத் தட்டியை பிடித்துக்கொண்டு இழுத்துஇழுத்து அழுதபடி கனியைப் பார்க்க நடந்து போகிறான். மாரி அவன் பின்னால் ஓடிவந்து அவனைப் பிடித்து இழுத்து,

மாரி:
மாப்ள கால்ல கட்டுப் போட்டு நடக்கக்கூடாதுலே, சொன்னா! கேளுலே...

லிங்கு பொருட்படுத்தாமல் மாரியை மீறி சிரமப்பட்டு வேகமாக நடந்து வருகிறான். மாரி அவன் பின்னால் ஓடிவந்தபடியே தோளை லிங்குவிடம் கொடுத்து அவன் ஒரு கையைப்பிடித்து தன் தோளை பிடித்துக்கொள்ளுமாறு சொல்லுகிறான்.

மாரி:
புடிச்சிக்களே, புடிச்சிக்களே... புடிச்சிக்களே, வலிக்கப்போவுது...

லிங்கு மாரியைத் தள்ளிவிட்டு நடந்துவந்து ஒரு வார்டினுள் நுழைந்து கனியைத் தேடுகிறான். மாரி லிங்குவைப் பிடித்தபடி

வருகிறான். லிங்கு கனியை ஒவ்வொரு பெட்டாக தேடுகிறான். மாரி லிங்குவின் பின்னால் அவன் கால்களுக்கு எதுவும் ஆகிவிடுமோ என்ற கவலையில் அவனைப் பிடித்துக்கொண்டு வருகிறான். வார்டின் இரண்டு பக்கமும் நோயாளிகள் படுத்திருக்க, லிங்கு இரு பக்கமும் கனியை தேடியவாறு வருகிறான். கடைசியாக கனியைப் பார்த்துவிடுகிறான். கனி இரண்டு கால்கள் இல்லாமல் படுத்திருக்கிறாள். மயக்கத்தில் உறங்கிக்கொண்டு இருக்கிறாள். கனியின் வலது கையில் ரத்தம் ஏறிக்கொண்டிருக்கிறது. இடது கையில் சலேன் பாட்டில் ஏறிக்கொண்டிருக்கிறது. இரண்டு கால்களும், முழங்காலுக்குமேல் துண்டிக்கப்பட்டு கட்டு போடப்பட்டிருக்கிறது. பேண்டேஜின் நுனியில் ரத்தம் கசிந்த கரை இருக்கிறது. கனி அமைதியாக உறங்கிக்கொண்டிருக்கிறாள். அவளைப்பார்த்த லிங்கு கண்கள் கலங்கியபடியே அவளிடம் மெதுவாக வருகிறான். அவனைப் பிடித்தபடி மாரி பின்னால் வருகிறான். லிங்கு கனியின் அருகில் வந்து கனியின் கால்களைப் பார்த்ததும் சத்தமாக கத்தி அழுது புலம்புகிறான்.

லிங்கு:

அய்யோ கனி, அய்யோ...

மாரியும் அழுதுகொண்டே லிங்குவைத் தன் மார்போடு ஆறுதலாக அணைத்துக்கொள்கிறான். லிங்கு தன் நெஞ்சில் அடித்துக்கொண்டு அழுகிறான்.

லிங்கு:

அய்யோ, அய்யோ...

மாரி லிங்குவின் கன்னத்தைப் பிடித்து அவனைச் சமாதானப்படுத்த முயல்கிறான். லிங்கு அடக்கமுடியாமல் அழுகிறான்.

- cut to -

காட்சி: 109

பொது மருத்துவமனை: DAY / EXT

பொது மருத்துவமனையின் வெளியே நான்கைந்து வயதான கிறிஸ்துவ பெண்மணிகள் பைபிளைக் கையில் வைத்துக்கொண்டு விபத்தில் காயமுற்றவர்களுக்காக ஜபம் செய்கின்றனர்.

- cut to -

G.வசந்தபாலன்

காட்சி: 110

பொது மருத்துவமனை: DAY / EXT & INT

கனி படுத்து மயக்கத்தில் உறங்கிக்கொண்டிருக்கிறாள். அவளுடைய அப்பா அமைதியாக கனியைப் பார்க்கிறார். கனி உறங்கிக்கொண்டிருக்கிறாள். கனியின் அப்பா கனியின் காலோரமாக தரையில் அமர்ந்து வெறித்து தரையைப் பார்த்துக்கொண்டு உட்கார்ந்திருக்கிறார். கனிக்கு சலேன் பாட்டில் மட்டும் ஏறிக்கொண்டிருக்கிறது.

- cut to -

காட்சி: 111

பொது மருத்துவமனை: DAY / EXT & INT

லிங்கு தனது வார்டில் உட்கார்ந்து ஏதோ படித்துக் கொண்டிருக்கிறான். மாரி இரண்டு கேரி பேக்குகளில் பழம், சாப்பாடு வாங்கிக்கொண்டு வந்து அங்குள்ள சிறிய பெஞ்சில் வைத்து, லிங்குவிடம்

மாரி:

மாப்ள பழம், சாப்பாடெல்லாம் வாங்கிட்டு வந்திருக்கேன்லே, சாப்பிடு...

லிங்கு:

மாரி,

மாரி:

ஆங்...

கனியிருக்கும் வார்டுப்பக்கம் கண்ணால் காட்டி,

லிங்கு:

கனியோட அப்பா வந்திருக்காரு பாத்தியா?

மாரி:

ம்... பார்த்தேன்... பொண்ணப் பாத்தாரு, (கை காட்டி) காலு இல்லன்னு தெரிஞ்சதும், கௌம்பிப் போயிட்டாரு...

லிங்கு மாரியை உற்றுப் பார்க்கிறான். அவன் மீது,

மாரி ***voice over:***

இனிமே பொண்ணு சம்பாரிச்சுப் போட மாட்டால்ல...

லிங்கு:

என்னலே சொல்ற?

மாரி:

(கை காட்டி அலட்சியமாக) ஆமாளே, இப்பதான் போறத பாத்தேன்...

லிங்கு யோசிக்கிறான். அடிபட்டவர்கள் வராண்டாவின் ஓரத்தில் பாய்போட்டு அமர்ந்திருக்கின்றனர். நர்ஸ் அவர்களைப் பார்த்துக்கொண்டு வருகிறாள். கனியின் அப்பா அமைதியாக ஒரு கையில் வேட்டியைப் பிடித்தபடி வராண்டாவில் நடந்து வருகிறார். வராண்டாவின் பின்னால் திருப்பத்தில் திரும்பி, லிங்கு கனியின் அப்பாவை பார்த்துக் கை காட்டி சத்தமாக

லிங்கு:

அய்யா நில்லுங்க...

கனியின் அப்பா காதில் லிங்கு கூப்பிடுவது விழாததால் அமைதியாக நடந்து வருகிறார். லிங்கு காலைப் பிடித்துக்கொண்டு வலியால் முனகிக்கொண்டே வேகமாக கனியின் அப்பாவைக் கூப்பிட்டபடியே நடந்து வருகிறான்.

லிங்கு:

அய்யா, அய்யா...

கனியின் அப்பா மருத்துமனைக்கு வெளியே வந்துவிடுகிறார். லிங்கு கனியின் அப்பாவைக் கை காட்டிக் கூப்பிட்டபடியே வேகமாக இழுத்து இழுத்து நடந்து வருகிறான்.

லிங்கு:

அய்யா, அய்யா...

கனியின் அப்பா மெல்ல நடந்தபடியே யோசிக்கிறார். அவரிடம் வந்துவிட்ட லிங்கு அவரைப் பார்த்து,

லிங்கு:

அய்யா...

கனியின் அப்பா லிங்குவைத் திரும்பிப் பார்த்துவிட்டு, திரும்பிக்கொண்டு நடந்தபடியே இருக்கிறார். அவரைப்பார்த்து தன் நெஞ்சில் கைவைத்து

லிங்கு:

அய்யா, நான்தான்யா கனியோட வேல பாக்குற லிங்குயா,

கனி அப்பா லிங்குவைப் பார்த்தபடி நடந்து வருகிறார். லிங்கு காலை இழுத்து, இழுத்து நடந்து வந்துகொண்டே

G.வசந்தபாலன்

லிங்கு:

கனிக்கு கால் இல்லன்னதும், இப்படி விட்டுப்போறீங்களேய்யா, மாரி அங்கு வருகிறான். லிங்கு கனியின் அப்பாவிடம் கையெடுத்துக் கும்பிட்டு அழுதபடி

லிங்கு:

கனிய விட்டுப்போயிறாதீங்கய்யா... அய்யா கனிய கை விட்றாதீங்கய்யா... *(தேம்பி அழுது, கையெடுத்து கும்பிட்டபடியே)* அய்யா உங்களக் கெஞ்சி கேக்குறேன்யா, கனிய விட்டுப்போயிறாதீங்கய்யா...

கனி அப்பா:

(அழுதபடி) நான் எங்க தம்பி கை விட்டேன், *(மேலே பார்த்து கை காட்டி)* படச்ச சாமில்ல அவள கை விட்டுட்டு... *(தன் நெஞ்சில் அடித்து)* சீக்காளி கபோதி தம்பி... *(தேம்பி அழுது)* சீக்காளி கபோதி... *(லிங்கு அமைதியாக அவரைப் பார்க்கிறான்)* *(அழுதபடியே)* இனிமே அவக்கூட நான் இருந்தேன்னா, அவள அநாத ஆசிரமத்துலக்கூட சேத்துக்க மாட்டங்கடா தம்பி... *(தேம்பி அழுது)* அப்பறம் நான் அவளக் காமிச்சி பிச்சதான் எடுக்கணும்... பிச்சதான் எடுக்கணும்...

கனி அப்பா தேம்பி அழுகிறார். மாரியும், லிங்குவும் என்ன சொல்வதென்று தெரியாமல் அமைதியாக அவரைப் பார்க்கின்றனர்.

கனி அப்பா:

(அழுதபடி) போக்கத்த நாயி குட்டியல குப்பத் தொட்டியில போட்டுப் போகும் பாத்தியளா... *(தன் நெஞ்சில் கை வைத்து)* அதான் நான்... *(தலையில் அடித்துக்கொண்டு)*

நாய் ஜென்மம் தம்பி... நாய் ஜென்மம்...

தலையில் கை வைத்துக்கொண்டே கனி அப்பா அழுதபடி போய்விடுகிறார். லிங்குவும், மாரியும் அவர் போவதைப் பரிதாபமாகப் பார்க்கின்றனர். அவர் நோயாளிகளுக்கு நடுவில் தலைகுனிந்து அழுதபடி போகிறார். லிங்குவை மாரி கைத்தாங்கலாக அழைத்து வருகிறான். லிங்கு மெதுவாக நடந்து வருகிறான். அவர்கள்மீது கனியின் அலறல் சத்தம் கேட்கிறது.

கனி *voice over:*

அய்யோ,

லிங்கு மாரியைவிட்டு விலகி வேகமாக ஜன்னல் கம்பிகளை பிடித்துக்கொண்டு வந்து கனியைப் பார்க்கிறான். மாரியும்

பார்க்கிறான். கனி மயக்கம் தெளிந்து காலை முதன்முறையாகப் பார்த்து, படுக்கையிலிருந்து எழுந்து அமர்ந்து வேதனையில் துடித்து அழுகிறாள்.

கனி:
அய்யோ, என் காலு...

என பெட்டில் படுத்து அழுகிறாள். லிங்குவும் கம்பியில் முகம்வைத்து அழுகிறான்.

- dissolve to -

கனி விட்டத்தை வெறித்துப் பார்த்துக்கொண்டு படுத்திருக்கிறாள்.

- dissolve to -

கனியின் இடது கையில் சலேன் ஏறிக்கொண்டிருக்க, எழுந்து அமர்ந்து துண்டிக்கப்பட்ட காலின் நுனியை தடவிப்பார்த்து அழுகிறாள். கனி இரண்டு வயதுக் குழந்தையாக தவழ்ந்து நடக்க ஆரம்பித்தது நினைவுக்கு வருகிறது. லிங்குவின் காலை மிதித்துவிளையாடியது, லிங்கு துரத்த, தான் ஓடிவந்தது நினைவுக்கு வருகிறது. கனி மீண்டும் காலைப் பார்த்து அழுகிறாள். கனி விட்டத்தை வெறித்துப் பார்த்தபடி படுத்திருக்கிறாள். பின்னால் படுக்கையில் இருக்கும் பாட்டி கனியைக் கூப்பிடுகிறாள்.

பாட்டி:
பாப்பா, பாப்பா...

கனி திரும்பி பாட்டியைப் பார்க்கிறாள்.

பாட்டி:
யாரும்மா அந்தப் பையன்? உன் வீட்டுக்காரனா...

கனி:
(மறுத்து தலையாட்டி) ம்ஹூம்...

பாட்டி:
அப்ப இன்னும் கல்யாணம் ஆவுலயா?

கனி:
(மறுத்து தலையாட்டி) ம்ஹூம்...

கனி திரும்பி யோசிக்கிறாள்.

- cut to -

காட்சி: 112

பொது மருத்துவமனை வராண்டா: NIGHT / INT

வராண்டாவில் நோயாளிகள் சிலர் உறங்கிக்கொண்டிருக்கின்றனர். லிங்கு சோகமாக சுவற்றில் சாய்ந்து காலை நீட்டிப் போட்டு, எங்கோ வெறித்துப் பார்த்தபடி அமர்ந்திருக்கிறான். மாரி அவன் அருகில் அமர்ந்து பால் ஆற்றியபடி லிங்குவிடம்,

மாரி:

மாப்ள, இருவத்தி நாலு மணி நேரமும், கனிய பாத்துக்குறதுக்கே ஒரு ஆளு வேணும்லே, நீ வேலக்கிப் போவியா, இல்ல கனியப் பாத்துக்கிடுவியா? (பால் ஆற்றுவதை நிறுத்தி) எனக்கென்னமோ, கனிய எதாவது ஒரு அநாத ஆசிரமத்துல சேத்துர்றதுதான் நல்லதுன்னு படுது...

லிங்கு மாரியைத் திரும்பி பார்க்கிறான். மாரி தலைகுனிந்து கொள்கிறான். பின்புலத்தில் கனி படுத்திருக்க, ஒரு பெண் மற்றொரு பெண்ணிடம்

பெண்:

ஆயிரம் சொல்லுக்கா, இந்த உலகத்துல கை, கால் இல்லன்னா, ஒட்டும் இல்ல, ஒறவும் இல்ல... அநாததான்...

கனி அதைக்கேட்டு யோசித்தவாறு விட்டத்தைப் பார்க்கிறாள். வராண்டாவிலேயே லிங்கு அமைதியாக யோசித்தவாறு அமர்ந்திருக்க, லிங்குவிடம்

மாரி:

ஊர்லேருந்து அம்மா, நெதம் போன் பண்ணிக்கிட்டு இருக்குலே, நடந்தது எதயும் நீ சொல்லவேணான்னு சொல்லிட்ட...

லிங்கு மாரியைப் பார்க்கிறான்.

மாரி:

வீட்ல ஏதோ கஷ்டமாம்,

லிங்கு யோசித்து பின்னால் சுவற்றில் தலை சாய்க்கிறான். கனி விட்டத்தைப் பார்த்து என்ன செய்யப்போகிறோம் என யோசிக்கிறாள். கனிக்கு லிங்குவை குடோனில் திட்டும்போது அவன் துணி மூட்டை இடுக்கில் பதுங்கியது நினைவுக்கு வருகிறது. கனி யோசிக்கிறாள். லிங்கு நீல நிற கேரி பேக்குடன் நிற்க, கனி சுற்றிச் சுற்றி டான்ஸ் ஆடியது நினைவுக்கு வருகிறது. திடீரென்று லிங்கு காணாமல் போவது போலவும், தான் மட்டும் தனியாக நின்று திகைப்பது போலவும் நினைவுக்கு வருகிறது. கனி விட்டத்தைப் பார்த்து தன்னை

அநாதையாக நினைத்து வருத்தப்படுகிறாள். அவள் நினைவில் லிங்கு வெளிச்சத்திலிருந்து பின்னோக்கிச் சென்று இருட்டில் மறைகிறான். கனி விட்டத்தைப் பார்த்து யோசிக்கிறாள். லிங்கு தன்னை விட்டுப் போய்விடுவான் என உணர்ந்து கனிக்கு அழுகை வருகிறது. கனி வார்டில் அனைவரும் உறங்குவது காட்டப்படுகிறது. கனி கண்களைத் துடைத்துக்கொள்கிறாள்.

- cut to -

காட்சி: 113

கனி இருக்கும் வார்டு: DAY / INT

வராண்டாவில் ஒரு வார்டுபாய் ஒரு வண்டியில் பிரட், பொட்டலங்களை வைத்து தள்ளிக்கொண்டு போகிறான். "தீபம் ஊனமுற்றோர் மறுவாழ்வு மையம்" என எழுதப்படிருக்கும் வீல் சேர் காட்டப்பட, பின் புலத்தில் மறுவாழ்வு மையத்திலிருந்து வந்த ஒரு பெண்மணி பாதிக்கப்பட்ட ஒரு பெண்ணிடம்

மறுவாழ்வு மையப் பெண்மணி:
உன் பேரு என்னம்மா?

பாத்திக்கப்பட்ட பெண்:
வளர்மதி...

கனி அவர்களை அமைதியாகப் பார்க்கிறாள். வளர்மதிக்கு இரண்டு கால்கள் இல்லாதது காட்டப்படுகிறது. ஒரு பேடை வளர்மதியிடம் நீட்டி,

மறுவாழ்வு மையப் பெண்மணி:
இதுல ஒரு கையெழுத்து போடும்மா...

வளர்மதி பேடை வாங்குகிறாள். அந்தப் பேப்பரில் "தீபம் ஊனமுற்றோர் மறுவாழ்வு மையம்" லெட்டர் பேடில் உறுதிமொழி என எழுதப்பட்டு அதன் கீழே VALARMATHI என பேனாவால் எழுதப்பட்டிருக்கிறது. அந்த ஃபார்மின் இப்படிக்கு கீழே வளர்மதி கையெழுத்திடுகிறாள். கனி அதை உற்றுப் பார்த்துவிட்டு, தானும் அங்கு போய்விடலாம் என யோசிக்கிறாள். கனி வார்டினுள் லிங்கு வந்து நின்று கனியைப் பார்க்கிறான். கனியும் லிங்குவைப் பார்க்கிறாள். லிங்கு மெதுவாக காலை தாங்கித்தாங்கி கனியிடம் நடந்து வருகிறான். கனி அவன் வருவதைப் பார்த்துவிட்டு திரும்பி யோசிக்கிறாள். லிங்கு கனியைப் பார்த்தபடியே நடந்து வருகிறான். கனி முகத்தைத் திருப்பிக்கொள்கிறாள். லிங்கு வந்து அமைதியாக

கனியின் அருகில் கையை ஊன்றி அமர்கிறான். கனியின் கை பக்கத்தில், லிங்குவின் கை தொடாமல் இருக்கிறது. கனி கையை எடுத்துக்கொண்டு லிங்குவை அமைதியாகப் பார்த்து வேறு பக்கம் திரும்பிக்கொள்கிறாள். லிங்கு கோபமாக கனியைப் பார்க்கிறான். கனி தன் கையில் வென்ஃப்ளான் போடப்பட்ட இடத்தில் உள்ள பேன்டேஜைப் பிய்த்தபடி இருக்கிறாள். லிங்கு அவளை சற்று கோவத்துடன் பார்க்கிறான். கனி அமைதியாக லிங்குவைத் திரும்பிப் பார்க்கிறாள். மனதுக்குள் அழுதபடி

கனி **mind voice:**

எங்க அப்பா மாதிரியே, நீயும் எங்கிட்ட சொல்லாம போயிரு லிங்கு...

கனி, லிங்குவின் பார்வையைத் தவிர்த்துத் திரும்பிக்கொள்கிறாள். லிங்கு அமைதியாக கனியைப் பார்க்கிறான். வளர்மதியை மறுவாழ்வு மையத்தினர் வீல் சேரில் வைத்து தள்ளிக்கொண்டு போகின்றனர். அதை லிங்குவும், கனியும் பார்க்கின்றனர். வீல் சேரில் போனவளைப் பார்த்துவிட்டு கனி லிங்குவைப் பார்க்கிறாள். லிங்கு அமைதியாக கனியைப் பார்க்கிறான். கனி அவன் பார்வையைத் தவிர்த்து குனிந்து கொள்கிறாள். ஒரு பெண் டாக்டர் செல்ஃபோனைப் பார்த்துக்கொண்டிருக்க, அவளிடம் கையில் பேடுடன்,

மறுவாழ்வு மையப் பெண்மணி:

உங்க ஹாஸ்பிட்டல்ல வேற பேஷன்ட்ஸ் இருக்காங்களா டாக்டர்?

டாக்டர்:

Yah... there are few...

கனி லிங்குவைப் பார்க்காமல் வேறுபக்கம் பார்த்து அமைதியாக இருக்க, லிங்கு கனியைப் பார்த்து யோசித்துவிட்டு,

லிங்கு:

நல்லா யோசிச்சிட்டேன் கனி...

கனி அமைதியாக லிங்குவைத் திரும்பி உற்றுப் பார்க்கிறாள்.

லிங்கு:

நம்ம உடனே கல்யாணம் பண்ணிக்கலாம்...

கனி லிங்குவை ஆச்சர்யமாகப் பார்க்கிறாள். லிங்கு அமைதியாக கனியைப் பார்க்கிறான். கனி அழுதுவிடுவதுபோல் லிங்குவைப் பார்க்கிறாள். கனி தன் கையால் லிங்குவின் கையை பிடித்துக்கொள்கிறாள். லிங்கு முகம் மலர கனியைப் பார்க்கிறான். கனி அழுதுகொண்டே லிங்குவை கட்டிப்பிடித்துக்கொள்கிறாள். அவர்களை வார்டில் இருந்த பாட்டி பார்த்து சந்தோஷப்படுகிறாள். ஒரு பெண் பார்த்து

சந்தோஷப்படுகிறாள். லிங்கு கனியைக் கட்டிப்பிடித்திருக்கிறான். கனி லிங்குவை அழுதபடி கட்டிப்பிடித்துக்கொண்டிருக்கிறாள்.

- cut to -

6 மாதங்களுக்குப் பிறகு...

காட்சி: 114

கடற்கரை: DAY / EXT

கடற்கரையில் ஸ்நேகா ஷுட்டிங். மக்கள் வேடிக்கை பார்க்கத் திரண்டிருக்கின்றனர். கேமரா மேன் க்ரேனில் அமர்ந்து ஆங்கிள் பார்த்துக்கொண்டிருக்கிறார். மாரி ஸ்நேகா முன் கண்ணாடி பிடித்திருக்கிறான். ஸ்நேகா டச்சப் பண்ணிக்கொள்கிறாள். பரத நாட்டிய டிரஸ்போட்டு ஸ்நேகா பரதநாட்டியம் ஆடுவது படமாக்கப்படுகிறது.

- cut to -

காட்சி: 115

ரெங்கநாதன் தெரு: DAY / EXT

லிங்கு, மாரியை அழைத்துவந்த அதே செந்தில்முருகன் ஸ்டோர்ஸ் புரோக்கர் பின்னால் சுமார் இருவது இளைஞர்கள் வந்துகொண்டிருக்கின்றனர். அவர்கள் ஒரு கோவிலைக்கடந்து ரெங்கநாதன் தெருவிற்குள் வருகின்றனர். மக்கள் கூட்டத்தின் நடுவே, ஒரு தள்ளுவண்டியின் முன்வீல் காட்டப்படுகிறது. லிங்கு அதைத் தள்ளிக்கொண்டு வருகிறான். பின்னால் உள்ள இரண்டு வீல்கள் காட்டப்படுகிறது. அந்த வண்டியில் கனி அமர்ந்திருக்கிறாள். கனி கோவிலைக் கடக்கும்போது கும்பிட்டு கன்னத்தில் போட்டுக்கொள்கிறாள். லிங்கு கனியை வண்டியில் உட்காரவைத்து ரோட்டில் தள்ளிக்கொண்டு வருகிறான். கனியை வண்டியுடன் ஒரு ஓரமாக நிறுத்திவிட்டு லிங்கு அவளுக்கு முன்னால் ஒரு நீலக்கலர் தார்ப்பாய் விரித்து, பொருட்களை அடுக்குகிறான். லிங்குவிடம்

கனி:

இன்னக்கி ஊருக்கு பணம் அனுப்பனும்ல...

லிங்கு:

ஆமாம் கனி... சாப்பிடப்போம்போது அனுப்பிர்றேன்...

கனி வண்டியில் அமர்ந்துகொண்டே ரோட்டில் செல்வோரிடம் தன் முன்னால் உள்ள பொருட்களைக் காட்டி,

கனி:
அண்ணே, அண்ணே... வாங்கண்ணே...
எத எடுத்தாலும் பத்து ரூவா...

லிங்கு கழுத்தில் பட்டர்ஃப்ளை கிளிப்களை மாட்டிக்கொண்டு, கையிலும் ஸ்டிக்கர் வைத்துக்கொண்டு கூட்டத்தின் நடுவே நின்றுகொண்டு

லிங்கு:
மூனு பத்து ரூவா சார், மூனு பத்து ரூவா சார்... பட்டர்ஃப்ளை எல்லாம் மூனு பத்து ரூவா சார்... மூனு பத்து ரூவா... மூனு பத்து ரூவா... அம்மா வாங்க, அம்மா வாங்க, அண்ணே வாங்க...

லிங்கு கூவிக்கொண்டு விற்றுக்கொண்டிருக்கிறான். ரெங்கநாதன் தெரு கூட்டத்தில் நிரம்பி வழிகிறது. நடைபாதை வியாபாரிகளிலிருந்து, மேல்நோக்கி வளர்ந்த வர்த்தகக் கட்டிடங்கள் வரை காட்டப்படுகிறது. செந்தில்முருகன் ஸ்டோர்ஸ் ஃப்ளெக்ஸ் காட்டப்படுகிறது. ஒரு பெரிய கட்டிடத்தின்மீது சரவணா ஸ்டோர்ஸ் எம்பளம் காட்டப்படுகிறது. வானம் வெண்மையாக இருக்கிறது.

and life goes on...

One Line Order

காட்சி:	1	லிங்குவும் கனியும் பேருந்து நிறுத்தத்தில் காத்திருப்பது.
காட்சி:	2	உதயம் தியேட்டர்பின்புற பிளாட்பாரம் விபத்து.
காட்சி:	3	போலீஸ்காரர் லிங்குவிடம் விசாரிப்பது.
காட்சி:	4	இட்டமொழி கிராமம் அறிமுகம்.
காட்சி:	5	ஜோதிலிங்கத்தின் குடும்பத்தார் அறிமுகம்.
காட்சி:	6	லிங்கு தன் நண்பர்களுடன் கிரிக்கெட் விளையாடுவது.
காட்சி:	6A	கோழி சுட்டுச் சாப்பிடுவது.
காட்சி:	7	கட்டட வேலை நடக்குமிடம்.
காட்சி:	7A	இரயில் விபத்து
காட்சி:	7B	இட்டமொழி கிராமம் விபத்துக்கு பிறகு.
காட்சி:	8	அப்பா காரியம். லிங்கு பரிட்சை ரிசல்ட் வருவது.
காட்சி:	9	அப்பாவின் போட்டோ முன்பு தன் ரிசல்ட்டைச் சொல்லி அழுவது
காட்சி:	10	ஃபெயிலானதற்காக மாரியை அவன் அப்பா அடிப்பது.
காட்சி:	11	லிங்கு அம்மாவிடம் பைனான்ஸ்காரர் பணம் கேட்பது.
காட்சி:	12	லிங்கு தனிமையில் அமர்ந்திருப்பது.
காட்சி:	13	செந்தில்முருகன் ஸ்டோர்ஸ்க்கு ஆட்கள் தேவை அறிவிப்பு.
காட்சி:	14	ஆட்கள் தேர்ந்தெடுக்கப்படுவது.
காட்சி:	15	மாரி வீட்டிலிருந்து புறப்படுவது.
காட்சி:	16	லிங்கு வீட்டிலிருந்து புறப்படுவது.
காட்சி:	17	லிங்கு, மாரி மற்றும் ஆட்கள் பஸ்ஸில் ஏறுவது.
காட்சி:	17A	லிங்கு feel பண்ணுவது.
காட்சி:	18	லிங்கு, மாரி மற்றும் ஆட்கள் ரெங்கநாதன் தெரு வருவது.
காட்சி:	19	செந்தில்முருகன் ஸ்டோர்ஸ் ஓனர் அறிமுகம்.
காட்சி:	19A	ID card - க்கு போட்டோ பிடிப்பது - uniform கொடுப்பது.
காட்சி:	19B	பையன்களை வேலைக்குப் பிரித்துவிடுவது.
காட்சி:	19C	லிங்கு மாரி இருவரும் குடோனில் வேலை செய்வது.
காட்சி:	20	தி.நகரில் தெருவோர மனிதர்கள் அறிமுகம்.

காட்சி: 21 சேர்மக்கனி என்ற கனி (Heroine) அறிமுகம்

காட்சி: 22 கொடவுனில் கார்டு பெறுவது, மெஸ்ஸுக்குப் புறப்படுவது.

காட்சி: 23 தாடிக்காரன் ஒருவன் வேலை தேடுவது.

காட்சி: 24 கனி லிங்குவையும், மாரியையும் மிரட்டுவது.

காட்சி: 25 லிங்கு, மாரி இருவரும் 5 நிமிடம் லேட்டாக வருவது.

காட்சி: 26 வாரநோய்க்காரனை (வெரிக்கோஸ்) சந்திப்பது.

காட்சி: 27 தங்கும் விடுதியின் பரிதாப நிலை.

காட்சி: 28 சம்பளம் வாங்குவது.

காட்சி: 28A லிங்குவின் வீட்டில் பணம் பெறுவது.

காட்சி: 29 லிங்குவுக்கும், மாரிக்கும் 3rd Floor–ல் வேலை மாற்றம்

காட்சி: 30 லிங்குவும் மாரியும் மூன்றாவது மாடிக்கு வருவது.

காட்சி: 30A லிங்குவும், மாரியும் கருங்காலியிடம் மாட்டுவது

காட்சி: 31 லிங்குவும், மாரியும் கனியின் அருகில் வியாபாரம் பார்ப்பது.

காட்சி: 32 கடையில் மும்முரமாக வியாபாரம் நடப்பது.

காட்சி: 32A அண்ணாச்சி போலீஸ்க்கு பணம் கொடுப்பது.

காட்சி: 33 போலீஸ் தெருவோர வியாபாரிகளிடம் லஞ்சம் வாங்குவது.

காட்சி: 34 வேலைசெய்யும் பெண்கள் சோர்வடைவது.

காட்சி: 35 தாடிக்காரன் பொதுக்கழிப்பிடத்தை சுத்தம் செய்து காசு வசூலிப்பது.

காட்சி: 36 சேர்மக்கனி ஏலச்சீட்டுக் கம்பெனி நடத்துவது.

காட்சி: 37 கனி கருங்காலியிடம் லிங்குவை மாட்டிவிடுவது.

காட்சி: 38 ஹோமில் லிங்கு பெருமாளை அடிப்பது.

காட்சி: 39 மாரி–லிங்குவிடம் கனிதான் மாட்டிவிட்டாள் எனச் சொல்வது.

காட்சி: 40 லிங்கு கருங்காலியிடம் கனியை மாட்டிவிடுவது.

காட்சி: 41 சேல்ஸ்மேன் அறிமுகம்

காட்சி: 41A சேல்ஸ்மேன் அழுக்குத்துணிகளை பையிலிருந்து கொட்டுவது.

காட்சி: 41B துணிகளுக்கு சோப்பு போடுவது.

காட்சி: 41C துணிகளை புதுசுபோல் ரெடி பண்ணுவது.

காட்சி: 41D துணிகளை விற்பது.

காட்சி: 42 லிங்கு – மாரி இருவரும் பெரிய துணி மூட்டையை கருங்காலிமேல் போடுவது.

காட்சி: 43 சின்னம்மா கர்ப்பமாக இருப்பது தெரியவருவது.

காட்சி: 44 லிங்கு ஊரில் காதலித்த பெண்பற்றி கனியிடம் கூறுவது.

காட்சி: 45 லிங்கு – மாரி இருவரும் அஸ்வினி ஊருக்குள் வருவதைப் பார்ப்பது.

காட்சி: 46 காரை வீட்டம்மா லிங்குவைத் திட்டுவது.

காட்சி: 46A மாரி – லிங்குவை அஸ்வினியிடம் பேசச் சொல்வது.

காட்சி: 46B அஸ்வினி – லிங்குவிற்கு ஸ்ட்ராபெர்ரி பழம் கொடுப்பது.

காட்சி: 46C மாரி ஸ்ட்ராபெர்ரி பழத்தை பிடுங்கித் தின்பது.

காட்சி: 46D லிங்குவும் அஸ்வினியும் ஒன்றாக சுத்துவது.

காட்சி: 46E லிங்குவிடம் மாரியும் நண்பர்களும் – அஸ்வினியை Introduce பண்ணி வைக்கச் சொல்வது.

காட்சி: 46F அஸ்வினியை மாரியும் நண்பர்களும் கிண்டல் பண்ணுவது.

காட்சி: 47 கனி லிங்குவை கேலி செய்வது.

காட்சி: 48 கனி லிங்குவிடம் தன் காதல் கதையை வெளியே சொல்லக்கூடாது என்று சத்தியம் வாங்குவது.

காட்சி: 49 பள்ளிக்கூட prayer-ல் கனி சேமத்தொரையை சந்திப்பது.

காட்சி: 49A வகுப்பறையில் கனியும் சேமத்தொரையும் பார்த்துக் கொள்வது.

காட்சி: 49B கனி நடந்துச் செல்கையில் சேமத்தொரை சைக்கிளில் பெல் அடிப்பது.

காட்சி: 49C சேமத்தொரை கனியிடம் ஸ்கேலை கொடுப்பது.

காட்சி: 49D கனியும் லிங்குவும் பேசிக்கொள்வது.

காட்சி: 49E சேமத்தொரையும் கனியும் ஒன்றாக ஊர் சுற்றுவது.

காட்சி: 49F கனி லிங்குவிடம் 10 வது fail ஆனதைப் பற்றி சொல்வது.

காட்சி: 49G கனி சேமத்தொரையை அடிப்பது.

காட்சி: 49H லிங்கு கனியைப் பார்த்து விளையாட்டாய் பயப்படுவது.

காட்சி: 50 லிங்கு தன் காதலைச் சொல்ல scale வாங்குவது.

காட்சி: 51 மாரி தன் காதலைச் சொல்ல சவுரி முடி வாங்குவது.

காட்சி: 52 சௌந்தரபாண்டி – செல்வராணி காதல் அம்பலம்.

இடைவேளை

காட்சி: 53 செல்வராணி மரணத்தின் எதிர்வினைகள்

காட்சி: 54 அண்ணாச்சி ஆண், பெண் என்று தனியாக விடச் சொல்வது.

காட்சி: 55 கருங்காலி, பையன்களை அடித்து வேறு செக்ஷனுக்கு விரட்டுவது.

காட்சி: 56 லிங்குவும் கனியும் பேசமுடியாமல் பார்த்துக்கொள்வது.

காட்சி: 57 குள்ளக் கணேசன், சின்னம்மா சாமி கும்பிடுவது.

காட்சி: 57A குள்ள கணேசன் பாயிடம் புலம்புவது.

காட்சி: 58 தாடிக்காரன் ஸ்டைலாக வருவது.

காட்சி: 58A தாடிக்காரன் டாய்லெட் சுத்தம் செய்து ஜாலியாக வாழ்வது.

காட்சி: 59 லிங்குவின் தங்கை கட்டைப் பையை வாங்கி வருவது.

காட்சி: 60 சோகமாக இருக்கும் லிங்குவிடம் மாரி பேசுவது.

காட்சி: 60A சௌந்தரபாண்டியை லிங்கு பார்ப்பது.

காட்சி: 60B மாரி லிங்குவிடம் கனியை கழற்றிவிடச் சொல்வது.

காட்சி: 61 கனி லிங்கு கொடுத்த scale – ஐ பார்த்து வெட்கப்படுவது.

காட்சி: 62 கனி லிங்குவைத் தேடுவது. மாரி உண்மையைச் சொல்வது.

காட்சி: 63 கனி Scale–ஐ உடைத்து லிங்கு முகத்தில் வீசுவது.

காட்சி: 64 கனி லிங்குவை திட்டுவது.

காட்சி: 65 லிங்குவுடனான பிரச்சினை பற்றி சோஃபியா, கனியிடம் பேசுவது.

காட்சி: 66 மாரி லிங்குவிடம் மன்னிப்புக் கேட்பது.

காட்சி: 66A லிங்கு மாரி இருவரும் டீ குடிப்பது.

காட்சி: 67 மாரி வாட்ச்மேனுக்கு காவல் இருப்பது.

காட்சி: 68 ஹோமில் லிங்கு கனியைத் திட்டுவது.

காட்சி: 69 லிங்கு – கண் தெரியாத பெரியவரிடம் கர்ச்சீப் வாங்குவது.

காட்சி: 70 மாரி – சோஃபியைப் பார்த்து சிரிப்பது.

காட்சி: 71 சோஃபியா – மாரியிடம் கவிதை எழுதிவரச் சொல்வது.

காட்சி: 72 மாரி – நண்பர்களிடம் கவிதை எழுதித்தரச் சொல்வது.

காட்சி: 72A மாரி கவிதை எழுதுவது.

காட்சி: 73 மாரி – சோஃபியாவிடம் கடிதத்தைக் கொடுப்பது.

காட்சி: 74 லிங்கு கண் தெரியாத பெரியவரின் பேத்தியைப் பற்றி விசாரிப்பது.

காட்சி: 75 மாரியின் காதல் கடிதத்தை படிக்கும் தோழிகள் அதை கிண்டல் பண்ணுவது.

காட்சி: 76 சோஃபியா – மாரியைத் திட்டுவது.

காட்சி: 77 கனி தன் தங்கையைப் பற்றி லிங்குவிடம் கூறுவது.

காட்சி: 78 கனியும், லிங்குவும் பஸ் ஏறுவது.

காட்சி: 78A கனி தன் அப்பா பற்றி கூறுவது.

காட்சி: 79 கனியும் , லிங்குவும் ஒரு மைதானத்தைக் கடந்து செல்வது.

காட்சி: 80 கனிக்கு நாகம்மை வயசுக்கு வந்திருப்பது தெரிவது.

காட்சி: 81 கனி தங்கள் நிலையை நினைத்து வருத்தப்படுவது.

காட்சி: 82 நாகம்மைக்கு கோயிலில் சடங்கு நடப்பது.

காட்சி: 83 கனி – லிங்குவைக் கட்டிப்பிடித்து அழுவது.

காட்சி: 84 சின்னம்மாவின் குழந்தை அவள் கணவனைப்போல் இருப்பது.

காட்சி: 85 லிங்கு பற்றி தங்கை கேட்டதை கனி லிங்குவிடம் சொல்வது.

காட்சி: 86 மாரி – ஸ்நேகா வருவது பற்றி நண்பர்களிடம் சொல்வது.

காட்சி: 87 அனைவரும் தங்களை அலங்கரித்துக் கொள்வது.

காட்சி: 88 ஸ்நேகாவை வைத்து விளம்பரம் எடுப்பது.

காட்சி: 89 கனியும் – லிங்குவும் கடையின் உள்ளே மாட்டிக்கொள்வது.

காட்சி: 90 அண்ணாச்சியின் பிறந்தநாள் கொண்டாடப்படுவது.

காட்சி: 91 கனியும் லிங்குவும் யாருக்கும் தெரியாமல் அவரவர் இடத்திற்குச் செல்வது.

காட்சி: 92 மாரி லிங்குவை விசாரிப்பது.

காட்சி: 93 கனிக்கு தங்கையிடமிருந்து போன் வருவது.

காட்சி: 93A கனி ஆட்டோவில் ரயில்வே ஸ்டேஷன் போவது.

காட்சி: 94 இரயிவே ஸ்டேஷனில் கனி நாகம்மையைச் சந்தித்து வழியனுப்புதல்

காட்சி: 94A கனி ஆட்டோவில் கடைக்கு வருவது.

காட்சி: 95 அண்ணாச்சி shooting கேசட்டை டி.வி.யில் போடச் சொல்வது.

காட்சி: 96 கருங்காலியிடம் கனி மாட்டிக்கொள்வது. லிங்கு காப்பாற்றுவது.

காட்சி: 97 லிங்குவையும், கனியையும் குடோனில் வைத்து அடிப்பது. லிங்குவை போலீஸில் ஒப்படைப்பது.

காட்சி: 97A லிங்குவை இன்ஸ்பெக்டர் இழுத்துச் செல்வது.

காட்சி: 98 லிங்கு போலீஸிடம் அண்ணாச்சி பற்றிய உண்மையை சொல்லி மிரட்டுவது.

காட்சி: 99 அண்ணாச்சி போலீஸிடம் லிங்குவை விட்டுவிடச் சொல்வது.

காட்சி: 100 லிங்குவிற்கு மாரியின் மூலம் கனியைப் பிடித்து வைத்திருப்பது தெரியவருவது.

காட்சி: 101 லிங்கு சண்டையிட்டு கனியை கடையில் இருந்து மீட்பது.

காட்சி: 102 லிங்குவும் கனியும் தெருவில் இறங்கி பொருட்கள் விற்பது.

காட்சி: 103 குப்பை பொறுக்குபவர் கனியையும் லிங்குவையும் எச்சரிப்பது.

காட்சி: 104 லிங்குவையும் கனியையும் ஆட்டோ ஓட்டுநர்கள் துரத்துவது.

காட்சி: 105 மாரி சினேகாவிடம் வேலைக்குச் சேர்ந்ததைப் பற்றி லிங்கு, கனியிடம் சொல்வது.

காட்சி: 106 லிங்குவும் கனியும் வியாபாரம் செய்து பணம் சம்பாதிப்பது.

காட்சி: 107 முதல் மற்றும் இரண்டாம் scene–ல் நடந்த காட்சிகள்.

காட்சி: 108 லிங்குவுக்கு கனியின் கால் துண்டிக்கப்பட்டது தெரியவருவது.

காட்சி: 109 ஆஸ்பத்திரியின் சூழல் காட்டப்படுகிறது.

காட்சி: 110 கனியின் அப்பா வந்து ஆஸ்பத்திரியில் பார்ப்பது.

காட்சி: 111 லிங்குவுக்கு மாரி கனியின் அப்பா வருகையை தெரிவிப்பது. கனியின் அப்பா கனியை கைவிட்டுச் செல்வது.

காட்சி: 112 மாரி லிங்குவிடம் கனியை ஆசிரமத்தில் சேர்த்துவிடும்படி யோசனை சொல்வது.

காட்சி: 113 லிங்கு கனியிடம் திருமணம் செய்து கொள்ளலாம் என்று கூறுவது.

காட்சி: 114 சினேகா shooting–ல் மாரி வேலை செய்வது.

காட்சி: 115 மீண்டும் ரெங்கநாதன் தெருவில் லிங்குவும் கனியும் பொருட்களை விற்பது.

அங்காடித்தெரு இயக்குநருடன் ஒரு உரையாடல்

கேள்வி: *அங்காடித்தெரு படத்தின் கதைக்கான விதை உங்களுக்குள் எப்படி விழுந்தது?*

பதில்: வெயில் படத்தோட ஆபீஸ் சென்னை தி.நகர் பாண்டி பஜாரில் இருந்துச்சு. நைட் டின்னர் சாப்பிட அங்க வருவேன். சாப்பிட்டு அப்படியே அந்த ரோட்ல நின்னு வெயில் படத்தோட கதையைப் பத்திப் பேசிக்கிட்டு இருப்போம். அப்ப லேட் நைட்ல ஒரு சின்னப் பையன் Buds வித்துக்கிட்டு இருந்தான். பாண்டி பஜார்ல இருந்த கடைகள் எல்லாம் மூடிக்கிட்டு இருந்தாங்க. அந்தப் பையன் என்கிட்ட வந்து "சார் Buds வாங்கிக்குங்க சார்"னு சொன்னான். அந்த இரவு அந்த பையனைப் பார்க்கும்போது அவன் ஒரு கதைக்கான கதாபாத்திரம்னு தோணுச்சு.

2006 மார்ச் ஏதோ ஒரு ஞாயிற்றுக்கிழமை இரவு. வெயில் படத்தோட Final Editing போய்க்கிட்டு இருந்துச்சு. அன்னைக்கு நைட் துரைசாமி பாலம் பக்கத்துல இருக்கின்ற ராமேஸ்வரம் தெருவுக்குப் போனேன். அங்க ஒரு வடநாட்டுக்காரரோட உணவகம் இருந்துச்சு. எனக்கு விதவிதமான உணவுகளை தேடிச் சாப்பிடுகிற பழக்கம் இருந்ததால நண்பர்கள் சொன்னத வெச்சு அங்க போய்ச் சாப்பிட்டேன்.

சாப்பிட்டு ஒரு 11:30 மணிக்கு தம் அடிச்சிக்கிட்டு இருந்தப்ப ஸ்கூல் முடிஞ்சு வர்ற மாதிரி கூட்டமா பசங்களும் பொண்ணுங்களும் ஒரே யூனிபார்ம் டிரெஸ்ல ரொம்ப சோர்வா நடந்து போய்க்கிட்டு இருந்தாங்க.

அப்போ ஒரு பையன் முன்னால நடந்து போய்க்கிட்டு இருந்த பொண்ணை ஃபாலோ பண்ணி ஓடி வந்து பேசிட்டுப் போனான். அந்தப் பொண்ணும் சிரிச்சுக்கிட்டே போய்டுச்சு. இவங்க எல்லாம் யாரு? இங்க என்ன பண்றாங்கன்னு விசாரிச்சப்ப, அவங்க எல்லாம் அங்க இருக்கிற ஜவுளிக்கடைகளில் வேலை பாக்குறவங்கன்னு தெரிய வந்துச்சு.

ஒரு ஹாஸ்டல் மாதிரியான இடத்துல தங்கி இருந்தாங்க. அன்னைக்கு ராத்திரி நான் Editing workக்கு போகவில்லை. ரெங்கநாதன்

தெருவுல இரவு முழுவதும் நடந்து திரிஞ்சேன். விடியும்போது, இந்தத் தெருதான் என் அடுத்த படத்துக்கான கதைக்களம்னு என் மனசுக்குப் பட்டுச்சு.

கேள்வி: இதுதான் களம்னு முடிவு பண்ணுனதுக்குப் பின்னாடி கதையை எப்படி முடிவு பண்ணுனீங்க?

பதில்: ஒரு ஜவுளி ஸ்டோர்ஸ்ல வேல பாக்குற ஒரு பையன், இன்னொரு டெக்ஸ்டைல்ஸ்ல வேலை பாக்குற பொண்ணு – அவங்க ரெண்டு பேருக்கும் இடையே உள்ள காதல், அந்தத் தெருவுல இருக்கிற ஒரு திருடன், Buds விக்கிற அந்தப் பையன் – இவங்கள வெச்சு ஒரு கதையப் பண்ணலாம்னு தோணுச்சு.

அப்புறம், கதைக்குச் சம்பந்தமில்லாத ஒரு காட்சி எனக்குள்ள வந்துகிட்டே இருந்தது. ரோட்டோர மூணு சக்கர நாற்காலியில் உடல் ஊனமான கணவன் மனைவியை உக்காரவெச்சுத் தள்ளிக்கிட்டுப் போய் பிச்சை எடுக்குற ஒரு காட்சி என் கதைக்கான முடிவு. இது மாதிரி பிச்சை எடுக்குறாங்களா இல்ல நல்லபடியா இருக்கறாங்களான்னு ஒரு தெளிவான இமேஜ் கிடைக்காம இருந்துச்சு. இதுதான் அங்காடித்தெரு சம்பந்தமா எனக்கு இருந்த பிம்பம்.

கேள்வி: இந்தப் படம்தான் அடுத்து பண்ணப்போறோம்னு எப்போ முடிவு எடுத்தீங்க?

பதில்: வெயில் பட ரிலீசுக்குப் பின்னாடி அந்தப் படத்துக்கு கிடைச்ச அங்கீகாரம். 'Cannes Film Festival' – லில் கலந்துகொண்டது. எனக்குள்ள ஒரு உத்வேகத்தக் கொடுத்தது. அப்போதான் இந்தப் படத்தப் பண்ணலாம்னு முடிவு பண்ணுனேன்.

கேள்வி: இந்தப் படத்துக்கான கள ஆய்வு பற்றிச் சொல்லுங்க!

பதில்: ஒரு சைக்கிள் எடுத்துக்கிட்டு காலைல 05:30 மணியிலிருந்து 08:30 மணி வரைக்கும் ரெங்கநாதன் தெரு முழுக்க சுத்திக்கிட்டு இருப்பேன். அந்தத் தெரு பிஸி ஆனதும் போய்விடுவேன். திரும்ப இரவு 10:30 மணிக்கு மேல அந்தத் தெருவில் சுத்திக்கிட்டு இருப்பேன். அங்க இருக்குற இரவும் விடியலும் எனக்கு ஒரு பிம்பத்த உருவாக்கிக்கிட்டே இருந்தது. அந்த visuals வேற மாதிரி இருந்தது. அப்போ என் நண்பர், இந்த தெருவில் ஒரு ரூம் எடுத்துத் தங்கிட்டா என்னன்னு கேட்டாரு. அந்தத் தெருவில் பேச்சிலர் தங்க நிறைய மேன்ஷன் இருந்தது. மேன்ஷன்ல இருந்து தெருக்களை ஜன்னல் வழியாக பார்க்கிறமாதிரி ரூம் எடுத்தோம். அந்தத் தெருவுல பல மனிதர்களையும், பல இடங்களையும் சின்னக் கேமரா உதவியோட படம் பிடிச்சோம். அந்த Visuals பாக்கப் பாக்க, இந்தப் படத்தப்

பண்ணியே ஆகணும்னு தோணுச்சு. நானும் என் உதவியாளர்களும் அங்க உள்ளவங்களப் பத்தி நிறைய விசாரிக்க ஆரம்பிச்சோம். அவங்க எங்க தங்கி இருக்காங்க? சாப்பாடு எப்படி? அவங்களோட சந்தோஷம்; துக்கம், பொழுதுபோக்கு, இப்படி எல்லாத்தையும் பத்திக் கேட்டோம். பழைய டீ–ஷர்ட்டுகள் சேகரிச்சு துவச்சி அதை புது டீ–ஷர்ட்டா விக்கிறவர், அசிங்கமாக் கிடந்த பாத்ரூம சுத்தப்படுத்தி, அதை கட்டணக் கழிப்பிடமா மாத்துனவர், வேற வேற ஊர்களிலிருந்து வந்து வியாபாரம் பண்ணி தாம்பரம் பக்கத்துல வீடு கட்டி வாழுறவங்க என ஏகப்பட்ட மனிதர்கள் பத்தித் தெரிய வந்தது.

2007 முழுக்க கிட்டத்தட்ட ஒரு வருஷமும் அந்தத் தெரு பத்தி ஆய்வு பண்ணுனேன். நிறைய தகவல்கள் கிடைச்சது.

கேள்வி: திரைக்கதையை எப்ப வடிவமைச்சீங்க?

பதில்: இந்தக் கதையை ஒரு Docu & Drama பண்ணனும்னு முடிவெடுத்தேன். அதனால பெரிய திரைக்கதை உத்தி எல்லாம் தேவைப்படல. இங்க வந்து வேலை பாக்குற பசங்களில் பெரும்பாலானவங்க தூத்துக்குடி, திருநெல்வேலி, திருச்செந்தூர் வரைக்கும் இருக்கிற வறண்ட பகுதிகளிலிருந்து வந்தவங்கதான்னு தெரிய வந்தது. நானும் இந்த மாதிரி விவசாயம் பொய்த்துப் போன ஒரு பகுதியிலிருந்து டிகிரி முடிச்சிட்டு சென்னைக்கு வந்து அலைந்தவன்தான். அந்தப் பசங்களோட உணர்வுகள் எனக்கு மிகவும் நெருக்கமா இருந்துச்சு. நல்லாப் படிக்கிற ஒரு பையன் அவனது அப்பாவின் மரணத்திற்குப் பிறகு குடும்பத்தக் காப்பாத்த வேண்டிய பொறுப்பு காரணமா படிப்ப விட்டுட்டு சென்னைக்கு வேலைக்கு வரான். அவங்க வேலைக்கு வந்த கடையில் வேலைபாத்துக்கிட்டு இருக்கிற ஒரு பொண்ணு அவங்களோட காதல், சந்தோஷம், ஏமாற்றம், துக்கம் அப்படின்னு ரொம்ப இயல்பா வாழ்க்கைல நடக்கக்கூடிய சம்பவங்களா அடுக்கிக்கிட்டே போனேன். அதுவே ஒரு அழகிய திரைக்கதையா அமைஞ்சுது.

கள ஆய்வுல கிடைச்ச நிறைய மனிதர்களின் வாழ்க்கையை கதாபாத்திரங்களா மாத்தி, கதைக்குள்ள சேர்க்கிறதுக்குதான் நிறைய நாட்கள் எடுத்துக்கிட்டோம்.

கேள்வி: இந்தப் படத்தோட தயாரிப்பு பத்தி சொல்லுங்க.

பதில்: நிறைய தயாரிப்பாளர்கள்கிட்ட கதையைச் சொன்னேன். எல்லாருமே கதை ரொம்ப Dry– யா இருக்கு, ஒரு கடைக்குள்ளேயே கதை நடக்குது, பெரிய திருப்பங்கள் இல்ல, படம் ஓடுமா ஓடாதான்னு தெரியலன்னு நிறைய குறைகள் சொல்லி நிராகரிச்சாங்க. ஒரு

விதமான மனச் சோர்வு உண்டாச்சு. அதத் தாண்டி தொடர்ந்து போராடிக்கிட்டே இருந்தேன்.

வெயில் படம் Cannes– ல திரையிட்டபோது அங்கு வந்து இருந்த ஐங்கரன் கருணாமூர்த்தி நண்பராக ஆகி இருந்தார். அந்த நட்பு மூலமாகவும் நண்பர்கள் சுந்தரராஜன், தங்கதுரை மூலமாக 'ஐங்கரன்' நிறுவனத்துல கதை சொல்ல வாய்ப்பு கிடைத்தது.

அருண்பாண்டியன், கருணாமூர்த்தி ரெண்டுபேரும் கதை கேட்டாங்க. ரெண்டு பேருக்கும் கதை பிடித்துப் போகவே அவர்களே தயாரிக்க முன்வந்தாங்க.

கேள்வி: இந்தப் படத்தோட 'Casting' பத்திச் சொல்லுங்க?

பதில்: தயாரிப்பாளர்கள் சரி சொன்னதும், யாரு ஹீரோன்னு கேட்டாங்க. இனிமேதான் தேடணும்னு சொன்னேன். அவங்க என்னோட ஆர்வத்த பாத்துட்டு கதாநாயகனத் தேட மூணு மாசம் டைம் கொடுத்தாங்க. அப்படிக் கிடைக்காத பட்சத்துல சென்னையில் கிடைக்கிற ஆர்ட்டிஸ்ட்ட வச்சு ஆரம்பிக்கலாம்னு சொன்னாங்க. ஆனா எனக்குத் தேவைப் பட்டது ஒரு தெக்கத்தி முகம். ஏழ்மையில் இருந்து வந்த ஒரு கிராமத்து முகம். அதற்காக நானும் என் உதவியாளர்களும் ஒரு தேடுதல் வேட்டையை ஆரம்பிச்சோம்.

திருநெல்வேலில இருக்கிற Hello FM – ல நடிகர்களுக்கான தேடல்னு அறிவிச்சோம். அங்க இருக்குற ஸ்கூல், காலேஜ் எல்லாம் தேடினோம். மிக மெதுவான சோர்வான காலகட்டம். அப்ப ஒரு நாள் என் நண்பன் வரதராஜனும் என் உதவி இயக்குனர்கள் நாகராஜ், பிரசாத் ஆகியவர்கள் மோகனை (மகேஷ்) கண்டுபிடித்துக் கூட்டி வந்தார்கள். Video shoot செய்து பார்த்தோம். அது திருப்திகரமாக இருந்தது. பிறகு அவனுக்கு நடிப்பு, நடனம், சண்டை பயிற்சி என எல்லாவற்றுக்கும் பயிற்சி கொடுத்தோம். மூன்று மாதத்தில் அவனை ஷூட்டிங்கிற்கு தயார் செய்தோம்.

கேள்வி: ஹீரோயின் கதாபாத்திரம் பத்திச் சொல்லுங்க?

பதில்: படத்துல செல்வராணி கதாபாத்திரத்தில் நடிச்ச அபிராமி என்ற பெண்ணைத்தான் கதாநாயகியா முடிவு செய்திருந்தேன். ஆனால் அடிப்படையில் இந்தப் படம் ஒரு லவ் ஸ்டோரி என்பதால் அதற்கு கதாநாயகன், கதாநாயகி இடையே ஒரு கெமிஸ்ட்ரி உருவாகணும். அப்படி உருவானாத்தான் அந்த Romance நிற்கும். அதனால் ஒரு காட்சியை தனது தோளில் தூக்கி நிறுத்தக்கூடிய நடிகை வேணும்னு தோணுச்சு. அப்பதான் 'கற்றது தமிழ்' படத்துல ஆனந்தியா நடிச்சிருந்த அஞ்சலியின் நடிப்பு ரொம்ப இயல்பா

நடிச்சிருந்ததைப் பார்த்து இந்த படத்துக்குக் கதாநாயகியா நடிக்க வைக்கணும்னு முடிவு பண்ணிட்டேன்.

கேள்வி: ‘கதைக்களம்’னு படம் எடுக்கும்போது Location ரொம்ப முக்கியமானது. அதுபத்திச் சொல்லுங்க.

பதில்: இந்தப் படத்தோட முக்கியமான Location அந்த துணிக்கடைதான். தி.நகர்ல பேருந்து நிலையத்துக்கு எதிரே இருக்கும் ‘சங்கரபாண்டியன் ஸ்டோர்ஸ்’ கடைல படப்பிடிப்பு நடத்த இரவு 10 மணியிலிருந்து காலைல 6 மணி வரை பர்மிஷன் கிடைத்தது. அதுக்கு அடுத்து தி.நகர் வீதிகளையும் படம் பிடிக்க ராத்திரிலதான் அனுமதி கிடைத்தது. அதனால கிட்டத்தட்ட 90% படம் இரவுலதான் படம் பிடிச்சோம்.

தி.நகர் வீதிகளில் பகல் காட்சிகள் எல்லாத்தையும் அதிகாலை 6 மணியிலிருந்து 9 மணி வரை கூட்டம் கூடுகிற நேரத்துக்குள்ள படம் பிடிச்சோம். கூட்டத்துக்குள்ள நடக்குற காட்சிகள் உண்மைக்கு நெருக்கமா இருக்கணும்னு Hidden Camera வில் Candid – ஆக படம் பிடித்தோம். செந்தில் முருகன் ஸ்டோர்ஸ்க்கு வெளியில ஊழியர்கள் நிற்கிற மாதிரி Shots எடுக்க மட்டும் மூன்று கடைகளை செட் போட்டோம். Back ground – ல் இருக்கும் தெரு முழுவதும் Green mate–ல் ஷூட் செய்தோம்.

கேள்வி: படத்தோட டெக்னிக்கல் விஷயங்கள் பற்றிச் சொல்லுங்க.

பதில்: இந்தப் படம் வாழ்வியல் பத்திப் பேசுற, மிக மெதுவாக நகரும் படம். அதனால படம் முழுவதும் கேமிராவை Handled–வைத்து ஷூட் செய்தோம்.

அதேபோல எடிட்டிங் International Standared – ல இருக்கணும்னு ஸ்ரீகர் பிரசாத் சாரைத் தேர்ந்தெடுத்தோம்.